RICH DAD®

21వ శతాబ్ది వ్యాపారం

Other titles by the author published by Manjul

RICH DAD®

21వ శతాబ్ది వ్యాపారం

రాబర్ట్ టి. కియోసాకీ

జాన్ ఫ్లెమింగ్, కిమ్ కియోసాకీతో

అనువాదం : ఈశ్వర్

MANJUL

మంజుల్ పబ్లిషింగ్ హౌస్

First published in India by

MANJUL

Manjul Publishing House

Corporate and Editorial Office
• 2nd Floor, Usha Preet Complex, 42 Malviya Nagar, Bhopal 462 003 - India
Sales and Marketing Office
• C-16, Sector 3, Noida, Uttar Pradesh 201301 - India
Website: www.manjulindia.com

Distribution Centres
Ahmedabad, Bengaluru, Kochi, Kolkata, Chennai,
Hyderabad, Mumbai, New Delhi, Pune

Telugu language translation of
The Business of the 21st Century by *Robert T. Kiyosaki*
With *John Fleming* and *Kim Kiyosaki*

This edition first published in 2012
Sixteenth impression 2025

ISBN 978-81-8322-327-0

Translation by Mr. R.S.G. Rao
Typesetting by Balaji Graphics

Printed and bound in India by Repro India Ltd.

అంకితం

నేటి ఆర్థిక సంక్షోభం వలన ప్రభావితులై తమ ఆర్థిక భవిష్యత్తుని ఎలా సురక్షితం చేసుకోవాలో తెలియని అసహాయ స్థితిలో ఉన్న మీలాంటి కోట్లమందికి ఈ పుస్తకాన్ని నేను అంకితం ఇస్తున్నాను. నేను మీకో విషయం చెప్పాలనుకుంటున్నాను. పరిస్థితులు ఎంత దుర్భరంగా కనిపించినప్పటికీ, మీ భవిష్యత్తును మీ అధీనంలో ఉంచుకోవడానికి ఇదే ఎంతో మంచి సమయం. ఆర్థిక స్వాతంత్ర్యం ఎలా సంపాదించాలో జనానికి నేర్పడానికి నేను నా జీవితాన్ని అంకితం చేశాను. నా రిచ్ డాడ్ పరంపరలోని ఇతర పుస్తకాల్లాగానే, ఈ పుస్తకం కూడా రానున్న సంవత్సరాల్లో సంపదను సృష్టించడానికి, కాపాడుకోవటానికి అవసరమైన పరిజ్ఞానాన్ని మీకు ఇస్తుందని నాకు తెలుసు. డబ్బు ఎలా పనిచేస్తుందన్న నిజాన్ని ఈ ఇరవైఒకటో శతాబ్దంలో మీకు లభించే వాణిజ్య అవకాశాల గురించి ఒకసారి తెలుసుకున్నాక, మీరు కోరుకున్న జీవితాన్ని మీరే నిర్మించుకోగలరు.

విషయసూచిక

కృతజ్ఞతలు

నిరంతరం ప్రేమ, సహకారం అందించినందుకు నా భార్య కిమ్ కి, ప్రపంచవ్యాప్తంగా ఉన్న కోట్లమంది జనానికి ఆర్థిక విద్యకు సంబంధించిన నా సందేశాన్ని చేరవేయడానికి నాకు తోడ్పడిన నా రిచ్ డాడ్ కుటుంబానికి ధన్యవాదాలు చెప్పాలనుకుంటున్నాను.

నెట్‌వర్క్ మార్కెటింగ్ గురించి తనకున్న అమూల్యమైన పరిజ్ఞానాన్ని నాకు అందించినందుకు జాన్ ఫ్లెమింగ్‌కి, ఈ పుస్తకాన్ని రాయడంలో నాకు సహాయపడిన స్టువర్ట్ జాన్‌సన్, రీడ్ బిల్‌బ్రే, విడియో ప్లస్ సిబ్బందికి కూడా ధన్యవాదాలు చెప్పాలనుకుంటున్నాను.

చివరగా, ఈ ప్రాజెక్ట్‌కి తమ నైపుణ్యాన్ని, స్ఫూర్తిని అందజేసిన జాన్ డేవిడ్ మేన్, జె.ఎమ్. ఎమర్ట్‌కి కూడా ధన్యవాదాలు చెప్పాలనుకుంటున్నాను.

పరిచయం

ఆర్థిక వ్యవస్థ అస్తవ్యస్తంగా ఉంది; మీ ఉద్యోగం ప్రమాదంలో పడింది – అది ఇంకా మీకు ఉన్న పక్షంలో! అన్నట్టు మీకో విషయం తెలుసా? కొన్ని సంవత్సరాలుగా దీని గురించి నేను చెబుతూ వస్తున్నాను.

నేను ప్రస్తావించినప్పుడు ఎందరో దాన్ని పెడచెవిన పెట్టారు. విశ్వవ్యాప్తంగా ఆర్థిక సంక్షోభం వారి కళ్ళముందు ప్రత్యక్షమవటంతో, ఇప్పుడు వారంతా మేలుకున్నారు. అయితే ఈ పుస్తకం – ప్రతి విషయం ఒక చేతిసంచీలో పాతాళానికి ఎలా, ఎందుకు వెళ్ళిపోయిందన్న దాని గురించి కాదు. ఈ చెడు వార్త మంచి వార్తగా ఎలా మారుతుందన్న దాని గురించే ఈ పుస్తకం. అయితే నిజానికి దీని గురించి ఏం చెయ్యాలో మీకు తెలిసి ఉన్నప్పుడే అది సాధ్యం అవుతుంది.

వ్యాపారం గురించి నేను ఇద్దరు వ్యక్తులనుంచి నేర్చుకున్నాను : ఒకరు మా నాన్న, ఆయన ఎంతో చదువుకున్నారు, ప్రభుత్వంలో ఉన్నతోద్యోగిగా ఉన్నారు; మరొకరు నా ప్రాణస్నేహితుడి తండ్రి, ఎనిమిదో క్లాసు చదువుతో ఆపేసి, స్వయంకృషితో కోటీశ్వరుడయారు. మా నాన్న తన జీవితమంతా ఆర్థిక సమస్యలతో బాధపడ్డారు. ఆయన పోయాక, ఎన్నో సంవత్సరాలుగా ఆయన పడిన శ్రమకు గుర్తుగా, ఏం మిగలలేదు. నా ప్రాణస్నేహితుడి తండ్రి మాత్రం హవాయిలోని అత్యంత ధనికుల్లో ఒకరయారు.

ఈ ఇద్దరినీ నేను నా 'పూర్ డాడ్', నా 'రిచ్ డాడ్' అని భావిస్తుంటాను. నాకు జన్మనిచ్చిన మా నాన్నను నేను ఎంతో ప్రేమిస్తాను, అభిమానిస్తాను. మా నాన్న తన జీవితంలో అనుభవించిన అవమానాలూ, ఎదుర్కొన్న ఓటముల బారి పడకుండా ఉండేటందుకు ఎంత మందికి వీలైతే అంతమందికి సాయపడాలని ఒట్టుపెట్టుకున్నాను.

నేను ఇల్లొదిలి వెళ్ళిపోయాక, రకరకాల అనుభవాలను ఎదుర్కొన్నాను. నావికాదళంలో హెలికాప్టర్ పైలట్‌గా వియత్నాంలో పనిచేశాను. తర్వాత జెరాక్స్ కంపెనీలో సేల్స్‌మన్‌గా చేరాను. మొదట్లో అందరికన్నా తక్కువ అమ్మకాలతో మొదలుపెట్టి, నాలుగేళ్ళ తర్వాత ఉద్యోగం వదిలిపెట్టే సమయానికి అందరికన్నా ఎక్కువ అమ్మకాలు సాగించే స్థాయికి చేరుకున్నాను. జెరాక్స్ వదిలాక, ఎన్నో కోట్ల డాలర్ల విలువైన అంతర్జాతీయ వాణిజ్యసంస్థలను అభివృద్ధి చేశాను. నా నలభైఏడో ఏటే పదవీవిరమణ చేసి, నాకు ఇష్టమైన పనిని చేపట్టి, నా కలలను సాకారం చేసుకోవడానికి ఉద్యుక్తుడినయాను. సాధారణ జీవితంతో సంతృప్తి పడకుండా, సంపదను ఎలా సృష్టించుకోవాలో, తాము కలలు కంటున్న జీవితాల్ని ఎలా జీవించాలో ఇతరులకు బోధించటానికి సిద్ధమయాను.

1977లో నా అనుభవాలను ఒక చిన్న పుస్తకంలో రాశాను. కనీసం కొంతమంది హృదయాలనైనా కదిలించగలిగాను. రిచ్ డాడ్, పూర్ డాడ్ పుస్తకం, న్యూయార్క్ టైమ్స్

అత్యధికంగా అమ్ముడయే పుస్తకాల జాబితాలో అగ్రస్థానానికి చేరుకుని నాలుగేళ్ళకి పైగా ఆ స్థానాన్ని నిలుపుకుంది, అత్యధికంగా అమ్ముడయిన 'ఆల్ టైం బిజినెస్ బుక్'గా పేర్కొనబడింది.

అప్పటినుంచీ నేను రిచ్ డాడ్ పరంపరలో ఎన్నో పుస్తకాలు రాశాను. ప్రతీ పుస్తకంలోనూ ఫోకస్ కొంత భిన్నంగా ఉన్నప్పటికీ, అవన్నీ సరిగ్గా మొట్టమొదటి పుస్తకంలో ఉన్న సందేశాన్నే అందజేస్తాయి. ఇప్పుడు మీ చేతుల్లో ఉన్న ఈ పుస్తకానికి కూడా ఆ సందేశమే పునాది :

> *మీ ఆర్థిక పరిస్థితులని మీ అధీనంలోకి తీసుకుని రండి, లేదా జీవితాంతం ఇంకొకరి ఆదేశాలని అమలుచెయ్యటానికి సిద్ధపడండి. డబ్బుకి మీరు యజమానిగానైనా ఉండగలరు, లేదా దానికి బానిస కాగలరు. అది ఎంచుకోవటం మీ ఇష్టం.*

నిజమైన సంపదను ఎలా సంపాదించుకోవాలో నేర్చుకునే దారిని చూపే అనుభవాలు, మార్గదర్శకులు నా జీవితంలో లభించడం నా అదృష్టం. దాని ఫలితంగా నేను మళ్ళీ పనిచేయాల్సిన అవసరం లేకుండా ముందుగానే పదవీ విరమణ చేయగలిగాను. అప్పటి వరకూ నా కుటుంబానికి, ఆర్థిక భద్రత కల్పించడం కోసం పనిచేశాను. ఆ తర్వాత మీ భవిష్యత్తు కాపాడటంకోసం నేను పనిచేస్తున్నాను.

21వ శతాబ్దంలో నిజమైన సంపదను ఎలా సృష్టించాలో నేర్చుకొని, తమ జీవితాలని పూర్తిగా మార్చుకోవడంలో జనానికి సాయపడటం కోసం ఎంతో ఆచరణయోగ్యమైన మార్గాలను అన్వేషిస్తూ గత పది సంవత్సరాలుగా పాటుబడుతున్నాను. మా రిచ్ డాడ్ పరంపరలోని పుస్తకాల్లో నేనూ నా సహరచయితలూ వివిధ రకాల వాణిజ్య వ్యవస్థలు, పెట్టుబడుల గురించి రాశాం. కాని ఇన్ని సంవత్సరాల్లో చేసిన లోతైన పరిశోధనల్లో ఒక ప్రత్యేకమైన బిజినెస్ మోడల్ నా దృష్టిలోకి వచ్చింది. అత్యధిక జనం తమ ఆర్థిక జీవితాలనీ, భవిష్యత్తునీ, అదృష్టాన్నీ తమ అధీనంలో ఉంచుకోవడానికి ఇది అత్యంత ప్రయోజనకారిగా ఉంటుందని నమ్ముతున్నాను.

మరో సంగతి. నిజమైన సంపద అని నేను అంటున్నప్పుడు, నేను కేవలం డబ్బు గురించి మాట్లాడటం లేదు. డబ్బు అందులోని భాగమే, అయితే అంతా డబ్బుతో కూడి ఉన్నట్లు కాదు. నిజమైన సంపదని నిర్మించటంలో సంపద నిర్మాణానికి ఎంత పాత్ర ఉందో, నిర్మాతకు కూడా అంతే పాత్ర ఉంది.

ఈ పుస్తకంలో మీ సొంత వ్యాపారాన్ని మీరు ఎందుకు నిర్మించుకోవాలనే దాని ఆవశ్యకత గురించే కాక, ఎటువంటి వ్యాపారం మీరు ప్రారంభిస్తే బాగుంటుందో అనే విషయం కూడా నేను మీకు చెప్పబోతున్నాను. అయితే ఇది కేవలం మీరు ప్రస్తుతం చేస్తున్న వ్యాపారం మార్చుకోమని చెప్పడం కాదు; మీరు కూడా మారాలనేదే నా ఉద్దేశం. అత్యుత్తమమైన వ్యాపారాన్ని అభివృద్ధి చేసుకునేటందుకు మీకు అవసరమైనవి మీరు ఎలా కనుక్కోవాలో నేను మీకు చెపుతాను, కాని మీ వ్యాపారం అభివృద్ధి చెందాలంటే, మీరు కూడా ఎంతో ఎత్తుకి ఎదగాలి.

21వ శతాబ్ది వాణిజ్య రంగానికి స్వాగతం.

ఒకటవ భాగం

మీ భవిష్యత్తును మీ అధీనంలో ఉంచుకోండి

మీకంటూ ఒక వ్యాపారం ఎందుకు

అధ్యాయం 1

నియమాలు మారాయి

మనం సమస్యల యుగంలో జీవిస్తున్నాం. గత కొన్ని సంవత్సరాలుగా అమెరికాలో భయాందోళనల ఛాయలు పరచుకుని ఉన్నాయి. వార్తాపత్రికల్లోని పతాక శీర్షికలలోనూ, బోర్డ్‌రూం సమావేశాల్లోనూ, వంటింట్లోని డైనింగ్ టేబిల్స్ ముందూ ఇవి బయటపడుతుంటాయి. ప్రపంచీకరణ, ఔట్‌సోర్సింగ్ (బయటివారిచేత చవకగా పనిచేయించుకోవటం) డౌన్ సైజింగ్ (ఉద్యోగాలని తగ్గించటం) ఫోర్ క్లోజర్స్ (తనఖా ఆస్తిని విడిపించుకునే హక్కును తీసేయడం) సబ్‌ప్రైమ్ మార్ట్‌గేజెస్, అప్పులు చెల్లించలేకపోయిన పరిస్థితుల్లో ఎదుర్కోవలసిన నష్టాలు, పోంజీ (దగాకోరు) స్కీములు, షేర్‌మార్కెట్ పతనం, వ్యాపార మాంద్యం... ఇలా ఒకటి తర్వాత మరోటి, అన్నీ చెడు వార్తలే!

2009 సంవత్సరంలో మొదటి కొన్ని నెలల్లో అమెరికన్ కంపెనీలలో పనిలోంచి తీసివేసిన ఉద్యోగుల సంఖ్య నెలకి రెండున్నర లక్షలకి చేరింది. 2009 ఆఖర్లో దీనిని నేను రాస్తుండగా నిరుద్యోగుల శాతం 10.2కు చేరింది. అది యింకా పెరుగుతూనే వుంది. ఇక పాక్షిక నిరుద్యోగం (మీరు మీ ఉద్యోగంలోనే వుంటారు, కాని మీరు పనిచేసే గంటలు, దానికి సరిసమానంగా మీకు అందాల్సిన మీ జీతం కఠినంగా కోత కోయబడుతుంది) పరిస్థితి మరింత భయంకరంగా వుంది. లాభసాటి పనులు దొరకకపోవడమనే మహమ్మారినుంచి ఎవరూ తప్పించుకోలేకపోతున్నారు. ఎగ్జిక్యూటివ్లు, మధ్యస్థాయి మేనేజర్లు నుంచి పాలనా విభాగంలోని ఉద్యోగులు, బ్లూకాలర్ వర్కర్లు, బ్యాంకర్స్ నుంచి రిటైల్ గుమస్తాలు... వీరందరి ఉద్యోగాలూ ప్రమాదంలో పడ్డాయి. ఉద్యోగులకి ఎంతో భద్రత కలిగిస్తుందని మనం ఇంతవరకూ అనుకుంటున్న హెల్త్‌కేర్ (ఆరోగ్య సంరక్షణ) పరిశ్రమలో కూడా ఎంతోమందిని ఉద్యోగాల్లోంచి తీసేసి, సిబ్బందిని తగ్గించేస్తున్నారు.

2009లో యూఎస్ఏ టుడే ఒక సర్వే చేసింది. ఇందులో 60 శాతం అమెరికన్లు ఈనాటి ఆర్థిక పరిస్థితిని తమ జీవితకాలంలో అతిగొప్ప సంక్షోభంగా భావించారు.

2008 శిశిరరుతువులో ఎంతోమంది రిటైర్‌మెంట్ పోర్ట్‌ఫోలియోల విలువ హఠాత్తుగా సగానికి సగం లేదా యింతకన్నా తక్కువకి పడిపోయింది. స్థిరాస్తుల విలువ నేలను తాకింది. ఏ ఆస్తులనైతే జనం స్థిరమైనవీ, నమ్మదగ్గవీ అని అనుకున్నారో, అవి నీటిఆవిరై పోయాయి. ఉద్యోగ భద్రత పోయింది, చరిత్రగా మారింది. 2009లో యూఎస్‌ఏ టుడే ఒక సర్వే చేసింది. ఇందులో 60 శాతం అమెరికన్లు ఈనాటి ఆర్థిక పరిస్థితిని తమ జీవితకాలంలోని అతిగొప్ప సంక్షోభంగా భావించారు.

అయితే మీకు ఇప్పటికే ఇదంతా తెలుసు. కాని బహుశా యిది మీకు తెలియకపోవచ్చు: *నిజానికి ఇదంతా అనుకోకుండా, హఠాత్తుగా జరిగిన పరిణామం కాదు.* నిజం చెప్పాలంటే, ఒక గొప్ప ఆర్థిక సంక్షోభం సంభవించాకే తమ జీవనాధారాలు ప్రమాదంలో పడ్డాయన్న నిజాన్ని జనం గ్రహించి నిద్రలేచారు. కాని మీ ఆదాయం రాత్రికి రాత్రి ప్రమాదంలో పడలేదు – అదెప్పుడూ ప్రమాదంలోనే వుంది.

అమెరికా జనాభాలోని అనేకమంది కొన్ని సంవత్సరాలుగా కత్తి అంచుమీద నివసిస్తూ అతికష్టం మీద తమ పరపతిని కాపాడుకుంటున్నారు, ఏ క్షణంలోనైనా దివాలా తీసే స్థితిలో ఉన్నారు. తమ నెలవారీ ఖర్చులకోసం రాబోయే నెలా రెండునెలలో వచ్చే జీతాల మీద భరోసా పెట్టుకుని కూర్చున్నారు. వారు పొదుపు చేసిన నగదు అంతంత మాత్రమే – ఇంకా చెప్పాలంటే, వారికి అదే విధంగానూ తోడ్పడదు. ఉద్యోగం చేస్తూ సంపాదించే జీతాన్ని 'డబ్బుకోసం మీ సమయాన్ని వెచ్చించడం' అని అంటారు. ఆర్థికమాంద్యంలో ఆ ఆదాయాన్ని అసలు నమ్మలేం, దానిపై భరోసా ఉంచలేం. ఎందుకని? ఎందుకంటే ఉద్యోగంలో ఉన్నవారి సంఖ్య తగ్గుతూ వస్తున్నప్పుడు, ఆర్థిక వ్యవస్థలో ఖర్చుపెట్టడానికి చేతిలో ఆదాయం అట్టే మిగలదు, ద్రవ్య చెలామణి తగ్గడంతో మీరు మీ సమయాన్ని డబ్బులోకి మార్చుకోలేరు.

నేను మీకు అలాగే చెప్పాను

నేను మీకు అలాగే చెప్పాను కదా అని ఇప్పుడు నేను అనబోవటంలేదు... అయితే నిజానికి... నేను మీకు అలాగే చెప్పాను.

కొన్ని సంవత్సరాలుగా నేను యిది చెపుతూ వస్తున్నాను. ఇక సురక్షితమైన భద్రత ఉన్న ఉద్యోగం, అంటూ ఏదీ మిగలలేదు. అమెరికాలోని కంపెనీల ప్రపంచం 20వ శతాబ్దంలోని ఒక డయనోసార్, అది ఏ క్షణంలోనైనా అంతరించిపోవడానికి అంచుమీదుంది. నిజమైన భద్రత కలిగున్న భవితకోసం మీకున్న ఒకేఒక మార్గం, మీరు మీ భవిష్యత్తుని మీ అధీనంలో ఉంచుకోవటం.

2001లో నేను నా పుస్తకం 'బిజినెస్ స్కూల్ – ఇతరులకు సాయం చేయాలనుకునే వారికోసం'లో యిలా రాశాను :

> *అమెరికాలోనే కాక మరెన్నో పాశ్చాత్య దేశాలలో ఆర్థిక విపత్తు రాబోతుందని నేను అనుకుంటున్నాను. ఈ ఆపద రావటానికి కారణం మన విద్యావిధానం విద్యార్థులకు అవసరమైన వాస్తవిక ఆర్థికవిజ్ఞానాన్ని అందించలేకపోవటమే!*

అదే సంవత్సరం నైటింగేల్-కానెంట్‌కి నేనిచ్చిన ఒక ఇంటర్వ్యూలో నేను ఇలా అన్నాను:

> *మ్యూచువల్ ఫండ్లు మిమ్మల్ని ఆదుకుంటాయని, లేదా షేర్‌మార్కెట్‌లోని మీ పెట్టుబడులతో*

జూదం ఆడుకోవచ్చునిగాని మీరు అనుకుంటే అది మీరు మీ రిటైర్‌మెంట్‌ను పణంలో పెట్టినట్టే! స్టాక్‌మార్కెట్ పైకిపోయి మీ 85వ ఏట అది హఠాత్తుగా కూలిపోతే, అప్పుడేం జరుగుతుంది? దీనిని మీరు నియంత్రించలేరు. మ్యూచువల్ ఫండ్లు మంచివి కావని నేను అనటం లేదు. నేననేది అవి సురక్షితం కావని, అవంత తెలివైన పెట్టుబడులు కావని. నేను నా ఆర్థిక భవిష్యత్తుని వాటికోసం పణంగా పెట్టను.

ప్రపంచ చరిత్రలో ఇంతవరకు ఎప్పుడూ యింతమంది జనం తమ రిటైర్‌మెంట్‌ను స్టాక్ మార్కెట్‌లో పణంగా పెట్టలేదు. అది వేలంవెర్రితనం. సోషల్ సెక్యూరిటీ మిమ్మల్ని ఆదుకోవడానికి ఉంటుందని మీరు అనుకుంటున్నారా? అదే అయితే ఈస్టర్ బన్నీ మీద కూడా మీకు భరోసా వుందన్నమాట!

మార్చి 2005లో నేనిచ్చిన మరో ఇంటర్వ్యూలో ఇలా అన్నాను :

కాగితం మీదున్న సంపదకున్న గొప్పబలం ఆర్థిక ఒడిదుడుకులను తట్టుకోవడం – అయితే అదే దానికున్న గొప్ప బలహీనత కూడా. షేర్‌మార్కెట్ మరోసారి పతనం చెందుతుందన్న సంగతి మనందరికీ తెలుసు, మరోసారి మనందరం ఘోరంగా నష్టపోతాం. మీరెందుకు అలా చేస్తారు?

తరవాత ఏం జరిగింది? మార్కెట్ మరోసారి పడిపోయింది. ఎంతోమంది నష్టపోయారు. ఎందుకని? ఎందుకంటే మనం అంతా మన అలవాట్లకి, మన మొండి ఆలోచనారీతులకి బానిసలం, వాటిని మార్చుకోలేకపోయాం.

1971లో అమెరికా ఆర్థికవ్యవస్థ బంగారాన్ని ప్రమాణంగా తీసుకోవడం మానేసింది. చట్టసభ అనుమతి లేకుండానే యిది జరిగింది. అయితే యిది చోటుచేసుకోవడమే ముఖ్యమైన విషయం. ఇది ఎందుకంత ముఖ్యమైంది? ఎందుకంటే గోల్డ్‌స్టాండర్డ్‌కి బదులుగా మనం మనకి యిష్టం వచ్చినన్ని నోట్లని ముద్రించుకోవడం మొదలుపెట్టాం – ఆ నోట్ల విలువ ఎటువంటి వాస్తవికమైన, దృఢమైన విలువలపై ఆధారపడిలేదు.

వాస్తవానికి యిలా దూరంగా తొలగడం చరిత్రలో అన్నిటికన్నా అధికమైన ఆకస్మిక ఆర్థిక విజృంభణకు ద్వారాలు తెరిచింది. తరువాతి మూడున్నర దశాబ్దాలలో అమెరికాలోని మధ్య తరగతి జనంలో పెద్ద విస్ఫోటనం సంభవించింది. డాలర్ విలువ తగ్గుతూ రావడంతో, కాగితాల మీద స్థిరాస్తులు, ఇతర ఆస్తుల విలువలు విపరీతంగా పెరిగిపోయాయి, సాధారణ జనం కోటీశ్వరులయారు. హఠాత్తుగా ప్రతి ఒక్కడికీ ఎప్పుడైనా, ఎక్కడైనా రుణ సదుపాయం లభించ సాగింది, వసంతరుతువులో వానలు పడ్డాక లేచే పుట్టగొడుగుల్లా క్రెడిట్ కార్డులు పుట్టుకొచ్చాయి. ఈ క్రెడిట్ కార్డుల మీద చేసిన రుణాలు తీర్చటంకోసం, అమెరికన్లు తమ ఇళ్లను ఏటీఎమ్‌లా వాడటం ప్రారంభించారు, అప్పులు తీసుకునేవారు, అవి తీర్చటంకోసం ఇళ్లమీద అప్పులు చేసేవారు, అప్పు తీసుకుని ఇళ్లు కొనేవారు.

ఇంతకీ స్థిరాస్తుల విలువ ఎప్పుడూ పైకే పోతుంటుంది కదా, అవునా?

కాదు. 2007 కల్లా మనం ఈ ఆర్థిక బుడగని దానిలో నింపగలిగినంత వేడిగాలితో నింపాం, యథార్థంతో సంబంధంలేని యిది ఢామ్మని పేలిపోయి మళ్లీ నేలమీద పడిపోయింది. కేవలం లేహ్‌మన్ సోదరులు, బేర్ స్టియర్న్స్ నాశనం కాలేదు. కోట్లమంది అమెరికన్లు తమ 401(కె) రిటైర్‌మెంట్ ప్లాన్లను, పింఛన్లను, ఉద్యోగాలనీ కోల్పోయారు.

దారిద్ర్యరేఖకి దిగువన జీవిస్తున్నవారి సంఖ్య అధికారికంగా త్వరితగతిన పెరుగుతోంది. కాగా, 65 ఏళ్ల వయసు నిండిన తరవాత కూడా పనిచేస్తున్నవారి సంఖ్య కూడా పెరుగుతోంది.

1950 దశకంలో, జనరల్ మోటార్స్ అమెరికాలో అతిశక్తిమంతమైన కార్పొరేషన్‌గా ఉంటున్నప్పుడు, దాని అధ్యక్షుడు అన్న మాటలను వార్తాపత్రికలు అందుకుని వాటిని ఒక నినాదంగా మార్చివేసి కొన్ని దశాబ్దాలు వాడాయి : "జీఎమ్‌లో పరిస్థితులు ఎలా వుంటే మన దేశంలోని పరిస్థితులు కూడా అలాగే వుంటాయి" చూడండి, బహుశా ఇది మంచి వార్త కాకపోవచ్చు, ఎందుకంటే 2009లో జీఎమ్ దివాలా తీసింది... నగదుకి బదులు ఐఓయూల రూపంలో కాలిఫోర్నియా రాష్ట్రం తన బిల్లులు చెల్లించింది.

సరిగ్గా యిప్పుడు సొంత ఇళ్లున్న అమెరికన్ల శాతం కిందకు పడిపోయింది. ఇళ్లను తాకట్టుపెట్టి తీసుకున్న అప్పులు చెల్లించకపోవటంతో బ్యాంకులు ఆ ఇళ్లను స్వాధీనం చేసుకున్నాయి, వీటి సంఖ్య బాగా పెరిగింది. మధ్యతరగతి కుటుంబాల సంఖ్య తగ్గిపోయింది. పొదుపు ఖాతాలు అంటూ ఏవైనా మిగిలితే, అవి మరింత తగ్గిపోయాయి. దారిద్ర్యరేఖకి దిగువన జీవిస్తున్నవారి సంఖ్య అధికారికంగా త్వరితగతిన పెరుగుతోంది. కాగా, 65 ఏళ్ల వయస్సు నిండిన తరవాత కూడా పనిచేస్తున్నవారి సంఖ్య కూడా పెరుగుతూ వస్తోంది. కొత్తగా దివాలా తీస్తున్న వారి సంఖ్య ఆకాశాన్ని అందుకుంటోంది. ఇకపోతే ఎంతోమంది అమెరికన్లకి రిటైరయాక జీవితాలు వెళ్లబుచ్చటానికి తగినంత డబ్బులేదు, కనీస అవసరాలు తీర్చుకునే స్థితిలో కూడా వారు లేరు.

ఈ చెడు వృత్తాంతం అంతా మీ దృష్టిలోకి వచ్చిందా? తప్పక వచ్చే వుండాలి. దీనిని తెలుసుకున్నది మీరొక్కరే కాదు. అన్నిచోట్లా అమెరికన్లు నిద్రమత్తులోంచి బయటపడ్డారు, అప్రమత్తులయారు. ఇది గొప్ప విషయమే! ఇప్పుడు మీరు మేల్కొన్నారు, ఏం జరుగుతోందో గ్రహిస్తున్నారు, అయితే అది అంత మంచి సంగతి కాదు. అందుకే మనం దీనిని లోతుగా పరిశీలిద్దాం. అసలు విషయం ఏమిటో తెలుసుకుందాం. దీనిగురించి మీరేం చేయగలరో చూద్దాం.

ఇది ఒక నూతన శతాబ్ది

నా చిన్నతనంలో నా తల్లిదండ్రులు ఇదే ఫార్ములాని నాకు నేర్పించారు, బహుశా మీరు కూడా దీనినే నేర్చుకుని ఉంటారు : స్కూల్‌కి వెళ్లు, బాగా చదువుకో, మంచి మార్కులు తెచ్చుకో, అప్పుడే నీకు సురక్షితమైన ఉద్యోగం దొరుకుతుంది, ఎంతో ఎక్కువ జీతం నీకిస్తారు, వేరే లాభాలు కూడా ఉంటాయి – ఆ తరవాత నీ ఉద్యోగమే నిన్ను అన్నివిధాలా ఆదుకుంటుంది.

అయితే ఇదంతా పారిశ్రామికయుగంనాటి ఆలోచన. మనం ఇప్పుడు పారిశ్రామిక యుగంలో లేం. మీరు పనిచేస్తున్న సంస్థ మిమ్మల్ని ఏ విధంగానూ ఆదుకోదు. ప్రభుత్వం మిమ్మల్ని పట్టించుకోదు. మరెవరూ మీకు సాయానికి రారు. ఇది కొత్త శతాబ్దం, రూల్సు మారిపోయాయి.

ఉద్యోగం సురక్షితమైనదని నా తల్లిదండ్రులు నమ్మారు. కంపెనీ పెన్షన్లను, సోషల్ సెక్యూరిటీనీ, మెడికేర్‌నీ నమ్ముకున్నారు. ఇవన్నీ గతించిపోయిన కాలం మిగిల్చిన ఆలోచనలు,

పూర్తిగా అరిగిపోయి కాలం చెల్లిన ఆలోచనలు. ఇవాళ ఉద్యోగ భద్రత అనేది ఒక జోక్. జీవితాంతం ఒకే ఒక కంపెనీలో ఉద్యోగం చేయడమన్న ఆలోచన (ఈ ఆదర్శాన్ని ఐబీఎమ్ తను స్వర్ణయుగంలో వున్నప్పుడు సమర్థించింది) టైప్‌రైటర్ అంత పురాతనమైంది.

ఎంతోమంది తమ 401(కె) రిటైర్‌మెంట్ ప్లాన్లు సురక్షితమైనవని భావించారు. ఎందు కంటారా? లాభదాయకమైన షేర్లు కల కంపెనీలు, మ్యూచువల్ ఫండ్లు వాటికి మద్దతు ఇచ్చాయి కదా, మరి ఆ ప్లాన్లు గాడి ఎందుకు తప్పుతాయి? అయితే జరిగిందేమిటంటే, ప్రతీదీ గాడి తప్పింది, నేల కూలింది. ఒకప్పుడు పవిత్రంగా భావించిన ఈ గోవులు పాలివ్వడం మానేయటానికి కారణం, ఆ ఆలోచనలన్నీ (పెన్షన్లు, ఉద్యోగభద్రత, రిటైర్‌మెంట్ భద్రత) పాతబడిపోవటమే! అదంతా పారిశ్రామికయుగపు ఆలోచన. మనం యిప్పుడు సమాచారయుగంలో ఉన్నాం. మనం సమాచారయుగం ఆలోచనను అనుసరించాలి.

అదృష్టవశాత్తు జనం వినడం, నేర్చుకోవడం మొదలెట్టారు. ఒక గుణపాఠం నేర్చుకోవడానికి కష్టాలు పడి ఆపదలను ఎదుర్కోవలసిరావడం సిగ్గుపడాల్సిన సంగతే, కాని జనం అంతా వీటిని నేర్చుకోవడంపై కనీసం తమ దృష్టి పెడుతున్నారు, ఒక గొప్ప సంక్షోభం - డాట్.కామ్ కంపెనీలు మునిగిపోవడం, 9/11 తరవాత ఏర్పడిన ఆర్థిక దుష్పరిణామాలు, 2008లో భయంకరమైన ఆర్థికవిపత్తు, 2009లోని మాంద్యం అనుభవంలోకి వచ్చిన ప్రతిసారి మరింతమంది జనం భద్రత కల్పించే పాత విధానాలు ఇక ముందుముందు తమకి ఏ విధమైన భద్రతా మనకివ్వవని అర్థంచేసుకోసాగారు.

కార్పొరేట్ కంపెనీల చుట్టూ అల్లుకున్న కల్పితకథలకు కాలం చెల్లింది. ఉన్నత పదవుల కోసం కార్పొరేట్ నిచ్చెనపైకి ఎక్కుతూ కొన్ని సంవత్సరాలు గడిపాక మధ్యలో ఆగి మీచుట్టూ కనిపించే దృశ్యాన్ని చూడటానికి ప్రయత్నించారా? ఏ దృశ్యం అని మీరు ప్రశ్నిస్తారు. మీ ముందున్న వ్యక్తి వెనకవైపు... ముందుకు చూస్తే మీకు కనిపించేది అదేగా! మీ శేష జీవితాన్ని అలాగే చూడాలనుకుంటే, ఈ పుస్తకం బహుశా మీకోసం కాదు. కాని మరొకరి వెనక భాగాన్ని చూసి చూసి విసుగెత్తి, అలిసిపోయుంటే, ఈ పుస్తకం చదవడం ఆపవద్దు.

మరోసారి మూర్ఖులు కాకండి

దీనిని నేను రాస్తున్నప్పుడు, నిరుద్యోగ సమస్య పెరుగుతునే వుంది. ఇది చదవటం మీరు పూర్తి చేసే వేళకి... ఏమవుతుందో ఎవరికి తెలుసు? పరిస్థితి బహుశా మారిపోవచ్చు, తెలివితక్కువగా ప్రవర్తించకండి. ఉద్యోగావకాశాలు మెరుగై, స్థిరాస్తుల విలువలు పెరిగి రుణ సదుపాయం మళ్లీ మీకు కలిగినప్పుడు (ఎప్పుడో ఒకప్పుడు అలా తప్పక జరుగుతుంది) భద్రతాభావం ఉందన్న అపోహకు మళ్లీ లోనుకాకండి, మొదట్లో మీలాగే మీ చుట్టూవున్న ప్రపంచం కూడా అదే వలలో చిక్కుకుంది.

2008 వేసవిలో అమెరికాలో గ్యాస్ ధరలు గాలన్‌కు 4 డాలర్లకన్నా ఎక్కువ పెరిగింది. దీని మూలంగా ఎస్‌యువీలాటి పెద్దపెద్ద కార్ల ధరలు పడిపోయాయి. ఆకస్మికంగా ప్రతి ఒక్కరూ చిన్న కార్లవేపు, హైబ్రిడ్ బ్యాండ్ వేగన్లవేపూ తమ దృష్టి మరలించారు. కాని తరవాత ఏమైందో గమనించారా? 2009 సరికల్లా గ్యాస్‌ధరలు 2 డాలర్లకి దిగువ పడిపోయాయి - దేవుడు వారిని చల్లగా చూడాలి - జనం మళ్లీ ఎస్‌యువీలని కొనడం మొదలెట్టారు!

ఏమిటి? మనం నిజంగా పెట్రోలు, ఇంధనం ధరలు ఇలా తగ్గిపోయుంటాయనే

అనుకుంటామా? గ్యాస్ ధరలు ప్రస్తుతం తగ్గిపోయాయి, అందుకని గ్యాస్‌ని విపరీతంగా కాల్చే భారీ కార్లను కొనడం సముచితమేనా? మనకి నిజంగా అంత హ్రస్వదృష్టి వుందా? (నిజానికి మీతో నేను ఎంతో మర్యాదగా ప్రవర్తించదలిచాను. అందుకే మొదట్లో 'మూర్ఖత్వం' అని వాడాలనుక్ను పదాన్ని ఉపయోగించలేదు.)

దురదృష్టవశాత్తూ, దీనికి జవాబు 'ఔను' మనం ఒకసారి తెలివితక్కువగా ప్రవర్తించాం, మళ్లీమళ్లీ అలా ప్రవర్తిస్తునే ఉంటాం. మనం అంతా బాల్యంలో చీమ-మిడత కథను విన్నాం! అయినప్పటికీ మనలో చాలామంది మిడతకున్న దూరదృష్టినే ఎందుకో కనబరుస్తుంటాం.

వార్తాశీర్షికలు మీ ఏకాగ్రతకు భంగం కలిగించకుండా చూసుకోండి. మీరు మీ జీవితాన్ని మెరుగుపరుచుకునే మంచి కార్యం నుంచి మీ దృష్టిని మళ్లించడానికి, మీ చుట్టూ తెలివిమాలిన కబుర్లు ఎవరో మాట్లాడుతునే వుంటారు. అది ఒట్టిగోల! అది ఉగ్రవాదమైనా, ఆర్థికమాంద్యమైనా లేదా ఇటీవల చోటుచేసుకున్న ఎన్నికలకు సంబంధించిన అపవాదులైనా, దానికి మీరు ఈ రోజున మీ భవితను నిర్మించుకోవడానికి చెయ్యాల్సిన పనికి ఎటువంటి సంబంధమూ లేదు.

గ్రేట్ డిప్రెషన్ (ఆర్థికమాంద్యం)లో ఎంతోమంది సొమ్ము చేసుకున్నారు, కోటీశ్వరులు కాగలిగారు. మరోవేపు అతిగొప్ప 'బూమ్'లు, ఆర్థికవ్యవస్థ మేఘాల మీద పరుగెత్తుతున్న సమయాల్లో, 1980 దశకంలో రియల్ ఎస్టేట్ రంగం విజృంభించినప్పటిలాంటి సమయాల్లో కొన్ని కోట్లమంది జనం తమ ఆర్థిక భవిష్యత్తును అదుపులో ఉంచుకోకుండా నిర్లక్ష్యం చేశారు. ఈ పుస్తకంలో నేను మీతో పంచుకుంటున్న అంశాలలోని ఏ ఒక్కదాన్నీ పట్టించుకోలేదు. వారిలో కొంతమంది పరిస్థితులకి ఎదురీదుతూ పోరాటం కొనసాగిస్తే, మరికొంతమంది తమ చేతులెత్తేసి దివాలా తీశారు.

మన ముందున్న సమస్య ఆర్థికవ్యవస్థ కాదు. ఆ సమస్య మీరే.

కార్పొరేట్ ప్రపంచంలోని అవినీతి మీద మీకు కోపంగా ఉందా? వాల్‌స్ట్రీట్, పెద్ద పెద్ద బ్యాంకుల్లో దానిని జరగనిచ్చినందుకు కోపగిస్తున్నారా? ప్రభుత్వం చెయ్యాల్సినంత చెయ్యనందుకు, లేదా చెయ్యవలసినదానికన్నా ఎక్కువ చేసినందుకు, లేదా చెయ్యకూడనివి మరింత చేసినందుకు, లేదా సరైన చర్యలు తగినన్ని తీసుకోనందుకు - మీకు కోపం వస్తోందా? వెంటనే పరిస్థితిని అదుపులో పెట్టుకోనందుకు, మీ మీద మీకే కోపం వస్తోందా?

జీవితం కష్టాలతో కూడుకుని ఉంది. ప్రశ్నేమిటంటే, దానిగురించి మీరు ఏం చేయబోతున్నారు? ఫిర్యాదు చేసి ఏడ్చినంతమాత్రాన మీ భవిష్యత్తు సురక్షితం కాబోదు. వాల్‌స్ట్రీట్, పెద్ద పెద్ద బ్యాంకులను, కార్పొరేట్ అమెరికాను లేదా ప్రభుత్వాన్ని నిందించినంత మాత్రాన కూడా అది జరగదు.

బలమైన భవిష్యత్తు కావాలని కోరుకుంటే, మీరే దాని నిర్మాణానికి పూనుకోవాలి. మీరు మీ ఆదాయపు మూలాన్ని అదుపులో ఉంచుకున్నప్పుడే, మీ భవిష్యత్తును అధీనంలో ఉంచుకోవడం మీకు వీలవుతుంది.

అధ్యాయం 2

ఆశాకిరణం

13 జూలై 2009న టైమ్ మాగజైన్ రెండో పేజీలో "రాబర్ట్ కియోసాకీ కోసం పది ప్రశ్నలు" అన్న ఉత్తరం ప్రచురించింది. నన్ను అడిగిన ప్రశ్నలలో ఒకటి : "ఈనాడు అస్తవ్యస్తంగా వున్న ఆర్థిక వ్యవస్థలో, కొత్త కంపెనీలు ప్రారంభించటానికి అవకాశాలున్నాయా?"

"నాతో జోక్ చేస్తున్నారా?!" అన్నది నా మొట్టమొదటి ఆలోచన. తరవాత నేనిలా జవాబిచ్చాను :

> *ఇదే అన్నింటికన్నా మంచి సమయం. పరిస్థితులు ఏం బాగులేనప్పుడే నిజమైన పారిశ్రామిక వేత్తలు పుట్టుకొస్తుంటారు. మార్కెట్ పరిస్థితులు బాగున్నాయా, పాడయిపోయాయా అనే విషయాలు పారిశ్రామికవేత్తలు నిజానికి పట్టించుకోరు. వారేమో మెరుగైన ఉత్పాదనలు, మెరుగైన ప్రక్రియలను చేస్తూంటారు. అందుకే ఎవరైనా, "ఓహ్, ఇప్పుడు అవకాశాలు తగ్గిపోయాయి," అంటే, దానికి కారణం వారు ఓడిపోయినవారు కావటమే.*

ఆర్థికవ్యవస్థ గురించి చెడువార్తలు మీరు చాలా విన్నారు. మంచి వార్తలు వినడానికి సిద్ధమేనా? వాస్తవానికి, చెడువార్తలే మంచివార్తలు. నేను టైమ్ మాగజైన్‌కి చెప్పిందే మీకు కూడా చెపుతాను : మీ సొంత వ్యాపారం ప్రారంభించటానికి ఆర్థికమాంద్యమే అన్నిటికన్నా మంచి సమయం. ఆర్థికవ్యవస్థ కుంటుపడుతున్నప్పుడు, చలికాలం రాత్రి పొయ్యిలో మండుతున్న కట్టె వేడిని పుట్టించేటట్టు, కొత్త పరిశ్రమల స్థాపన ఊపందుకుంటుంది.

> *ప్రశ్న : మైక్రోసాఫ్ట్, డిస్నీ వాణిజ్య సామ్రాజ్యాలు రెండూ కొన్ని కోట్ల వ్యాపారం చేస్తూ విజయం సాధించి అందరి నోట్లా నానుతూ ఉన్నాయి, ఇదికాక ఆ రెండిటిలోనూ ఉన్న మరో సామాన్య అంశం ఏమిటి?*
>
> *జవాబు : ఆర్థిక కాటకంలోనే ఆ రెండు సంస్థలూ ప్రారంభించబడ్డాయి.*

నిజానికి, డౌ జోన్స్ ఏవరేజ్‌లోనున్న కార్పొరేషన్లు సగానికిపైగా ఆర్థికమాంద్యంలోనే మొదలయాయి.

ఎందుకలా జరిగింది? దీని జవాబు సరళమైంది : అనిశ్చితమైన ఆర్థిక వ్యవస్థలో, జనం సృజనాత్మకతను ప్రదర్శిస్తారు. తమకు సౌకర్యవంతంగా వున్న పరిధులనుంచి బయటపడి, తమ జీవిత అవసరాలను పొందటం కోసం చొరవ తీసుకుంటారు. ఇది అన్నిటికన్నా మంచిరూపంలో ఉన్న ఒకనాటి మంచి అమెరికన్ పారిశ్రామికోద్యమమే. ప్రయాణం చెయ్యడం కష్టమైనప్పుడు, ఎలాగైనా ముందుకు పోవాలి అనే దృఢ విశ్వాసం కలవారే పురోగమించగలరు.

చెప్పుకోదగ్గ విషయం ఏమిటంటే ఆర్థిక వ్యవస్థ కఠినంగా ఉన్నప్పుడే కొత్త అవకాశాల కోసం మార్కెట్ సిద్ధంగా ఉంటుంది. ఐదేళ్ల క్రితం ఇళ్ల ధరలు ఆకాశాన్ని తాకినప్పుడు, రుణ సదుపాయం సులభంగా లభిస్తున్నప్పుడు, అప్పుడెవరూ ఆసక్తి కనబరచలేదు. జనం సంతుష్టి చెందివున్నారు, సురక్షితంగా వున్నామని భావించారు, ఆదాయంకోసం ప్రత్యామ్నాయమార్గాలని ఎవరూ వెతకలేదు. తాము పనిచేస్తున్న కంపెనీల ఆర్థిక స్థిరత్వం గురించి కాని, భవిష్యత్తులో అందుకునే 'పింక్ స్లిప్' గురించి కాని ఉద్యోగస్తులు ఆందోళన చెందలేదు.

కాని ఇప్పుడు కంపెనీలు మూతపడటం, ఉద్యోగాలు తీసేయటం ఎక్కువ అవటంతో తమ భవిష్యత్తు గురించి ప్రతి ఒక్కరూ ఆందోళన పడుతున్నారు. కొన్నికోట్లమంది జనం ఎంతో జాగ్రత్తగా తమ ఆర్థిక పరిస్థితులను అంచనా వేసుకుంటున్నారు. సురక్షితమైన భవిష్యత్తు కావాలనుకుంటే తాము వేరే ఏదైనా ప్రణాళికను అనుసరించాలన్న అవగాహనకి వచ్చారు. ఈనాడు జనం గతంలోకన్నా అధికంగా డబ్బు సంపాదించాలని అనుకుంటున్నారు. ఈ కారణం వలన వారు కొత్త ఆలోచనలకు సుముఖంగా ఉన్నారు, కొత్తమార్గాలు వెతుక్కుంటున్నారు.

నిజం చెప్పాలంటే, ఇటీవల సంభవించిన ఆర్థిక పతనానికి ముందే ఈ పరిస్థితులు ఏర్పడ్డాయి. 80వ దశకంనుంచీ, ముఖ్యంగా శతాబ్దం మలుపు తీసుకున్న దగ్గరనుంచీ, మన ఆర్థిక భవిష్యత్తులను అధీనంలోకి తీసుకునే ప్రయత్నాలు ముమ్మరం అయాయి. 2007లో యునైటెడ్ స్టేట్స్ చాంబర్ ఆఫ్ కామర్స్ (అమెరికా వాణిజ్య మండలి) తన నివేదిక *"21వ శతాబ్ది అమెరికాలో ఉద్యోగావకాశలు, పరిశ్రమల వ్యవస్థాపన, అవకాశం"*లో ఇలా రాసింది : కోట్ల మంది అమెరికన్లు చిన్నచిన్న వ్యాపారాలను సొంతంగా నడుపుకుంటూ పారిశ్రామికవేత్తల దారిలో ఉద్యమిస్తున్నారు."

---

72 శాతం అమెరికాలోని వయోజనులు ఉద్యోగం చేయటానికి బదులు తమకోసమే ఏదైనా పని చేయాలనుకుంటారు, 67 శాతం మంది 'క్రమం తప్పకుండా', 'నిరంతరం' తమ ఉద్యోగాలు మానేయాలని అనుకుంటారు.

ఇలా చూడండి, నేనేం ఆర్థిక శాస్త్రవేత్తను కాను, కాని అలాటి వ్యక్తి ఒకరు నాకు తెలుసు: పాల్ జేన్ పిల్జర్.

పాల్, ఎంతో తెలివైన, చురుకైన వ్యక్తి. అతిచిన్న వయసులో సిటీబ్యాంక్‌కు ఉపాధ్యక్షుడయాడు, బ్యాంకింగ్ ప్రపంచాన్ని వదిలేసి, తన సొంత వ్యాపారాన్ని మొదలుపెట్టి కోట్లు సంపాదించాడు. 'న్యూయార్క్ టైమ్స్' బెస్ట్ సెల్లర్స్ కొన్ని రాశాడు. పొదుపు, రుణాల సంక్షోభం

రాబోతుందని ముందుగానే తెలియజేసాడు. ఇద్దరు రాష్ట్రపతుల కార్యాలయాల్లో ఆర్థిక సలహా దారుగా పనిచేశాడు. అతను చెప్పేది అందరూ వినదగ్గది.

వృత్తి జీవితాలకి సంబంధించిన సాంస్కృతిక విలువలు ఈనాడు 180 డిగ్రీలు మార్పు చెందాయని పాల్ అంటాడు. సాంప్రదాయికమైన కార్పొరేట్-ఉద్యోగి వృత్తి జీవితం యొక్క నిర్మాణక్రమం తొలగిపోయింది, ఉద్యమమార్గానికి తావిచ్చింది.

"20వ శతాబ్దం ద్వితీయ భాగంలో పరంపరాగతమైన తెలివైన పని - మంచి చదువులు చదువుకోవటం, ఒక పెద్ద కంపెనీలో చేరి ఉద్యోగం చేయటం. మీకు మీరే సొంతంగా వ్యాపారం ప్రారంభించటమనే ఆలోచన తరచూ ప్రమాదంతో కూడుకునేదిగా భావించబడింది. బహుశా మెచ్చుకోదగ్గ ఆలోచనే, కాని రిస్క్‌తో కూడుకున్నది... బహుశా కొంచెం తెలివిమాలిన ఆలోచన. ఈనాడేమో పరిస్థితులు తారుమారయాయి," అని అంటాడు పాల్.

పాల్ చెప్పింది నిజమే. నేను ప్రస్తావించిన అమెరికా వాణిజ్య మండలి తాము సేకరించిన ప్రజాభిప్రాయంలో 61 శాతం అమెరికన్లు తామే బాస్‌గా ఉండటానికి ఇష్టపడతారన్న విషయాన్ని పేర్కొంది. ఫ్రెస్నో రీసెర్చి కంపెనీ డెసిఫర్ నిర్వహించిన మరో పోల్ ప్రకారం - 72 శాతం అమెరికాలోని వయోజనులు ఇంకొకరి దగ్గర ఉద్యోగంలోకి చేరే బదులు తమకోసమే పని చేయాలనుకుంటారు. 67 శాతం మంది 'క్రమం తప్పకుండా' 'నిరంతరం' తమ ఉద్యోగాలని మానేయాలని అనుకుంటారు.

ఇది కేవలం జీవనోపాధిని సంపాదించుకోవటం గురించే కాదు. ఇది మనం ఎలా జీవిస్తున్నాం, దాని స్వభావం ఎలా ఉంది అనేదాని గురించి కూడా. జనం మేలుకున్నారు, వారికో నిజం తెలిసొచ్చింది, తమ జీవితాలని మరింత అదుపులోకి తీసుకోవాలని కోరుకుంటున్నారు. తమ కుటుంబాలతో మరింత సంబంధబాంధవ్యాలు కలిగి ఉండాలని అనుకుంటున్నారు. జనం తమ సమయం తమ అధీనంలో ఉండాలని, ఇళ్లలోంచే పనిచేయాలని, తమ అదృష్టాన్ని తామే నిర్ణయించుకోవాలని కోరుకుంటున్నారు. డెసిఫర్ జరిపిన అధ్యయనంలో పాల్గొన్న 84 శాతం మంది, సొంత వ్యాపారాలకు తామే అధిపతులుగా ఉన్నప్పుడు, తమ పనిని మరింత ఉత్సాహంగా చేస్తామని అన్నారు. తమకోసమే తాము పనిచేస్తామని వారు అనటానికి ప్రధానమైన కారణం? "తమ వృత్తి జీవితంలో తమ పనైతేనే మరింత ఉత్సాహంగా చేస్తామని అనటం!"

ఇప్పుడు ఏం జరుగుతోందంటే - ఉద్యోగం సురక్షితమైనది, చాలాకాలం సంతోషకరమైన జీవితం గడపటానికి వున్న మార్గం, ఉద్యోగం సంపాదించుకుని మరొకరికోసం పనిచేస్తూండటం లాంటి 20వ శతాబ్దపు ఆలోచనలు, భ్రమలూ మనకళ్లముందే తొలిగిపోతున్నాయి.

ఉద్యోగం పట్ల ఉన్న భ్రమ

మనలో చాలామంది పరిస్థితులవలన ప్రభావితులై, భ్రమలకు లోనవుతుంటారు, ఆ కారణం మూలానే మనం ఉద్యోగాన్ని ఒక సాధారణ విషయంగా తీసుకుంటాం. కాని చారిత్రక దృష్టితో చూస్తే ఇది 'సాధారణం'గా చేసేది కాదు. ఉద్యోగిగా ఉండాలన్న మొత్తం భావన ఇటీవల కాలంలోనే వచ్చింది.

వ్యవసాయిక యుగంలో అధికసంఖ్యాకులు శ్రామికులే, ఔను, వారు రైతులు. రాజుకు చెందిన భూములు సాగుచేసేవారు. కాని వారి దగ్గర పనిచేసే ఉద్యోగులు కారు వారు. నెలనెలా రాజునుంచి జీతం అందుకోలేదు వారు. నిజానికి, పరిస్థితి భిన్నంగా వుండేది : రైతే రాజుకి

అతనికి చెందిన భూమి వాడుకున్నందుకు కప్పం చెల్లించేవాడు. నిజానికి ఈ రైతులు చిన్న చిన్న వ్యాపారాలు చేసుకునే పారిశ్రామికులు, తమ జీవనోపాధిని సంపాదించుకునేవారు. వారిలో కొందరు కసాయివారు, మరికొందరు రొట్టెలు చేసేవారు, కొంతమంది కొవ్వొత్తులు తయారు చేసేవారు. వారు చేపట్టిన వృత్తి వారసత్వంగా మారి, వారి పేర్ల చివర్లలో కూడా చోటు చేసుకుంది: పల్లెలో కంసాలి పనులు చేసేవాడు స్మిత్, రొట్టెల తయారీలో ఉన్నవాడు బేకర్, పొలాన్ని సాగు చేయటం తమ కుటుంబ వ్యాపారం అయితే అతని పేరు ఫార్మర్, అతను చేసేది కుట్టుపని కనక అతన్ని టైలర్ అన్నారు, పీపాలు తయారుచేసే అతని పాతపేరు కూపర్.

పారిశ్రామిక యుగం వచ్చాకే ఉద్యోగుల అవసరం ఏర్పడింది. అది పూరించటం కోసం ప్రభుత్వం విద్యావిధానాన్ని ప్రవేశపెట్టి, జనానికి చదువు నేర్పించసాగింది. ప్రష్యన్ పద్ధతిని అనుసరించింది. ప్రపంచంలోని ఎన్నో పాశ్చాత్య విద్యాసంస్థలు నేడు కూడా ఈ మోడల్ మీదే ఆధారపడి వున్నాయి.

65వ ఏట అందరూ పదవీ విరమణ చేయాలన్న ఆలోచన ఎక్కడనుంచి వచ్చిందో మీరెప్పుడైనా ఆలోచించారా? అదెక్కడినుంచి వచ్చిందో నేను చెపుతాను : 1889లో ప్రష్యా దేశపు అధ్యక్షుడు ఓట్టో వాన్ బిస్మార్క్ ఈ ఆలోచనను ప్రవేశపెట్టాడు. నిజానికి బిస్మార్క్ ప్లాన్ ప్రకారం పదవీవిరమణ 70 ఏళ్లవారికి, 65 ఏళ్ల తర్వాత కాదు, అయితే అదిప్పుడు అంత ముఖ్యం కాదు. 65 ఏళ్లు నిండినవారికి గ్యారంటీగా పెన్షన్ యివ్వడం బిస్మార్క్ ప్రభుత్వానికి ఒక పెద్ద ఆర్థిక ప్రమాదమేం కాదు. అప్పట్లో సగటు ప్రష్యన్ నాగరికుని జీవిత ప్రమాణం సుమారు 45 ఏళ్లే. ఈనాడు ఎందరో 80-90 ఏళ్ల వయస్సు దాటాక కూడా జీవిస్తుండటం మూలాన బిస్మార్క్ వాగ్దానం అమలుచేస్తే రాబోయే తరంలో ప్రభుత్వం దివాలా తీయవచ్చు.

ప్రష్యన్ విద్యావిధానం వెనుకనున్న తాత్త్విక మూలాల గురించి మీరు పరిశోధన చేస్తే, దాని ఉద్దేశం సైనికులు, ఉద్యోగులను తయారుచేయటానికే అని తెలుసుకుంటారు. సైనికులు, ఉద్యోగుల పని చెప్పినట్టు చేయడమే, ఆదేశాలని అనుసరించడమే! ప్రష్యన్ విధానం యొక్క లక్ష్యం భారీసంఖ్యలో ఉద్యోగులను తయారుచేయడమే!

1960-70 దశకాలలో అమెరికాలో ఐబిఎమ్ లాంటి కంపెనీలు 'జీవితకాలం ఉద్యోగం' అనేదాన్ని ఉద్యోగానికున్న భద్రతకొక స్వర్ణ ప్రమాణంగా చేశారు. కాని ఐబిఎమ్‌లో 1985లో ఉద్యోగాలు అత్యధికస్థాయికి చేరుకున్నాయి. ఆ తరవాతనించీ కార్పొరేట్ కెరీర్ స్థిరమైనది, నమ్మదగినది అన్న మొత్తం ఆలోచనే తగ్గుముఖం పట్టింది.

"జీఎమ్‌లో పరిస్థితులు ఎలా వుంటే, మనదేశంలోని పరిస్థితులు కూడా అలాగే వుంటాయి..."

ఇలా అన్న అర్థశతాబ్దం తరవాత జీఎమ్ సంస్థలోని పరిస్థితులు అంత బాగులేవు. దీని అర్థం అమెరికా నాశనమౌతోందనా? లేదు, కాని కార్పొరేట్ భద్రత అనే మిథ్, నలభైఏళ్లకి పెన్షన్ అనే ఆలోచన అంతరించిపోయాయి.

సొంత వ్యాపారం ప్రారంభించాలన్న ఆకాంక్ష

ఉద్యోగం మంచిదికాదని నేననటం లేదు. అది ఆదాయం సృష్టించడానికి ఒక మార్గం అని, దాని పరిధి ఎంతో తక్కువని మాత్రం నేను చెప్పదలుచుకున్నాను. ఇప్పుడేం జరుగుతోందంటే, జనం ఈ నిజాన్ని తెలుసుకున్నారు, మేలుకొన్నారు. ఈ జనం - యిందులో మీరు కూడా ఉన్నారు -

తమ జీవితంలో నిజంగా కావాలనుకున్నది పొందాలంటే మార్గం ఒక వ్యాపారవేత్తని అనుసరించటం అని, అతను నడుస్తున్న దారిలోనే నడవటం అని గ్రహించారు.

అన్నట్టు ఈ అభిప్రాయం నా ఒక్కడిదే కాదు. 'బ్యాంకర్ టు ద పూర్' అన్న గ్రంథాన్ని రచించిన ముహమ్మద్ యూనుస్ మీరు విన్నారో లేదో కాని, ఓస్లో (నార్వే)లోని నోబెల్ కమిటీ వారికి అతని గురించి బాగా తెలుసు. మూడవ ప్రపంచంలోని వ్యాపారస్తులకు చిన్న చిన్న రుణాలు అందజేయాలని ఆయన చేసిన భావనకు 2006లో వారు నోబెల్ బహుమతితో సత్కరించారు. "మనం అందరం వ్యాపారవేత్తలమే," అంటాడు యూనుస్, "కాని మనలో చాలా మందికి అది తెలుసుకునే అవకాశం దొరకదు."

సొంత వ్యాపారం ప్రారంభించాలన్న ఆకాంక్ష రానురాను తీవ్రమవుతోంది. ఎందుకంటే, ఆర్థికవ్యవస్థ వృద్ధి వేగం తగ్గుతున్నప్పుడు, కొత్త వ్యాపారాలు స్థాపించే పనులు ఊపందుకుంటాయి. నిజానికి ఆర్థిక పరిస్థితులు అస్తవ్యస్తంగా ఉన్నప్పుడే వ్యాపారవేత్తలు రాణిస్తారు.

2007-08లో ఆర్థికవ్యవస్థ నేలకరుచుకోవడం ప్రారంభం కాకపోవడానికి ముందు అతను ఈ మాట అన్నాడు. ఆర్థికరంగం గురించి అన్ని రకాల చెడువార్తలు వెలువడ్డాక యూనుస్ అన్నట్టుగానే నేడు ఎంతోమంది జనం సొంత వ్యాపారం చేయాలని వ్యాపారావకాశాలు వెతుక్కుంటున్నారు.

సొంత వ్యాపారం ప్రారంభించాలన్న ఆకాంక్ష రానురాను తీవ్రమవుతోంది. ఎందుకంటే, ఆర్థికవ్యవస్థ వృద్ధి వేగం తగ్గుతున్నప్పుడు, కొత్త వ్యాపారాలు స్థాపించే పనులు ఊపందుకుంటాయి. నిజానికి ఆర్థిక పరిస్థితులు అస్తవ్యస్తంగా ఉన్నప్పుడు వ్యాపారవేత్తలు రాణిస్తారు. అనిశ్చితి నెలకొన్నప్పుడు మనం ఆదాయం సంపాదించుకోవడానికి వేరే మార్గాలు వెతుక్కుంటాం. ఉద్యోగాలమీద, యజమానులమీద నమ్మకం పోయినప్పుడు, మనం మన కాళ్లమీద నిలబడాలని చూస్తాం. 'సురక్షిత వలయాన్ని' ఛేదించి బయటపడే సమయం వచ్చిందని ఆలోచించడం ప్రారంభిస్తాం. జీవనోపాధి సంపాదించుకోవడానికి సృజనాత్మకంగా ఆలోచిస్తాం.

యు.ఎస్. ఫెడరల్ సర్వే ప్రకారం, సాంప్రదాయక ఉద్యోగులతో పోలిస్తే వ్యాపారవేత్తల సగటు కుటుంబం యొక్క నికర విలువ ఐదురెట్లు ఎక్కువగా ఉందని తెలుస్తోంది. దాని అర్థం యిప్పుడున్న ఆర్థిక సంక్షోభంనుంచి బయటపడే అవకాశం వ్యాపారవేత్తలకు ఐదురెట్లు ఎక్కువగా ఉందని! గతంలోకన్నా వారు మరింత బలం పుంజుకుంటారని! ఎందుకంటే వారు తమకంటూ ఒక బలమైన ఆర్థికవ్యవస్థను తామే సృష్టించుకున్నారు.

ఇటీవల జరిపిన ఒక సర్వేలో అమెరికాలోని అత్యధికజనం ప్రస్తుతం నెలకొన్న ఆర్థిక సంక్షోభం నుంచి బయటపడటానికి పరిశ్రమలను స్థాపించడమే కీలకంగా భావిస్తున్నారు. "కొత్త కంపెనీలు, వ్యాపారవేత్తల చొరవ పతనమౌతున్న ఆర్థికవ్యవస్థను చైతన్యపరుస్తాయని చరిత్ర మళ్లీమళ్లీ నిరూపిస్తోంది," అని సర్వే నిర్వహించిన ఎగ్జిక్యూటివ్ డైరక్టర్ అన్నాడు.

ఇది తమాషా కాదు.

దీనిని నమ్ముతున్న 'అమెరికాలోని అత్యధికజనం' తమ సోఫాలలోంచి లేచి, ఈ విషయంలో ఏదో ఒకటి చేస్తారని ఆశించుదాం. అలా జరిగే అవకాశం ఉంది. అయితే దానిలో

నాకు పూర్తిగా నమ్మకం లేదు. కాని బలహీనంగా వున్న ఆర్థికవ్యవస్థ కొత్త పరిశ్రమల ప్రారంభం కావటం ద్వారా బలోపేతం కావాలని నేను కోరుకుంటున్న ఆర్థికవ్యవస్థ మీదే.

అత్యధిక జనానికి ప్రస్తుత ఆర్థిక పరిస్థితులు కష్టకాలంగా అనిపించవచ్చు. కాని కొంత మంది పక్షపాతంలేని వ్యాపారవేత్తలున్నారు, వారు రాబోయే కొన్ని అధ్యాయాలలో నేను రాయబోయే విషయాలను అర్థం చేసుకోగలరు. ప్రస్తుతం ఉన్న పరిస్థితులు ఆర్థికంగా ప్రగతి సాధించటానికి అనుకూలం అన్న విషయం వీరికి తెలుసు. మీ సొంత వ్యాపారం ప్రారంభించటానికి యిదే సరైన సమయం. అంతేకాదు, నిజం చెప్పాలంటే యింత మంచి సమయం యింతకు ముందు రాలేదు. అది నేడే... ఈనాడే!...

నేనింతకుముందు అన్నట్టు, ప్రయాణం చెయ్యడం కష్టమైనప్పుడు, దృఢనిశ్చయంతో వున్నవారే ముందుకు పోగలరు. అదే నిజమయితే - అది నిజమే - రెండేరెండు ప్రశ్నలు మిగులుతాయి.

మొదటిది : మీరు దృఢనిశ్చయంతో వున్నారా?

మీ జవాబు 'ఔను' అయితే, రెండోప్రశ్న : ఏంచేస్తూ ముందుకు వెళ్లాలి?

మొదటి ప్రశ్నకు మీ తరపున జవాబివ్వలేను. కాని రెండోప్రశ్నకు సరియైన సమాధానం చెప్పగలను. ఈ పుస్తకం అంతా ఆ ప్రశ్నకు సమాధానం చెప్పటం గురించే!

అధ్యాయం 3

మీరెక్కడ ఉంటున్నారు

అయితే మీరు ఎన్నో సంవత్సరాలుగా కష్టపడి పనిచేస్తూ వృత్తి జీవితంలో ముందుకు పోవటానికి నిచ్చెన ఎక్కుతున్నారన్న మాట. బహుశా మీరు నిచ్చెన కింద మెట్టు మీదే ఉండచ్చు, లేదా మీరు శిఖరాగ్రం చేరుకుని ఉండవచ్చు. నిచ్చెనమీద మీరు ఎక్కడున్నారన్నది ముఖ్యం కాదు. నిజానికి ముఖ్యమైనది ఏమిటంటే – నిచ్చెన ఎక్కడం కోసం అంత సమయం, శ్రమ వెచ్చించబోయేముందు మీరు బహుశా ఆగి అడగాల్సిన ప్రశ్న : ఈ నిచ్చెన అసలు ఎక్కడ వేసి ఉంది?

స్టీఫన్ ఆర్. కవీ అన్నట్లు, నిచ్చెన సరైన గోడకు ఆన్చి ఉండకపోయిన పక్షంలో, మీరు నిచ్చెనను ఎంత వేగంగా ఎక్కినా, ఎంత పైకి చేరుకున్నా ప్రయోజనం సున్నా.

ఈ అధ్యాయం యొక్క ఉద్దేశం – నిచ్చెన ఎక్కకుండా మిమ్మల్ని ఒక క్షణం ఆపి, మీ నిచ్చెన ఎక్కడ వేసి ఉందో గమనించమని, ఒకవేళ నిచ్చెన ఉన్న స్థానం మీకు నచ్చకపోతే, దానిని ఎక్కడకి మారుస్తే బావుంటుందో చూడమని.

మీరు తెచ్చుకుంటున్న డబ్బును ఎలా సంపాదిస్తున్నారు?

తామెంత సంపాదిస్తున్నారో, తమ నికర విలువ ఎంతో లేదా ఆ రెండిటి కలయికో తమ ఆర్థిక స్థితిగతులను నిర్వచిస్తుందని ఎంతోమంది అనుకుంటారు. దీని ప్రభావం కొంత ఉందన్న దానిలో సందేహం లేదు. ఫోర్బ్స్ మాగజైన్ సంవత్సరానికి ఒక మిలియన్ డాలర్ల కన్నా అధికంగా (నెలకి సుమారు 83,333 డాలర్లు, లేదా వారానికి ఇరవైవేల డాలర్ల లోపు) సంపాదన కల వ్యక్తిని 'ధనికుడి' గానూ, సంవత్సరానికి ఇరవైఐదువేల డాలర్లకన్నా తక్కువ సంపాదన కల వ్యక్తిని 'సేదవాడు'గానూ నిర్వచించింది.

కాని మీరు సంపాదించే డబ్బు రాశిలో కాక వాసిలో ముఖ్యమైనది. మరో మాటలో చెప్పాలంటే, మీరు ఎంత డబ్బు సంపాదించారన్నది ముఖ్యం కాదు, దాన్ని ఎలా సంపాదించారు,

అదెక్కడనుంచి వచ్చిందన్నది ప్రధానం. క్యాష్‌ఫ్లో (నగదు కదలిక)లో నిజానికి నాలుగు స్పష్టమైన ఉత్పత్తి స్థానాలున్నాయి. ప్రతీది మిగిలిన దానికన్నా విభిన్నమైనది, ప్రతి ఒక్కటీ మీరు సంపాదించిన నగదు ఎంతైనప్పటికీ మీ ప్రత్యేకమైన జీవనసరళిని నిర్వచించి నిర్ణయిస్తుంది.

'రిచ్ డాడ్ పూర్ డాడ్' పుస్తకాన్ని ప్రచురించాక, ఆదాయానికి సంబంధించిన ఈ నాలుగు విభిన్న ప్రపంచాలను వివరించటం కోసం ఒక పుస్తకం రాశాను. చాలామంది నేను రాసిన పుస్తకాల్లో ఈ పుస్తకం క్యాష్‌ఫ్లో క్వాడ్రెంట్ ఎంతో ముఖ్యమైనదని అంటారు, ఎందుకంటే తమ జీవితాల్లో నిజమైన మార్పులు తేవడానికి సిద్ధమైన, జనం తెలుసుకోదగ్గ కీలకాంశాలు ఇందులో ఉన్నాయి.

క్యాష్‌ఫ్లో క్వాడ్రెంట్ (నగదు కదలిక వృత్త చతుర్భాగం) నగదు ఆదాయం ఉత్పన్నమయే వివిధ రీతులను చూపిస్తుంది. ఉదాహరణకి, ఒక ఉద్యోగి తన ఉద్యోగం ద్వారా, ఎవరి దగ్గర పనిచేస్తునో లేదా ఒక కంపెనీ పనిచేస్తునో డబ్బు సంపాదిస్తాడు. స్వయం ఉపాధిపై ఆధారపడిన వ్యక్తులు తమకోసం ఒంటరిగా పనిచేస్తునో లేక చిన్న వ్యాపారం చేసుకుంటునో డబ్బు సంపాదిస్తారు. ఒక *బిజినెస్ ఓనర్* (వ్యాపారస్తుడు)కు పెద్ద వ్యాపారం ఉంటుంది (500కి పైగా ఉద్యోగులు అతనికింద పనిచేస్తారు), వ్యాపారం ద్వారా అతనికి ఆదాయం వస్తుంది. ఇన్వెస్టర్స్ (పెట్టుబడిదారులు) తమ పెట్టుబడుల ద్వారా డబ్బు సంపాయిస్తుంటారు - మరో మాటలో చెప్పాలంటే, డబ్బే మరింత డబ్బుని పుట్టిస్తుంది.

ఇ అంటే ఎంప్లాయీ అనగా ఉద్యోగి
ఎస్ అంటే 'సెల్ఫ్ ఎంప్లాయిడ్' లేదా స్మాల్ బిజినెస్ ఓనర్
(స్వయం ఉపాధిపై ఆధారపడిన వ్యక్తి లేదా చిన్న వ్యాపారి)
బి అంటే 'బిజినెస్ ఓనర్' (వ్యాపారవేత్త)
ఐ అంటే 'ఇన్వెస్టర్' లేదా పెట్టుబడిదారు

మీరు ఏ క్వాడ్రెంట్‌లో ఉన్నారు? మరో మాటలో చెప్పాలంటే, మీ జీవనోపాధి కోసం ఏ క్వాడ్రెంట్‌లోంచి మీ ఆదాయంలోని అధికభాగం మీకు అందుతోంది?

ఇ క్వాడ్రెంట్

మనలో అత్యధిక శాతం జనం పూర్తిగా ఇ క్వాడ్రెంట్‌లోనే నేర్చుకుంటారు, నివసిస్తారు, ప్రేమిస్తారు, చివరికి జీవితాన్ని చాలిస్తారు. జన్మించి మరణించేదాకా మన విద్యావ్యవస్థ, సంస్కృతి మనం ఇ క్వాడ్రెంట్ ప్రపంచంలో ఎలా నివసించాలో శిక్షణనిస్తుంది.

ఈ ప్రపంచం ఒక రకమైన తాత్త్వికత మీద ఆధారపడి నడుస్తోంది. దానినే నా పేదతండ్రి- అసలు తండ్రి - నాకు నేర్పాడు. బహుశా మీరు కూడా దానినే పెరిగి పెద్దవుతున్న దశలో నేర్చుకుని ఉంటారు : స్కూల్‌కి వెళ్లు, కష్టపడి చదువు, మంచిమార్కులు తెచ్చుకో, తరువాత అన్ని లాభాలు నీకిచ్చే ఒక పెద్ద కంపెనీలో ఉద్యోగం సంపాదించుకో!

ఎస్ క్వాడ్రెంట్

మరింత స్వేచ్ఛా స్వాతంత్ర్యాలు, స్వయంనిర్ణయం కావాలనుకుంటున్న అనేకమంది ఇ క్వాడ్రెంట్ నుంచి ఎస్ క్వాడ్రెంట్‌లోకి వలసపోతుంటారు. 'సొంతంగా ఏదైనా చేయాలనుకుంటున్న' వారికి,

'అమెరికా స్వప్నాన్ని' సాకారం చేసుకోదలచుకున్నవారికి యిదే సరైన చోటు.

ఎస్ క్వాడ్రెంట్‌లో ఉన్నవారందరూ అధికంగా ఆదాయం సంపాదించే క్షేత్రంలోనివారే. వారిలో 13-19 సంవత్సరాల మధ్యవయసులో బేబీసిట్టర్‌గా స్వేచ్ఛా ఉద్యోగాలు చేసేవారు లేదా ల్యాండ్‌స్కేపర్‌గా అప్పుడే వృత్తి జీవితాన్ని ప్రారంభించినవారి దగ్గరనుంచి అత్యధిక రాబడి కల న్యాయవాదులు, ప్రత్యేక సలహాదార్లు, లేదా బహిరంగసభల్లో మాట్లాడే వ్యక్తులూ ఉంటారు.

కాని మీరు గంటకి ఎనిమిది డాలర్లు తెచ్చుకున్నా, సంవత్సరానికి ఎనభైవేలు డాలర్లు తెచ్చుకున్నా, ఎస్ క్వాడ్రెంట్ సాధారణంగా అందమైన భ్రమని మాత్రమే కలిగిస్తుంటుంది. మీరు మీ బాస్‌ని 'తొలగించానని' అనుకోవచ్చు, కాని నిజానికి జరిగిందేమిటంటే మీరు మీ యజమానులని మాత్రం మార్చారు. మీరింకా ఉద్యోగిగానే ఉన్నారు. ఒకే ఒక తేడా ఎక్కడుందంటే- మీ సమస్యలకు మీరు మీ బాస్‌ని నిందించాలనుకున్నపుడు ఆ బాస్ మీరే అయుండడం!

ఎస్ క్వాడ్రెంట్‌లో నివసించడం కొంచెం కష్టమైన పనే. మిమ్మల్ని ఎవరూ మెచ్చుకోరు. పైగా ప్రతీవారు మిమ్మల్నే తప్పుపడతారు. ప్రభుత్వం మిమ్మల్నే పట్టుకుంటుంది - వారంలో పూర్తిగా ఒకరోజు ఆదాయపు పన్ను లెక్కచూడటం, కట్టడంలో, గడపాలి మీరు. మీ దగ్గర పనిచేస్తున్న ఉద్యోగులకు మీరు జవాబు చెప్పాలి, మీ వినియోగదారులు మిమ్మల్నే ప్రశ్నిస్తారు. మీ కుటుంబ సభ్యులు మిమ్మల్నే పట్టుకుంటారు - ఎందుకంటే మీరెప్పుడూ సెలవు తీసుకోరు, వారితో గడపటానికి మీకు టైముండదు. మీరుమాత్రం సెలవులెలా తీసుకోగలరు? అలా చేస్తే, మీ పనులు పాడవవూ? నష్టం రాదూ? మీకంటూ హాయిగా గడపటానికి వేరే సమయం ఉండదు, ఎందుకంటే - మీరలా సెలవు తీసుకుంటే, మీ బిజినెస్‌లో మీకు ఆదాయం దొరకదు.

నిజం చెప్పాలంటే, ఎస్ అంటే అర్థం 'స్లేవరీ' (బానిసత్వం). మీరు నిజంగా మీ వ్యాపారానికి సొంతదారు కారు, మీ వ్యాపారం మీపై అజమాయిషీ చేస్తుంది, అదే మీ యజమాని.

బి క్వాడ్రెంట్

బి క్వాడ్రెంట్‌లో ఉన్నవారు పెద్ద పెద్ద వ్యాపారాలు స్థాపించి, నడిపేవారు. 'ఎస్' బిజినెస్‌కు 'బి' బిజినెస్‌కు మధ్యనున్న ఒక తేడా ఏమిటంటే, మీరేమో మీ 'ఎస్' వ్యాపారం కోసం పనిచేస్తే, మీ 'బి' వ్యాపారం మీకోసం పనిచేస్తుంది.

నాకు ఎన్నో 'బి' వ్యాపారాలున్నాయి, యంత్రనిర్మాణం/వస్తువులు తయారుచేయటం, స్థిరాస్తుల వ్యాపారం, గనుల తవ్వకం పనులు జరిపే కంపెనీలు తదితర వ్యాపారాలెన్నో చేస్తున్నాను.

'బి' క్వాడ్రెంట్‌లో ఉంటూ పనిచేసేవారు ఆర్థికమాంద్యం ప్రభావం తమపై పడకుండా చూసుకుంటారు. దీనికి కారణం వారి ఆదాయమూలాలు, రాబడి సాధనాలు పూర్తిగా వారి అధీనంలో ఉంటాయి.

ఐ క్వాడ్రెంట్

ఇది రాకెట్ సైన్సు కాదు. నేను ఐ క్వాడ్రెంట్‌లో ఉండటంకోసం నా రిచ్‌డాడ్ నన్ను మోనోపోలీ గేమ్ ఆడమన్నారు. అదెలా పనిచేస్తుందో మనందరికి తెలుసు : నాలుగు ఆకుపచ్చ రంగు ఇళ్లు, ఒక ఎరుపురంగు హోటల్ - నాలుగు ఆకుపచ్చ రంగు ఇళ్లు, ఒక ఎరుపురంగు హోటల్!

ఉద్యోగాలు మారడం క్వాడ్రెంట్లు మార్చుకోవడం లాంటిది కాదు

ఈ వేర్వేరు క్వాడ్రెంట్లను అర్థం చేసుకోవడం ఎందుకు ముఖ్యమో యిప్పుడు నేను మీకు వివరిస్తాను. ఎవరో ఒక వ్యక్తి తన ఉద్యోగం గురించి ఫిర్యాదులు చెప్పాక, తరవాత ఆ ఉద్యోగం మారాలన్న నిర్ణయం తీసుకుని, మళ్లీ కొన్ని సంవత్సరాల తరవాత అవే పాత ఫిర్యాదులను మీతో చెప్పుకోవడం యింతవరకు ఎన్నిసార్లు జరిగివుంటుంది?

చాలాకాలంగా నేను కష్టపడి పనిచేస్తున్నాను, కాని నా పనిలో ముందుకు పోలేకపోతున్నాను, ప్రగతి సాధించలేకపోతున్నాను.

నా ఆదాయం పెరిగినప్పుడల్లా, ఖర్చులు పెరగటం మూలాన, ట్యాక్సుల మూలాన అది హరించుకుపోతోంది.

నేను ఒక పని (ఖాళీజాగాను నింపండి) చేస్తే బావుండేది. కాని నా జీవిత ప్రస్థానంలోని ఈ దశలో నేను మళ్లీ కాలేజీకి వెళ్లి మరో కొత్త వృత్తివిద్య నేర్చుకోలేను.

ఇదో పనికిమాలిన ఉద్యోగం! నా యజమాని ఓ నీచుడు! జీవితం మీదే విరక్తి కలుగుతోంది (ఇలాటివే మరికొన్ని).

వీళ్లేకాక, వీరిలాంటి డజన్లమంది అనే మాటలు ఉచ్చులో యిరుక్కున్న ఒక వ్యక్తిని సూచిస్తున్నాయి, అతను యిరుక్కున్నది కేవలం ఒక ప్రత్యేకమైన ఉద్యోగంలో కాదు, అతను చిక్కుకున్నది ఒక పూర్తి క్వాడ్రంట్‌లో! సమస్య ఏమిటంటే – అనేక సమయాల్లో జనానికి తమ జీవితాలని నిజంగా మార్చుకునే అవకాశం దొరికినప్పుడు, వారు కేవలం తమ ఉద్యోగాలు మాత్రమే మారుస్తుంటారు, వారు నిజంగా మార్చుకోవలసింది క్వాడ్రెంట్లను!

అటువంటి ప్రత్యేక ఉద్యోగ వ్యవస్థలను పగులగొట్టి, మీకోసం సొంత ఆదాయపు ప్రవాహం ఏర్పరచుకుంటే, అది మిమ్మల్ని ఒక ఆర్థిక సంక్షోభాన్ని ఎదురించే స్థానంలో నిలబెడుతుంది. దానికి కారణం మీ వార్షిక ఆదాయం నిర్ణయించడానికి మీరు ఒక బాస్ మీదగాని లేక ఒక ఆర్థిక వ్యవస్థ మీదగాని ఆధారపడి లేరు. ఇప్పుడు మీరే దానిని నిర్ణయిస్తారు.

ఎడమవైపున ఇ, ఎస్ క్వాడ్రెంట్లలో అధికశాతం జనం ఉంటారు. మనం అక్కడే పెరిగి పెద్దవుతాం, అక్కడ ఉండటానికి శిక్షణ పొందుతాం. 'మంచి మార్కులు తెచ్చుకుంటే, మంచి ఉద్యోగం దొరుకుతుంది,' అని మనకి అందరూ చెబుతారు. కాని 'బి' క్వాడ్రెంట్‌కి మీ మార్కులతో పనిలేదు. మీ బ్యాంకర్ మీ రిపోర్టుకార్డు చూపించమని అడగడు. అతను మీ ఆర్థిక నివేదిక/డబ్బు లావాదేవీల వివరాలు చూడాలనుకుంటాడు.

అటువంటి ప్రత్యేక ఉద్యోగ వ్యవస్థలను పగులగొట్టి, మీకోసం సొంత ఆదాయపు ప్రవాహం ఏర్పరచుకుంటే, అది మిమ్మల్ని ఒక ఆర్థిక సంక్షోభాన్ని ఎదురించే స్థానంలో నిలబెడుతుంది. దానికి కారణం మీ వార్షిక ఆదాయం నిర్ణయించడానికి మీరు ఒక బాస్ మీద గాని లేక ఒక ఆర్థికవ్యవస్థ మీదగాని ఆధారపడి లేరు. ఇప్పుడు మీరే దానిని నిర్ణయిస్తారు.

కనీసం 80 శాతంమంది జనాభా ఈ చిత్రంలోని ఎడమవైపున్న భాగంలో ఉంటారు. మనకు భద్రత, రక్షణ 'ఇ' క్వాడ్రెంట్‌లో ప్రత్యేకంగా లభిస్తాయని మనకి బోధిస్తారు. మరోవైపు –

కుడివైపున ఉన్న 'బి', 'ఐ' క్వాడ్రెంట్లలో స్వేచ్ఛ లభిస్తుంది. మీరు ఆవైపు ఉండాలనుకుంటే, అది జరిగేటట్టు చూడగలరు. కాని దానితో పోలిస్తే రక్షణ కొంచెం ఎక్కువగా ఉన్న ఎడమవైపు కావాలనుకుంటే, అప్పుడు బహుశా నేను ఇక్కడ మీతో పంచుకోవాలనుకున్నవి మీకోసం కాదు. ఆ నిర్ణయం కేవలం మీరే తీసుకోగలరు.

మీరే క్వాడ్రెంట్‌లో ఉంటున్నారు?

మీరే క్వాడ్రెంట్‌లో ఉండాలని కోరుకుంటున్నారు?

అధ్యాయం 4

మీ ముఖ్య ఆర్థికవిలువలు

నాలుగు వృత్త చతుర్భాగాలు (క్వాడ్రెంట్లు) కేవలం నాలుగు రకాల వ్యాపార వ్యవస్థలు కావు. అవి చాలావరకు నాలుగు రకాల ఆలోచనారీతులకు సూచనలు. మీ మొదటి ఆదాయం సంపాదించుకోవడానికి ఏ క్వాడ్రెంట్‌ను ఎంపిక చేసుకుంటారో, దానికీ మీ బాహ్య పరిస్థితులకీ– మీ చదువు, శిక్షణ, ఆర్థిక స్థితిగతులకీ – అట్టే సంబంధం లేదు. దానితో సంబంధం ఎక్కువగా ఉన్నది మీరు ప్రాథమికంగా ఎవరైనదీ అనే దానితో – మీ బలాలు, బలహీనతలు, ముఖ్య అభిరుచులు లాంటివి.

మీ ప్రాథమిక ఆర్థిక విలువలతో దానికి సంబంధం ఉంది. ఈ ప్రాథమిక తేడాలే మనల్ని ఆకర్షిస్తాయి లేదా రకరకాల క్వాడ్రెంట్ల నుంచి వెనక్కు తరుముతాయి.

ఇది అర్థం చేసుకోవటం ముఖ్యం. ఎందుకంటే దాని అర్థం, 'ఇ' లేదా 'ఎస్' క్వాడ్రెంట్ నుంచి 'బి' క్వాడ్రెంట్‌లోకి వెళ్లడం ఒక పోస్ట్ ఆఫీసులోని, ఫారంలో మారిన మన చిరునామాను నింపినంత సులభం కాదు. మీరు మారుస్తున్నది కేవలం మీరు చేస్తున్న పనినే కాదు. నిజానికి మీరు కూడా మారుతున్నారు. కనీసం, మీరు ఆలోచించే పద్ధతిలో మార్పు తీసుకొస్తున్నారు.

కొంతమంది ఉద్యోగులుగా ఉండటానికి యిష్టపడితే, మరికొంతమంది దానిని అసహ్యించుకుంటారు కొంతమంది కంపెనీలకి ఓనర్లుగా ఉండటాన్ని ప్రేమిస్తారు, కాని వాటిని నిర్వహించరు. కొంతమంది జనం పెట్టుబడులు పెట్టడానికి యిష్టపడతారు, మరికొంతమంది తాము డబ్బు పోగొట్టుకునే ప్రమాదాన్నే చూస్తుంటారు. మనలో చాలామంది వీరందరూ చూపించే ప్రవృత్తులను కొద్దో గొప్పో కలిగి ఉంటారు. ఈ నాలుగు వృత్త చతుర్భాగాలలోనూ మీరు ధనికులుగానైనా లేదా పేదవారుగానైనా ఉండవచ్చని గ్రహించడం కూడా ఎంతో ముఖ్యం. ఈ ప్రతి ఒక్క క్వాడ్రెంట్‌లోనూ మిలియన్లు సంపాదిస్తున్న జనం ఉన్నారు, అలాగే దివాలా ఎత్తిన జనం కూడా ఉన్నారు. ఈ క్వాడ్రెంట్లలో ఏదో ఒకదానిలో ఉంటున్న మాత్రాన మీరు ఆర్థికంగా విజయం సాధిస్తారన్న భరోసా లేదు.

వారు అనే మాటలు వినడం బట్టి, వారు ఏ క్వాడ్రెంట్‌లో ఉంటున్నారో మీరు చెప్పగలరు. నేను తొమ్మిదేళ్ల కుర్రాడుగా ఉన్నప్పుడు, పనిలోకి తీసుకునేందుకు మా రిచ్ డాడ్ కొంతమందిని ఇంటర్వ్యూ చేస్తున్నప్పుడు, ఆయన పక్కన కూర్చునేవాడిని. ఈ ఇంటర్వ్యూల ద్వారా జనం యొక్క ప్రాథమిక విలువల గురించి తెలుసుకోవడం నేర్చుకున్నాను. మా రిచ్ డాడ్ ఈ విలువలు వాళ్ల హృదయాల్లోంచి వస్తాయని అన్నారు.

ఒక్కొక్క క్వాడ్రెంట్‌నుంచి వెలువడ్డ కొన్ని ముఖ్యమైన పదాలను, వాటి ప్రాథమిక విలువల రేఖాచిత్రాన్ని దిగువనిచ్చాను.

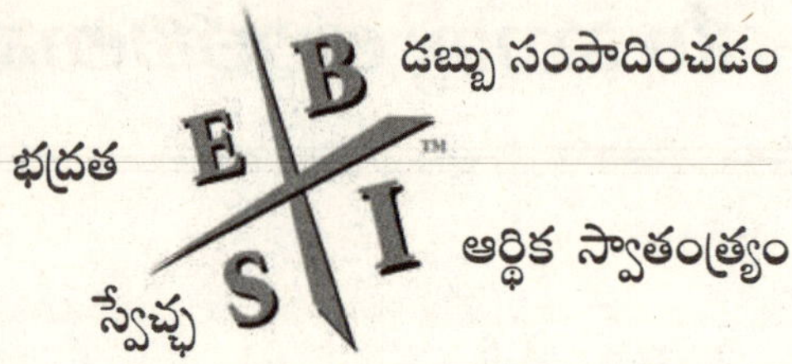

ఇ క్వాడ్రెంట్ విలువలు

"నేనో సురక్షితమైన, భద్రతగల ఉద్యోగం కోసం వెతుకుతున్నాను, దానిలో మంచి జీతంతో పాటు, ప్రశస్తమైన ప్రయోజనాలు కూడా ఉండాలి."

'ఇ' క్వాడ్రెంట్‌లో ఉన్న వ్యక్తికి, 'భద్రత' అనేదే ప్రధానమైన విలువ. అత్యధిక ఆదాయం తెచ్చుకుంటున్న ఒక కంపెనీ ఉపాధ్యక్షుడు అయి వుండవచ్చు, మీరు. అయినా మీ జీతంలో పదో వంతు సంపాదిస్తున్న కంపెనీ జానిటర్ (భవన నిర్వాహకుడు)తోపాటు అవే ప్రాథమిక విలువలను పంచుకుంటుంటారు. 'ఇ' క్వాడ్రెంట్‌లో ఉన్న వ్యక్తి – అతను జానిటర్ కానీయండి లేదా అధ్యక్షుడు కానీయండి – హోదా ఏదైనప్పటికీ 'నేను మంచి ప్రయోజనాలు ఉండే, సురక్షితమైన, భద్రతగల జాబ్‌కోసం చూస్తున్నాను' లేదా 'ఓవర్‌టైమ్ చేస్తే నాకు ఎంతొస్తుంది?' అనే పద్ధతిలో ఆలోచిస్తూ, అలాంటి మాటలే మాట్లాడుతుంటాడు.

'ఇ' క్వాడ్రెంట్‌లో ఉన్న ఒక వ్యక్తితో నేను మాట్లాడుతున్నప్పుడు మా మాటల్లో నాకోసం ఒక సొంత వ్యాపారం ప్రారంభించటాన్ని నేనెంత యిష్టపడతానో చెపుతున్నప్పుడు, ఆ వ్యక్తి, 'అది సరే, మరి దానిలో ఎంతో రిస్క్ వుంది కదా?' అని బహుశా నాతో అనవచ్చు. మనం అందరం జీవితాన్ని మనకున్న ప్రాథమిక విలువల దృష్టికోణంనుంచే చూస్తాం. నాకెంతో ఉత్సాహం కలిగించిన ఒక విషయం మరొకరికి భయంకరంగా కనిపించవచ్చు. అందువలనే 'ఇ' 'ఎస్' క్వాడ్రెంట్లలో ఉండేవారితో కలిసివున్నప్పుడు, నేను సాధారణంగా వాతావరణం, క్రీడారంగం, టెలివిజన్‌లో వచ్చే కార్యక్రమాల గురించి మాట్లాడుతుంటాను.

ఎస్ క్వాడ్రెంట్ విలువలు

"మీరే పనైనా సరిగ్గా చేయాలనుకుంటే, అది మీరే స్వయంగా చేయండి."

ఎస్ క్వాడ్రెంట్‌లో ఉన్న వ్యక్తులకు ప్రధాన విలువ స్వేచ్ఛా స్వాతంత్ర్యాలు. వాళ్లు ఏం చేయాలని అనుకుంటే, అది చేయడానికి వాళ్లకి స్వేచ్ఛ కావాలి. ఎప్పుడైనా ఒక వ్యక్తి, "నేను నా

ఉద్యోగానికి రాజీనామా చేసి, సొంతంగా ఏదైనా చేయాలనుకుంటున్నాను," అంటే, ఆ వ్యక్తి 'ఇ' క్వాడ్రెంట్ నుంచి 'ఎస్' క్వాడ్రెంట్‌లోకి వెళ్లే దారి తీసుకోబోతున్నాడన్న మాట.

'ఎస్' క్వాడ్రెంట్‌లో మీకు కనిపించేవారు : చిన్న చిన్న వ్యాపారస్తులు, మామ్ అండ్ పాప్ బిజినెస్ చేసేవారు, ప్రత్యేక నిపుణులు, సలహాదారులు. ఉదాహరణకు నాకో స్నేహితుడున్నాడు, అతను సంపన్నుల ఇళ్లల్లో పెద్దపెద్ద స్క్రీన్ టెలివిజన్లు, ఫోన్ సిస్టంలు, సెక్యూరిటీ సిస్టంలూ ఏర్పరుస్తుంటాడు. అతని దగ్గర ముగ్గురు మనుషులు పనిచేస్తుంటారు. కేవలం ఆ ముగ్గురికి తాను యజమానిగా ఉన్నందుకు అతనెంతో సంతోషపడుతుంటాడు. అతనొక కష్టపడి పనిచేసే, నిబద్ధతగల 'ఎస్' క్వాడ్రెంట్ మనిషి. కమీషన్ తీసుకుని అమ్మకాలు చేసే సేల్స్‌పీపుల్, రియల్ ఎస్టేట్ ఏజంట్లు, బీమా రంగంలోని బ్రోకర్లు కూడా 'ఎస్' క్వాడ్రెంట్‌కి చెందినవారే. 'ఎస్' క్వాడ్రెంట్‌లో ఉన్నవాళ్లలో డాక్టర్లు, లాయర్లు, అకౌంటెంట్లు లాంటి వృత్తి నిపుణులు కూడా ఉంటారు. కానీ వీరంతా పెద్ద పెద్ద మెడికల్, లీగల్, అకౌంటెంట్ సంస్థలకు చెందినవారు మాత్రం కాదు.

'ఎస్' క్వాడ్రెంట్లలో ఉంటున్న వ్యక్తులు తాము తమ సొంత చేతులూ, బుద్ధీ ఉపయోగించి చేసే పనులు చూసి తరచూ ఎంతో గర్వపడుతుంటారు. వాళ్లకంటూ విడిగా ఏదైనా థీమ్‌సాంగ్ లాంటిది ఉండి ఉంటే, అది 'ఇంకెవరూ ఇంతకంటే బాగా చేయరు,' లా ఉంటుంది, లేదా 'నా ఇష్టం'లా ఉంటుంది. అయినా, వాళ్ల స్వేచ్ఛ వెనుకనున్న బాహ్యరూపంలో, బిజినెస్ పట్ల వారికున్న ప్రధానవిలువల్లో, వారికి యితరులపట్ల నమ్మకం లేకపోవడం కనిపిస్తుంది, అంటే జీవితం పట్ల కూడా వారి నమ్మకం అలాగే ఉంటుందని అర్థం – ఎందుకంటే మనం మన వ్యాపారాన్ని ఎలా తీసుకుంటామో, ప్రతీ విషయాన్ని కూడా అదే దృష్టితో చూసే అవకాశం ఉంది.

'ఎస్' క్వాడ్రెంట్‌లోని వ్యక్తి తన ఆదాయాన్ని కమీషన్ రూపంలోనో లేదా తను వెచ్చించిన సమయం బట్టి తరచూ ఆర్జిస్తుంటాడు. ఉదాహరణకు, ఎస్ వాళ్లు యిలా మాట్లాడటం వింటుంటాం : 'కొన్న ధరలో నా కమీషన్ ఆరు శాతం ఉంటుంది,' లేదా, 'నా ఫీజు – అసలు ధర, దానితోపాటు పది శాతం.'

'ఇ' లేదా 'ఎస్' క్వాడ్రెంట్‌లోని వ్యక్తి ఎవరైనా 'బి' క్వాడ్రెంట్‌లోకి మారడంలో ఇబ్బంది పడుతూ, నాకు ఎప్పుడైనా తారసపడితే, నేనా వ్యక్తిలో సాధారణంగా గొప్ప సాంకేతిక లేదా నిర్వహణా నైపుణ్యాలను చూస్తుంటాను, అయితే నాయకత్వ సామర్థ్యం మాత్రం ఆ వ్యక్తికి కొరవడి ఉంటుంది. నా రిచ్ డాడ్, "నువ్వో బృందానికి నాయకుడివై యుండి, ఆ బృందంలోని అతి చురుకైనవాడివి కూడా నువ్వే అయుంటే, నీ టీమ్ కష్టాల్లో పడ్డట్టే," అని నాతో అంటుండేవాడు. 'ఎస్' క్వాడ్రెంట్లలో నున్నవారు తరచూ తమ టీమ్‌లతో కలిసి బాగా పనిచేయలేరు. దానికి వారి అహం బహుశా అడ్డొస్తూంటుంది.

'ఎస్' నుంచి 'బి' క్వాడ్రెంట్‌లోకి దూకాలంటే, కావలసింది సాంకేతిక నైపుణ్యాలు కావు – నాయకత్వ నైపుణ్యాలు అవసరమవుతాయి. ఇంతకుముందు ఎన్నోసార్లు నేను చెప్పినట్లు, వాస్తవ ప్రపంచంలో, 'ఏ' గ్రేడు విద్యార్థులు తరచూ 'సి' గ్రేడు విద్యార్థులకోసం, 'బి' గ్రేడు విద్యార్థులు ప్రభుత్వం కోసం పనిచేస్తుంటారు.

మీరు ఎప్పుడైనా మీరే యిలా, "మీరే పనైనా సరిగ్గా చేయాలంటే, అది మీరే స్వయంగా చేయండి," అనడం విని ఉంటే, లేదా మీరు అలా ఆలోచిస్తుంటే, బహుశా ఆ తాత్త్వికతను పరిశీలించటానికి యిదో మంచి సమయం.

బి క్వాడ్రెంట్ విలువలు

"నా బృందంలో చేర్చుకోడానికి ఆ రంగంలో అందరికన్నా శ్రేష్ఠమైన వ్యక్తుల కోసం వెతుకుతుంటాను."

'బి' క్వాడ్రెంట్‌లో వున్న వ్యక్తుల ముఖ్యమైన విలువ : ధన సంపాదన.

'బి' క్వాడ్రెంట్ వ్యాపారాలను గొప్ప స్థాయికి తీసుకువచ్చేవారు తరచూ ఏమీలేని స్థాయి నుంచి ప్రారంభించి ఒక శక్తివంతమైన జీవితధ్యేయంతో ఎదిగినవారై ఉంటారు. వాళ్లు ఒక గొప్ప బృందానికి, సమర్థమైన సమిష్టి కృషికీ విలువనిస్తారు. ఎంత ఎక్కువమందితో వీలైతే అంత ఎక్కువ మందికి తమ సేవలు అందించాలని ఆశిస్తుంటారు.

'ఎస్' క్వాడ్రెంట్‌లోని ఒక వ్యక్తి తన రంగంలో విశిష్టమైనవాడిగా ఉండాలని అనుకుంటే, 'బి' క్వాడ్రెంట్‌లోని వ్యక్తి ఆ రంగంలోని విశిష్ట వ్యక్తులు తన బృందంలోనికి వచ్చి చేరాలని ఆశిస్తాడు. హెన్రీ ఫోర్డ్ తనకంటే తెలివైనవారిని తన చుట్టూ ఉంచుకున్నాడు. 'ఎస్' క్వాడ్రెంట్‌లోని వ్యాపారస్తుడు తన ఆఫీసులోని అందరికన్నా అతిచురుకైన, అత్యంత ప్రతిభావంతుడైన వ్యక్తి అయియుంటాడు. ఇది 'బి' క్వాడ్రెంట్‌లో ఉన్న వ్యాపారస్తుని పట్ల తరచూ నిజం కాదు.

ఆదాయం విషయానికొస్తే, నిజమైన 'బి' క్వాడ్రెంట్ వ్యక్తి తన బిజినెస్‌ని వదిలేసినా, ఆదాయం సంపాదిస్తునే వుంటాడు. అనేక సందర్భాలలో, 'ఎస్' క్వాడ్రెంట్‌లోని ఏ వ్యక్తి అయినా పనిచేయడం మానేస్తే, అతని ఆదాయం కూడా ఆగిపోతుంది. అందుకే, మిమ్మల్ని మీరే అడగాల్సిన ఒక ప్రశ్న : "ఒక వేళ నేనీ రోజు పనిమానేస్తే, ఎంత ఆదాయం నాకు వస్తూంటుంది?" అని. మీకు ఆదాయం రావడం ఆరునెలలు లేదా అంతకు ముందే ఆగిపోతే, మీరు 'ఇ' లేదా 'ఎస్' క్వాడ్రెంట్లలో ఉన్నట్లు. 'బి' లేదా 'ఇ' క్వాడ్రెంట్‌లో ఉన్న వ్యక్తి సంవత్సరాల తరబడి ఏ పని చేయకపోయినా, అతనికి డబ్బు రావడం కొనసాగుతునే ఉంటుంది.

ఐ క్వాడ్రెంట్ విలువలు

"నా పెట్టుబడి మీద నాకొచ్చే లాభం ఎంత?"

'ఐ' క్వాడ్రెంట్‌లోని జనం ఆర్థికస్వేచ్ఛకు ముఖ్యంగా నిలువనిస్తారు. పెట్టుబడిదారు తను పనిచేయడం కంటే తన డబ్బు తనకోసం పనిచేస్తోందన్న ఆలోచనను ఇష్టపడతాడు.

మదుపరులు ఎన్నిటిలోనో మదుపు పెడతారు. బంగారునాణాలు, స్థిరాస్తులు, వ్యాపారాలు లేదా కాగితంమీదున్న ఆస్తులు అంటే షేర్లు, బాండ్లు, మ్యూచువల్ ఫండ్లు... ఇలా చాలావాటిల్లో వారు పెట్టుబడులు పెడతారు.

మీ ఆదాయం మీ వ్యక్తిగత పెట్టుబడులనుంచి కాకుండా కంపెనీ లేదా ప్రభుత్వం పదవీ విరమణ పథకాలనుంచయితే, ఆ ఆదాయం 'ఇ' క్వాడ్రెంట్‌నుంచి వచ్చినదై ఉంటుంది. మరో మాటలో చెప్పాలంటే, మీ యజమాని లేదా వ్యాపారసంస్థ మీరు సంవత్సరాల తరబడి చేసిన సేవకు డబ్బు యింకా చెల్లిస్తూందన్న మాట.

ఒక పెట్టుబడిదారుడు బహుశా యిలా అంటూండటం వినచ్చు : "నా ఆస్తులనుంచి ఇరవై శాతం రాబడి నాకొస్తోంది," లేదా "ఆ కంపెనీ ఆర్థిక నివేదికలు చూపండి," లేదా "వాయిదా పడిన ఆస్తుల పోషణ ఖర్చు ఎంత?"

వేర్వేరు క్వాడ్రెంట్లు, వేర్వేరు పెట్టుబడిదారులు

నేటి ప్రపంచంలో మనం అంతా పెట్టుబడిదారులు కావలిసిందే. అయితే మన స్కూలు విద్యా విధానాలు పెట్టుబడుల గురించి ఎక్కువగా బోధించవు. కొన్ని స్కూళ్లు షేర్లు కొనడం గురించి చెపుతాయన్న సంగతి నాకు తెలుసు. కాని నన్నడిగితే దాన్ని పెట్టుబడి పెట్టడం అని అనను. దానిని జూదం అని అంటాను.

కొన్ని సంవత్సరాల క్రితం నా రిచ్ డాడ్, చాలామంది ఉద్యోగులు మ్యూచువల్ ఫండ్లలో లేదా సేవింగ్స్‌లో పెట్టుబడులు పెడతారని, నాతో అన్నాడు. "ఇ, ఎస్ లేదా బి క్వాడ్రెంట్ వంటి ఏదో ఒక క్వాడ్రెంట్‌లో నువ్వు విజయం సాధించినంత మాత్రాన, నువ్వు 'ఐ' క్వాడ్రెంట్‌లో విజయం పొందినట్లు కాదు. డాక్టర్లు తరచూ ఘోరమైన మదుపరులవుతుంటారు," అని కూడా ఆయన నాతో అన్నాడు.

మా రిచ్ డాడ్ మరొకటి కూడా నాతో అన్నారు : వేర్వేరు క్వాడ్రెంట్లు వేర్వేరు విధాలుగా పెట్టుబడులు పెడతారట. ఉదాహరణకి, 'ఎస్' క్వాడ్రెంట్‌లో ఉన్న వ్యక్తి, "స్థిరాస్తులలో నేను

మీరు ధనవంతులు కావాలనుకుంటే, మీరు మీ స్థానాన్ని మార్చుకోవాలి. మీకు కావలసింది ఒక కొత్త ఉద్యోగం కాదు. మీకో కొత్త చిరునామా కావాలి.

పెట్టుబడులు పెట్టను, ఎందుకంటే టాయిలెట్లు పాడయితే వాటిని బాగుచేసే పనంటే నాకిష్టం లేదు," అని బహుశా అనడం మనం వినొచ్చు. 'బి' క్వాడ్రెంట్‌లో ఉన్న వ్యక్తి అలాంటి రియల్ ఎస్టేట్ పెట్టుబడుల గురించే మాట్లాడుతూ, "ఒక్క రాత్రిలో నా టాయిలెట్స్ బాగుచేయడానికి ఓ ప్రోపర్టీ మేనేజ్‌మెంట్ కంపెనీ సేవలను వాడుకోవాలనుకుంటాను," అని అనొచ్చు. మరో మాటలో చెప్పాలంటే, 'ఎస్' క్వాడ్రెంట్ పెట్టుబడిదారు ప్రోపర్టీ నిర్వహణను తానే సొంతంగా చేసుకోవాలని అనుకుంటే, 'బి' క్వాడ్రెంట్ పెట్టుబడిదారు తన ఎస్టేట్ నిర్వహణ నిమిత్తం మరో కంపెనీ సేవలను వినియోగించుకోవటానికి అద్దెకు తీసుకుంటాడు. వేర్వేరు వ్యక్తులు, వేర్వేరు ఆలోచనారీతులు – వేర్వేరు క్వాడ్రెంట్లు, వేర్వేరు విలువలు!

ఈపాటికి నేనేం చెప్పదలుచుకున్నానో బహుశా మీరు గ్రహించే ఉంటారు. నిజానికి అదెంతో సులభమైన విషయం : మీరు ధనవంతులు కావాలనుకుంటే, మీరు మీ స్థానాన్ని మార్చుకోవాలి. మీకు కావలసింది ఒక కొత్త ఉద్యోగం కాదు. మీకో కొత్త చిరునామా కావాలి.

మీరు మీ జీవితాన్ని, అదృష్టాన్ని మీ అదుపులో ఉంచుకోవాలని అనుకుంటే మీరు నిజమైన స్వేచ్ఛ కోరుకుంటే – కావలసిన లక్ష్యాలను ఎంచుకోవడం, దినచర్యను మీరే నిర్ణయించుకోవడం, మీ సమయాన్ని మీకోసం, మీ కుటుంబంకోసం వినియోగించుకోవడం, మీరు చేయాలనుకునే యిష్టపడే పనులు చేయడం లాంటివి – మీరు కోరుకున్న జీవితం – ఉత్సాహం, ఉత్తేజం, సంతృప్తి నిండి ఉన్న జీవితం – జీవించాలనుంటే – ఒక మాటలో చెప్పాలంటే, మీరు *ధనవంతులై, ధనికుల జీవితం జీవించాలనుకుంటే,* మీరు మీ సామాను సర్దుకుని మరో ప్రదేశానికి కదిలే సమయం ఆసన్నమైంది. పదండి ముందుకు.

రేఖాచిత్రంలోని ఎడమవైపునున్న భాగాన్ని విడిచిపెట్టి, బి, ఐ క్వాడ్రెంట్లవైపు కదలండి.

అధ్యాయం 5

ఒక పారిశ్రామికుడి ఆలోచనాధోరణి

కాలేజీ చదువయాక, సాంప్రదాయక బిజినెస్ స్కూల్‌లో ఎంబిఏ చదవటానికి చేరాను. పారిశ్రామికవేత్తను అవడానికి అవసరమైన విద్య, శిక్షణ పొందాలనుకున్నాను. తొమ్మిది నెలల తరవాత చదువు ఆపేసి బయటకొచ్చాను. మధ్యలో మానేసినందుకు నాకు ఎంబిఏ డిగ్రీ దొరకలేదని వేరే చెప్పనవసరం లేదనుకుంటా.

అయితే ఈ మధ్య బిజినెస్ స్కూళ్లు వాళ్ల విద్యార్థులను ఉద్దేశించి క్లాసుల్లో పరిశ్రమలను స్థాపించటం గురించి మాట్లాడమని నన్ను తరచూ ఆహ్వానిస్తున్నాయి. అప్పుడప్పుడు ఇది నాకు వింతగా అనిపిస్తుంటుందని బహుశా నేను మీకు చెప్పనవసరం లేదనుకుంటాను.

“నేను పెట్టుబడిదారులను ఎలా కనుక్కోవాలి?”... “మూలధనాన్ని ఎలా సమకూర్చుకోవాలి?” ఈ విద్యార్థులు నన్ను సాధారణంగా అడిగే ప్రశ్నలు : నేనీ ప్రశ్నలను అర్థం చేసుకోగలను – ఎందుకంటే సురక్షితమైన ఒక ఉద్యోగాన్ని విడిచిపెట్టి, నేనే ఒక పారిశ్రామికవేత్తని అవుదామనుకున్నప్పుడు అవే ప్రశ్నలు నన్ను వెంటాడాయి. అప్పుడు నా దగ్గర డబ్బులేదు. నాతో పెట్టుబడి పెట్టడానికి ఎవరూ ముందుకు రాలేదు. పెద్ద పెద్ద వెంచర్–క్యాపిటల్ (మూలధనాన్ని సాహసంగా మదుపుపెట్టేవి) కంపెనీలు నా తలుపు తట్టడం లేదు.

మరి ఈ బిజినెస్ స్కూల్ విద్యార్థులకు నేనేం చెప్పాలి? వారితో, “మీ పనిని మీరు చేస్తునే పోవాలి. మీరు దానిని చేయగలరు, ఎందుకంటే అది చెయ్యక తప్పదు కనక. మీరు చేయక పోతే, మీరు మీ వ్యాపారంలోంచి తప్పుకుంటారు.”

మీరు మీ సొంత వ్యాపారాన్ని మొదలుపెట్టటానికి మూలధనాన్ని సమకూర్చుకో నక్కరలేదు, ఎందుకంటే ఈ పని మీకోసం అప్పటికే పూర్తయి ఉంది. కాని మీరు మీ వ్యాపారాన్ని మీ అంతట మీరే నిర్మించుకోవాల్సిన అవసరం ఉంది.

"ఈరోజు, నా దగ్గర తగినంత డబ్బున్నప్పటికీ, నేను చేస్తున్న ఒకే ఒక పని – మూలధనాన్ని కూడగట్టుకోవడమే. ఒక వ్యాపారవేత్త చేయాల్సిన మొట్టమొదటి పని అది. మనం పెట్టుబడిని జనంలోని మూడురకాల బృందాలనుంచి సేకరిస్తుంటాం : వినియోగదారులు, మదుపరులు, ఉద్యోగులు. ఒక వ్యాపారవేత్తగా మీరు చేయాల్సిన పని – మీ ఉత్పత్తులను మీ వినియోగదార్లు కొనేలా చేయటం. మీ వస్తువులను కొనుగోలు జేసి మీకు డబ్బు యివ్వడానికి మీ వినియోగదార్లు మీ ముందుకొస్తే, మీకు యింకా యింకా డబ్బును మీ పెట్టుబడుదారులు మీకు అందజేస్తారు. ఇక మీదగ్గర పనిచేస్తున్న ఉద్యోగులుంటే, వారిచేత మీకోసం వస్తువులను ఉత్పత్తి చేయించాలి మీరు. మీరు వారికిచ్చే జీతంకన్నా పదిరెట్లు ఎక్కువ డబ్బు మీకు దొరికేలా పనిచేయించాలి. మీరు కాని వారికిచ్చే జీతంకన్నా పదిరెట్లు ఆదాయం మీకు అందేలా వారిచేత పనిచేయించకపోయాక, మీ వ్యాపారం మీకు దక్కదు. మీరు మీ వ్యాపారం అంటూ లేకపోయాక, మీరు మరింత ధనాన్ని సమకూర్చుకోవలసిన అవసరం మీకుండదు."

ఎంబిఏ విద్యార్థులలో అధికశాతం మంది ఎదురుచూస్తున్న సమాధానం యిది కాదు. వారిలో చాలామందికి కావాల్సింది ఒక మ్యేజిక్ ఫార్ములా, ఒక రహస్యమైన చిట్కా, డబ్బు వెంటనే తెచ్చిపెట్టే ఒక బిజినెస్ ప్లాన్. నేనిలాటి జవాబిస్తానని వారి టీచర్లు కూడా ఆశించినట్లు లేదు ఎందుకంటే నేను సమాధానం చెపుతున్నప్పుడు వారంతా వారి సీట్లలో యిబ్బందిగా కదలటం గమనించాను. ఎందుకని? ఎందుకంటే వాళ్లు పరిశ్రమల స్థాపన గురించి నేర్పుతున్నప్పటికీ, వారిలో చాలామంది అసలు వాణిజ్యదారులు కారు. అందుకే వారంతా నెలనెలా జీతాలు అందుకునే ఒక స్థిరమైన ఉద్యోగంలో ఉంటూ, అదే ఉద్యోగంలో పదికాలాలు ఉండాలని ఆశిస్తున్నారు.

నా ముఖ్యోద్దేశం ప్రతీ వ్యాపారంలో పెట్టుబడులు సమకూర్చుకోవడం అవసరమని కాదు. వాస్తవానికి, ఈ పుస్తకంలో నేను మీతో పంచుకోవాలనుకుంటున్న ఒక బిజినెస్ మోడల్‌లో మీరు మీ సొంత వ్యాపారాన్ని ప్రారంభించుకోవటానికి, మీరు మూలధనాన్ని వెతుక్కోనక్కరలేదు, ఎందుకంటే మీకోసం ఆ పనిని మరొకరు ముందే చేశారు, అయితే మీరే స్వయంగా మీ వ్యాపారాన్ని నిర్మించుకోవాల్సిన ఆవశ్యకత మాత్రం ఉంటుంది.

నా ఉద్దేశంలో ఇదే ఒక వాణిజ్యవేత్త కర్తవ్యాన్ని నిర్దేశిస్తుంది : మీరు అవి జరిగేలా చూస్తారు. ప్రయాణీకులు కూర్చునే చోటునుంచి లేచి ముందుకు నడుస్తారు, బస్సులో డ్రైవరు కూర్చునే సీటు వరకు వస్తారు, మీ జీవితాన్ని నడిపే చక్రం వెనుక కూర్చుంటారు.

వ్యాపారవేత్త అవాలనుకున్నవారికి ఏమేం కావాలి?

ఈ భూమి మీద ఉండేవారిలో వ్యాపారవేత్తలే అత్యంత సంపన్నులు. సుప్రసిద్ధులైన వ్యాపారవేత్తల పేర్లు మనకు తెలుసు : డోనాల్డ్ ట్రంప్, ఓప్రా విన్‌ఫ్రీ, స్టీవ్ జాబ్స్, రూపర్ట్ మర్డోక్, యింకా టెడ్ టర్నర్. కాని అత్యంత ధనికులైన కొందరి వ్యాపారవేత్తల పేర్లు మనం విని ఉండం – ఎందుకంటే మీడియా దృష్టిలో వారు పడరు; వారు తమ మానాన తాము ప్రశాంతంగా, సంపన్న జీవితాలను గడుపుతుంటారు.

జనం తరచూ ఒక విషయం గురించి వాదించుకోవడం వింటూ ఉంటాను : "వ్యాపార వేత్తలుగా పుడతారా లేక వారిని తయారుచేయవచ్చా?" వాణిజ్యవేత్త అవడానికి ఒక ప్రత్యేక వ్యక్తిత్వం అవసరమని కొందరు అనుకుంటుంటే, మరికొందరు ఒక రకమైన ఇంద్రజాలం కలిగి

ఉంటేనే వ్యాపారవేత్త అవడానికి వీలుంటుందని భావిస్తారు. నామట్టుకు నాకు, వ్యాపారవేత్త అవడం ఒక గొప్ప విషయమేం కాదు, మీరలా అవగలరు, అంతే!

మీకు నేనో ఉదాహరణ యిస్తాను. మా ఇంటికి దగ్గర ఒక టీనేజర్ అమ్మాయి ఉంటోంది, బేబీ సిట్టింగ్ బిజినెస్ చేస్తుంది. తన స్కూల్లో కింద తరగతుల్లో చదువుకుంటున్న అమ్మాయిలను తన పనిలో పెట్టుకుంటూంటుంది. ఆ అమ్మాయి ఓ వ్యాపారవేత్త, మరో కుర్రాడున్నాడు, తన స్కూలయాక యితరులకోసం చిన్నచిన్న పనులు చేసిపెడుతుంటాడు. ఆ అబ్బాయి ఓ వ్యాపారవేత్త. చాలామంది పిల్లలకు ఎటువంటి భయాలూ ఉండవు, కాని అదే పెద్దల విషయానికొస్తే వారికున్నదే భయం!

మీలోని ప్రతిభను తెలుసుకుని, అభివృద్ధి చేసుకుని, దానిని ప్రపంచానికి అందించేటందుకు మీకు ధైర్యం కావాలి.

ఈనాడు కొన్ని కోట్లమంది జనం తమ ఉద్యోగాలను వదులుకోవాలని, సొంత వ్యాపారాలు ఏర్పాటుచేసుకుని వ్యాపారవేత్తలు అవాలని కలలు కంటున్నారు. వీరిలో చాలా మందితో ఉన్న సమస్య ఏమిటంటే, వారి కల కలగానే ఉండిపోవడం. అందుకే మనం అడగాల్సిన ప్రశ్న ఏమిటంటే – వ్యాపారవేత్తలమవుదామనుకున్న వీరంతా తమ కలలను ఎందుకు సాకారం చేసుకోలేకపోతున్నారు?

నాకో స్నేహితుడున్నాడు, అతడో అద్భుతమైన కేశాలంకార నిపుణుడు. ఆడవాళ్లని అందంగా చూపించటంలో అతనో ఇంద్రజాలికుడు. కొన్ని సంవత్సరాలుగా తనకో అందమైన షాపుని తెరుచుకోవాలని ఉందని అంటూ వచ్చాడు. అతని దగ్గర పెద్ద పెద్ద ప్రణాళికలున్నాయి కాని విచారకరమైన విషయం ఏమిటంటే, అతను యిప్పటికీ ఒక పెద్ద దుకాణంలో చిన్న జీతం మీద పనిచేస్తున్న ఉద్యోగే, తరచూ దుకాణం సొంతదారుచేత మాటలు పడుతునే ఉంటాడు.

మరో స్నేహితుడున్నాడు, అతని భార్య ఫ్లైట్ అటెండెంట్‌గా పనిచేస్తూ విసిగిపోయింది. రెండు సంవత్సరాలక్రితం ఆమె తన ఉద్యోగానికి రాజీనామా చేసి, స్కూల్లో చేరింది, వృత్తివిద్యను నేర్చుకున్నాక హెయిర్ స్టైలిస్ట్ అయింది. ఒక నెలక్రితం తన అందమైన షాప్‌కి బ్రహ్మాండంగా ప్రారంభోత్సవం జరిపింది. అది ఉన్నది అద్భుతమైన పరిసరాల్లో, తనకోసం పనిచేయడానికి ప్రతిభావంతులైన పనివాళ్లను ఆమె షాపు ఆకర్షించింది.

నా మొదటి స్నేహితుడు ఆమె ప్రారంభించిన అందమైన షాపు గురించి విన్నప్పుడు, అతను అడిగిన ప్రశ్న, "ఆమె ఒక సెలాన్ (Salon)ని ఎలా నెలకొల్పగలిగింది? ఆమెకి అర్హత లేదు. ఆమెకి ఆ ప్రతిభ లేదు. నాలా న్యూయార్క్‌లో శిక్షణ పొందలేదామె. అంతేకాదు, ఆమెకు ఎటువంటి అనుభవమూ లేదు. ఆమె మహా అయితే ఒక సంవత్సరం నడపగలదు, తరవాత ఆమె ఓడిపోక తప్పదు."

బహుశా ఆమె ఓడిపోవచ్చు : మొదటి ఐదు సంవత్సరాలలోనే 90 శాతం వ్యాపారాలు మూతపడతాయని గణాంకాలు చెబుతున్నాయి. మరోవైపు, బహుశా ఆమె ఓడిపోకపోవచ్చు. అసలు విషయం ఏమిటంటే, ఆమె ప్రస్తుతం బిజినెస్ చేస్తోంది. మన జీవితాల్ని రూపొందించ టంలో, ధైర్యసాహసాలకున్న ప్రాముఖ్యతను ఆమె అర్థం చేసుకుంది. మీలోని ప్రతిభను తెలుసుకుని, అభివృద్ధి చేసుకుని, దానిని ప్రపంచానికి అందించేటందుకు మీకు ధైర్యం కావాలి.

అమెరికాలో లాటరీలలో మూడు మిలియన్ల డాలర్లకన్నా అధికంగా గెలుచుకున్న ప్రతివారిలో, 80 శాతం మంది మూడేళ్లలోగానే దివాలా తీస్తుంటారు. ఎందుకని? ఎందుకంటే డబ్బు ఒక్కటే మిమ్మల్ని సంపన్నవంతులుగా చేయదు. వీరంతా తమ బ్యాంక్ అకౌంట్లకు మరికొన్ని సంఖ్యలను చేర్పించవచ్చు, కాని కేవలం సంఖ్యలు వారిని ధనవంతులని చేయవు, ఎందుకంటే అవి వారు ఆలోచించే ధోరణిని మార్చలేవు.

మీ మెదడు అనంతమైనది. అయితే మీలోని సందేహాలు దానికి పరిమితులను కలిగిస్తున్నాయి. అట్లాస్ ష్రగ్డ్ గ్రంథ రచయిత్రి ఆయన్ రేండ్ "మనిషికున్న ఆలోచనాశక్తి యొక్క పరిణామమే సంపద," అని అంటుంది. అందుకే మీరు మీ జీవితాన్ని మార్చుకోవడానికి సిద్ధంగా ఉంటే, మీ మెదడుకు ఆలోచన కల్పించి, మీరు సంపన్నులయే అవకాశం కల్పించే వాతావరణాన్ని మీకు నేను పరిచయం చేస్తాను.

పెద్దయాక మీరు ఏమిటి అవాలనుకుంటున్నారు?

నా చిన్నతనంలో నా అసలు నాన్న నన్ను స్కూల్‌కి వెళ్లమని బాగా చదువుకుని మంచిమార్కులు తెచ్చుకోమని అలా ఒక భద్రతగల సురక్షితమైన ఉద్యోగాన్ని సంపాదించుకోవచ్చని నాతో తరచూ అంటుండేవాడు. అతను నన్ను 'ఇ' క్వాడ్రెంట్ కోసం ప్రోగ్రామింగ్ చేసేవాడు. నన్ను ఒక డాక్టరో లేదా లాయరో అవమని మా అమ్మ నన్ను పదేపదే కోరేది : "అలా నీకంటూ ఒక వృత్తి ఎప్పుడూ ఉంటునే ఉంటుంది, నీకు డబ్బు సమస్య ఉండదు." ఆమె నన్ను 'ఎస్' క్వాడ్రెంట్‌కోసం ప్రోగ్రామింగ్ చేసేది. మా రిచ్ డాడ్ నేను పెద్దయాక ధనవంతుడిని కావాలనుకుంటే, నేనొక బిజినెస్ ఓనర్‌ని లేదా పెట్టుబడిదారుని అవాలని నాతో అంటుండేవాడు. అతను బి, ఐ క్వాడ్రెంట్ల కోసం నన్ను ప్రోగ్రామింగ్ చేసేవాడు.

వియత్నాంనుంచి వెనక్కి వచ్చాక, ఎవరి సలహాను వినాలో నిర్ణయం తీసుకోవాల్సి వచ్చింది. మీ ముందు కూడా అదే ఎంపిక వుంది.

మీరు మీ సొంతవ్యాపారాన్ని ప్రారంభించాలని అనుకోవటానికి ఒక కారణం పోయిన మీ ఆత్మగౌరవాన్ని మళ్లీ పొందటం.

ఈ కారణానికున్న ప్రాముఖ్యతను తక్కువ అంచనా వేయద్దు. ఈ ప్రపంచం నిండా పీడించేవాళ్లు, అల్పమనస్కులు ఎందరో ఉన్నారు, వారు మీ బాస్‌లయినా, మీ మేనేజర్లయినా, మీ యిరుగుపొరుగువారైనా లేక చివరకి మీ స్నేహితులైనా, వారు చెప్పినట్టల్లా మీకు చెయ్యాలని వుండదు. మీరు మీ జీవితాన్ని మీ అధీనంలో ఉంచుకోవాలని కోరుకుంటారు. ఇతరులు మీమీద దాష్టీకం చేస్తే లెక్కచేయకుండా ఉండే ధైర్యం మీకుండాలని అనుకుంటారు. మీరు మీకోసం స్వతంత్రంగా ఆలోచిస్తూ, పనులు చేసుకునే స్వేచ్ఛను కోరుకుంటారు.

రేసింగ్ కారులాంటి మెదడు

ఇప్పుడు మళ్లీ మిమ్మల్ని ఓ ప్రశ్న అడుగుతాను : మీరు ఎక్కడుంటున్నారు? ఒక క్యాష్‌ఫ్లో క్వాడ్రెంట్ నుంచి మరో క్వాడ్రెంట్‌లోకి మారడంలోని అర్థం ఏమిటో యిప్పుడు మీరు గ్రహించి ఉంటారను కుంటాను. ఇది కేవలం భిన్నమైన నిర్మాణం కాదు. ఇది జీవితంపట్ల అనుసరించాల్సిన ఒక భిన్నమైన పద్ధతి.

ఔను, యిది బిజినెస్ గురించే, కాని అదే సమయంలో, యిది నిజంగా వ్యాపారం గురించి

కాదు - అది కేవలం దాని బాహ్యరూపం. గుర్రం మీద సవారీ చేసే రౌతుని మాసెరాటి అనే రేసింగ్ కారులో కూర్చోబెట్టినంతమాత్రాన అతను రేసింగ్ కారు డ్రైవరు కాలేడు. దానికోసం అతనికి నైపుణ్యం, శిక్షణ, యింకా ముఖ్యంగా ఒక రేసింగ్ కారు డ్రైవర్ యొక్క మానసిక ధోరణి అవసరమౌతాయి.

మీ ఆర్థిక జీవితానికి కూడా యిది వర్తిస్తుంది. ఒక వ్యాపారవేత్త ఆలోచించే ధోరణిని మీరు అనుసరించాలి. ఆ మానసికరీతి గురించి ఒక్క మాటలో చెప్పాలంటే - ఒక వ్యాపారవేత్త తన

21వ శతాబ్దం వ్యాపారరంగంలోని ఒక అందమైన అంశం ఏమిటంటే - వ్యాపారానికి అవసరమైన ప్రాథమిక కార్యాన్ని మీకోసం మీకన్నాముందు మరెవరో చేసిపెట్టారు!

నిర్ణయాలని స్వయంగా తీసుకుంటాడు - అనచ్చు. మీ వలన పనులు అవుతాయి అంటే దాని అర్థం మీరు మిమ్మల్ని తప్ప వేరొకరిని లేదా వేరొకదానిని నిందించలేరు.

నేను నా వ్యాపారాల్లో చేసినట్టు, పునాది పనినుంచి అంతా మీరే చేయాలని అనుకోనక్కర లేదు. అవసరంలేదు, 21వ శతాబ్దంలో వ్యాపారరంగంలోని ఒక అందమైన అంశం ఏమిటంటే - వ్యాపారానికి అవసరమైన ప్రాథమిక కార్యాన్ని మీకోసం మీకన్నాముందు మరెవరో చేసి పెట్టారు. అంతేకాదు. మీకు మార్గదర్శకత్వం వహించి, మీరు విజయం సాధించటానికి అనుభవజ్ఞులైన నాయకులు మీకు అందుబాటులో ఉంటారు.

కాని ఒక పొరపాటు మాత్రం చేయకండి. అది మీకోసం జరిగేలా ఉంటే, అలా జరగటానికి మీరే కారకులవుతారు. మరి అదలా జరగటంకోసం, మీకు ఒక వ్యాపారవేత్త ఆలోచించే ధోరణి అవసరమవుతుంది. మీకుగాని అది లేకపోతే, మీ వ్యాపారం ఎంత మంచిదైనప్పటికీ, లేదా మీ గురువులు ఎంత గొప్పవారైనప్పటికీ, సరైన ఫలితాలు సాధించటానికి ఆ బిజినెస్ ఎన్నో కష్టాలను ఎదుర్కోవలసివస్తుంది.

ఈ పుస్తకంలోని రెండో భాగంలో మనం చూడబోయే బిజినెస్ మోడల్ ఒక రేసింగ్ కారులాంటిది, అయితే కారు స్టీరింగువీల్ ముందు కూర్చునేది మీరే. అన్నిటికన్నాముందు, అత్యంత ముఖ్యమైన విషయం ఏమిటంటే, అదంతా మీగురించే, మీరు స్టీరింగ్‌వీల్‌ని అదుపులో ఉంచుకోవడానికి సిద్ధంగా ఉన్నారా? దానికి అవసరమైనవన్నీ మీవద్ద ఉన్నాయా?

అధ్యాయం 6

ఇది అదుపులో ఉంచుకోవాల్సిన సమయం

1985 సంవత్సరం నాటిమాట. అప్పట్లో నాకూ, నా భార్య కిమ్‌కూ ఉండడానికి ఇల్లు లేదు. మాకు ఉద్యోగాలు లేవు. మా దగ్గర పొదుపు చేసిన డబ్బు కూడా అంతగా లేదు. మా క్రెడిట్ కార్డుల మీద దొరికే రుణం పరిమితి కూడా అయిపోయింది. మా డొక్కు టయోటా కారులో ఉంటుండేవాళ్లం, అందులో వెనక్కివాలే సీట్లే మా బెడ్‌లు. మా కారులో ఓ వారం పడుకున్నాక, మేము ఏమిటో, మేం ఏం చేస్తున్నామో, మేము ఎక్కడకి పోతున్నామో లాంటి కఠోరమైన వాస్తవికత మాకు తెలిసొచ్చింది

మేముంటున్న దుర్భరమైన పరిస్థితిని గ్రహించిన, మా స్నేహితురాలు తన బేస్‌మెంట్‌లోని ఒక గది మాకిచ్చింది. మా స్నేహితులకు, కుటుంబ సభ్యులకు మా కష్టాలు తెలిశాక, ప్రతీసారి అడిగే మొట్టమొదటి ప్రశ్న, "మీరో ఉద్యోగం ఎందుకు చూసుకోకూడదూ?" మొదట్లో వివరంగా చెప్పడానికి ప్రయత్నించాం. సదుద్దేశంతో మమ్మల్ని ప్రశ్నించిన మా పరీక్షకులకి మాకున్న కారణాలు చెప్పటం కొంచెం యిబ్బంది కలిగించింది. ఉద్యోగం చేయటానికి విలువనిచ్చే ఎవరితోనైనా మీరు మాట్లాడేటప్పుడు, మీకు ఉద్యోగం ఎందుకు అక్కరలేదో వివరించడం అంత సులభం కాదు.

ఏవో చిన్న చిన్న పనులు చేస్తూ అప్పుడప్పుడు మేమిద్దరం కొన్ని డాలర్లు సంపాదించుకునే వాళ్లం. కాని దానిని మేము కేవలం మా కడుపు నింపుకోడానికి, ఇంకా ఇంటికి గ్యాస్ కోసం - నా ఉద్దేశం మా కారుకోసం - మాత్రమే చేసేవారం.

ఒక విషయం మాత్రం ఒప్పుకుంటాను. తీవ్రమైన వ్యక్తిగత సంక్షోభ క్షణాల్లో నెలనెలా జీతం చెక్కులు యిచ్చే భద్రతనిచ్చే సురక్షితమైన ఉద్యోగం ఉంటే బావుంటుందన్న ఆలోచన ఆకర్షణీయంగా కనిపించింది. కాని మేము వెతుకుతున్నది ఉద్యోగ భద్రత కాదు కనక ఆర్థిక అగాధపు అంచున రోజులు భారంగా వెళ్లదీయసాగాం. మేమిద్దరమూ కాలేజీ గ్రాడ్యుయేట్లమే. మంచి పని నైపుణ్యాలు, పనిపట్ల గట్టి అంకితభావం ఉన్నాయి మాకు. కాని మాకు ఉద్యోగాలు

యిచ్చే భద్రత వద్దు. మాకు కావలసింది ఆర్థిక స్వేచ్ఛా స్వాతంత్ర్యాలు.

1989 సంవత్సరానికల్లా మేము మిలియనీర్లం అయిపోయాం. "డబ్బు సృష్టించడానికి డబ్బు అవసరమౌతుంది," అని జనం అనడం తరచు నేను వింటుంటాను. అదంతా పరమచెత్త. ఇల్లంటూ లేకుండా నాలుగేళ్లలో మిలియనీర్లం, ఆ తరువాత మరో ఐదేళ్లలో నిజమైన ఆర్థిక స్వేచ్ఛ సంపాదించుకున్న మా ప్రస్థానంలో మాకు డబ్బు అవసరం పడలేదు. మా ప్రయాణం మొదలుపెట్టినప్పుడు మా దగ్గర డబ్బు లేదు - నిజానికి మేము అప్పుల్లో ఉన్నాం - తోవలో మరెవరూ మాకేదీ యివ్వలేదు కూడా.

ఇందులో సంప్రదాయ చదువుల అవసరమూ లేదు. సంప్రదాయ వృత్తులకోసం కాలేజీ చదువులు ముఖ్యమే, కాని సంపదను నిర్మించుకోవాలని అనుకుంటున్న జనానికి మాత్రం కాదు.

డబ్బు సంపాదించడానికి డబ్బు అవసరం లేకపోతే, ఆర్థిక స్వేచ్ఛ ఎలా సంపాదించుకోవాలో నేర్చుకోవటానికి సాంప్రదాయిక చదువులు అవసరం లేకపోతే, మరి దానికి కావల్సిందేమిటి? దానికి కావలసింది - ఒక కల, ఎంతో దృఢ నిశ్చయం, త్వరగా నేర్చుకోవాలన్న కోరిక, మీరు ఏ క్యాష్ ఫ్లో క్వాడ్రెంట్‌లో పని చేస్తున్నారన్న దానిపైన అవగాహన అవసరమవుతాయి.

కష్టపడి పని చేసినంత మాత్రాన మీరు ధనికులు కాలేరు

మన సంస్కృతిలో ఒక వింతైన ఆలోచన ఉంది : "మీరు నిజంగా కష్టపడి పనిచేస్తే, అన్నీ సవ్యంగా ఉంటాయి." అదంతా పరమచెత్త! దాని గురించి విచారించవలసిన విషయం ఏమిటంటే, తమ అభిప్రాయం మార్చుకోవలసిందిగా అత్యధిక శాతం జనం ఒత్తిడికి గురిచేయబడ్డారు. దానికి విరుద్ధంగా కొన్ని టన్నుల సాక్ష్యాలు మన చుట్టూ ఉన్నప్పటికీ వారంతా దానిని విశ్వసిస్తారు.

ఆ సాక్ష్యం ఏమిటి? మీ చుట్టూ ఒకసారి చూడండి. తన జీవితమంతా నిజంగా కష్టపడి పనిచేసాక కూడా. బతుకుతెరువు కొనసాగించడానికి అవసరమైన కనీసస్థాయిని కూడా చేరుకోలేకపోయిన వారిని ఎవరినైనా ఎరుగుదురా?

అవును. అతను మీకు తెలుసు. మనందరికీ తెలుసు. ఈ ప్రపంచం నిండా ఇలా కష్టపడి పనిచేసేవాళ్లు ఎందరో వున్నారు, వారి జీవితాలు నిశ్చయంగా బాగులేవు. బహుశా అందులోని ఒక చెడ్డ విషయం - ఈ దురదృష్టహీనుల్లో చాలామంది దానికంతటికీ కారణం తమ వ్యక్తిగత తప్పేనని తామే బాధ్యులమన్న అభిప్రాయానికి రావడం! వాళ్లు అన్నీ సరైన పనులే చేశారు, అవునా? కాని ప్రయోజనం శూన్యం. బహుశా వాళ్లు తగినంత శ్రమపడలేదేమో, లేదా వారిని అదృష్టం వరించలేదేమో? వారు విజయం సాధించేటందుకు తగినట్టుగా లేకపోయుండవచ్చు.

నాన్‌సెన్స్. సమస్య *ఏమిటంటే కష్టపడి పనిచేయడం అనేది ఒక కట్టుకథ : ఒక మిత్ (myth).*

ఇప్పుడు నన్ను అపార్థం చేసుకోకండి. సంపదని నిర్మించుకోవటం, ఆర్థికస్వేచ్ఛను సంపాదించడంలాంటివాటికి కష్టపడి పనిచేయనక్కరలేదని నేను అనటం లేదు. కష్టపడాలి, మరింతగా కష్టపడాలి. కొంతమంది తెలివిమాలినవారు సంపదను పొందటానికి సులభమైన దారి చూపిస్తామని, వేగంగా దాన్ని పొందవచ్చునీ, ఎటువంటి శ్రమా పడనక్కరలేదని మీకు చెబుతుంటారు. వారిని నమ్మేటంత అమాయకులు మీరని నేను అనుకోవటం లేదు. కాని మీరు అలాంటి అమాయకచక్రవర్తులే అయుంటే, నేను మీకో బ్రిడ్జి సంగతి చెబుతాను, దానిని చవకగా

కొనగలరు మీరు, అంతేకాదు దానితోపాటు సబ్‌ప్రైమ్ మార్ట్‌గేజెస్, క్రెడిట్ డిఫాల్ట్ స్వాప్ లాంటి పూర్తి వ్యవస్థ మీకు సరిగ్గా సరిపోతుంది.

అది కాదు. కష్టపడాల్సిన అవసరం ఉంది. అయితే, ప్రశ్న ఏమిటంటే - దేనికోసం కష్టపడి పనిచేయాలి? అని.

మీరేం ఆలోచిస్తున్నారో నాకు అప్పుడే తెలిసిపోయింది, "దేనికోసం శ్రమపడాలి? డబ్బు సంపాదించడంకోసమే, కాకపోతే మరెందుకు?" మరీ అంత తొందరపడకండి, ఎందుకంటే మన సంస్కృతినుంచి వచ్చే ఆలోచనా లోపం వెనక ఈ బాధాకరమైన కఠోర సత్యం దోబూచు లాడుతుంది :

డబ్బుకోసం అతిగా కష్టపడుతూ సంపదనెప్పుడూ సృష్టించలేం.

ఆదాయంకోసం శ్రమించే జనం మరింత కష్టపడుతుంటారు, అయితే వారు పన్నులు మరింత అధికంగా చెల్లిస్తుంటారు. డబ్బుకోసం కష్టపడి పనిచేయడం అన్న విషయాన్ని మరచిపోండి : మీరు చేసేదల్లా దానిని ఖర్చుపెట్టడమే, తరవాత మళ్లీ మొదటకొస్తారు, దానిని సంపాదించటంకోసం కష్టపడతారు.

బహుశా మీరు నన్ను అడగాలని అనుకుంటూండొచ్చు : "ఓకే, అయితే మరి నేనేం చేయాలి?" మీరు పరిస్థితిని అదుపులోకి తీసుకోండి.

దేన్నని అదుపులోకి తీసుకోవాలి? ఎందుకంటే మీరు ఎంతగా ప్రయత్నించినప్పటికీ జీవితంలోని అనేక విషయాలని మీరు అదుపులో ఉంచలేరు. మీరు మార్కెట్‌ని అదుపు చేయలేరు. మీరు ఉద్యోగులని అదుపు చేయలేరు. మీరు ఆర్థికవ్యవస్థని అదుపు చేయలేరు. అసలు మీరు దేనిని అదుపులో ఉంచగలరని? మీరు మీ ఆదాయాన్ని ఎందులోంచి పొందగలరో ఆ మూలాన్ని అదుపులో ఉంచగలరు?

సమస్య

అధికశాతం ధనవంతులు వ్యాపారాన్ని నిర్మించుకోవడం ద్వారా ధనవంతులయారు. బిల్‌గేట్స్ మైక్రోసాఫ్ట్‌ను నెలకొల్పాడు. తన వసతిగృహంలో డెల్ కంప్యూటర్లను మైకేల్ డెల్ సృష్టించాడు. అయినప్పటికీ, చారిత్రాత్మక దృష్టితో చూస్తే, 'బి' క్వాడ్రెంట్‌లో నిజంగా నివసించినవాళ్ల సంఖ్య చాలా చాలా తక్కువ. నిజమైన సంపదను సృష్టించడానికి 'బి' క్వాడ్రెంట్ అన్నిటికన్నా ఎంతో శ్రేష్టమైన స్థానం, కానీ యిందులోకి ప్రవేశించటానికి కొన్ని అడ్డంకులను అధిగమించాలి, దాని మూలంగా అనేకమంది బయటే ఉండిపోతారు.

ఒక యిబ్బంది ఏమిటంటే - అనేకమంది దగ్గర తమ వ్యాపారాన్ని ప్రారంభించేందుకు అవసరమైన డబ్బు ఉండదు. ఈనాడు మీ సొంత వ్యాపారం ప్రారంభించటానికి సగటున ఐదు మిలియన్ల డాలర్లు అవసరమవుతుంది. మరో విషయం, ధనవంతులవటానికి శూన్యంనుంచి మీ సొంత వ్యాపారాన్ని నిర్మించటం అనేది ఎంతో రిస్క్‌తో కూడుకున్నది. కొత్తగా ప్రారంభించ బడ్డ వ్యాపారాల్లో సుమారు 90 శాతం ప్రారంభించిన ఐదేళ్లలోనే ఓటమిని చవిచూస్తాయి. ఇక మీ కొత్త వ్యాపారం కూలిపోయినప్పుడు, ఐదుమిలియన్ల డాలర్ల నష్టం ఎవరికొస్తోందో అంచనా వేయగలరా? నేను నా బిజినెస్ ప్రారంభించిన తొలి సంవత్సరాలలో రెండుసార్లు దెబ్బతిన్నాను. దివాలా తీయకపోయినప్పటికీ, (ఎటువంటి ప్రభుత్వ సహాయం నాకు దొరకనప్పటికీ) కొన్ని మిలియన్ల డాలర్లు నష్టపోయాను.

సాధారణంగా మీరు సొంత వ్యాపారం మొదలుపెట్టేటప్పుడు వ్యవస్థాపక వ్యయాలు - అద్దె, విద్యుత్తు, నీళ్ల ఖర్చులు లాంటివి - భరించడానికి సిద్ధంగా ఉండాలి, మీ ఉద్యోగులకు వేతనాలు చెల్లించాలి, అవసరమైన సరుకులను కొనుగోలు చేయాలి. లేకపోతే మీ వ్యాపారం మూతబడుతుంది. అయితే ఒకే ఒకరికి ఏం యివ్వనక్కరలేదు, అదెవరో ఊహించగలరా? అది మీరే. మీరు మీ సొంత వ్యాపారం ప్రారంభించేటప్పుడు - ఇక్కడ నేను మాట్లాడుతున్నది ఒక విజయవంతమైన వ్యాపారం గురించి - ఎలా లేదన్నా ఐదు నుంచి పది సంవత్సరాలపాటు మీకంటూ ఎవరూ నెలనెలా చెల్లించరు.

మా డొక్కు టయోటా కారులో నిద్రపోయిన నన్నూ, మా ఆవిడ కిమ్‌ని ఓసారి గుర్తుకు తెచ్చుకోండి! అదేమంత ఆనందదాయకమైన విషయం కాదు. కావాలనుకుంటే మేము ఉద్యోగాలు సంపాదించుకోగలిగేవాళ్లం, ఇల్లు అద్దెకు తీసుకుని హాయిగా ఉండగలిగేవాళ్లం. అయితే అంత దుర్భర పరిస్థితులలోనూ (నన్ను నమ్మండి, ఘోరమైన పరిస్థితే) ఉద్యోగాలకి బదులు ఇల్లు లేకపోవటాన్నే ఎంచుకున్నాం, ఎందుకంటే మేము సొంత వ్యాపారం చేసుకుంటూ 'బి' క్వాడ్రెంట్‌లో ఉండాలన్న మా కలను నమ్ముకున్నాం.

ఇటువంటి పరిస్థితులను ఎదుర్కోవడానికి అత్యధిక సంఖ్యాకులకు అవసరమైన మానసిక, భావాత్మక, భౌతిక, లేదా ఆర్థిక సహనశక్తి ఉండదు. అవసరమైనా అది కఠోరంగా ఉండవచ్చు, సాధారణంగా ఉంటుంది కూడా.

ఫ్రాంచైజ్ (Franchise) తీసుకుంటే, ఎలా ఉంటుంది?

ఫ్రాంచైజ్ (ఒక సంస్థ ఉత్పత్తులను అమ్మే అధికారం) తీసుకోవటంతో రిస్క్ చాలావరకు తగ్గిపోతుంది. మెక్ డోనాల్డ్ లేదా సబ్‌వే లాంటి పేరొందిన కంపెనీలనుంచి ప్రత్యేక విక్రయ హక్కులు తీసుకున్న ఫ్రాంచైజీలుగా మీరు విజయం సాధించే అవకాశాలు ఎంతో మెరుగ్గా ఉండవచ్చు, ఎందుకంటే మీకోసం పునాది పని ముందుగానే పూర్తి అయియుంటుంది. అయినప్పటికీ మీరింకా మీ నంబర్ వన్ సమస్యను పరిష్కరించాల్సి ఉంది : మీ దగ్గర డబ్బుండాలి. బాగా పేరొందిన ఫ్రాంచైజ్‌లను కొనడానికి లక్షడాలర్లనుంచి 1.5 మిలియన్ల డాలర్లు లేక యింకా ఎక్కువ డబ్బు అవసరమవుతుంది. అది కూడా కేవలం ప్రత్యేక విక్రయ హక్కులను కొనడం వరకే. ఆ తరవాత నెలనెలా మీరు ఆ కంపెనీకి శిక్షణ, ప్రకటనలు, మద్దతులకోసం కొంత చెల్లించాల్సి ఉంటుంది.

మీరింత చేసినప్పటికీ, మీ ఫ్రాంచైజ్‌లు మీకు మద్దతుగా ఉన్నప్పటికీ, మీరు నిజంగా సంపన్నులవుతారన్న గ్యారంటీ లేదు. ఫ్రాంచైజ్‌లో డబ్బు పోతున్నప్పటికీ, అనేక సమయాల్లో ఫ్రాంచైజ్ తీసుకున్న వ్యక్తి ఫ్రాంచైజర్ కంపెనీకి డబ్బు చెల్లిస్తూనే ఉండాలి. మీరొకవేళ ప్రత్యేక విక్రయహక్కులు పొంది విజయం సాధించినవారిలో ఒకరైనప్పటికీ, మొదట్లో కొన్ని సంవత్సరాల పాటు మీరు డబ్బు సంపాదిస్తూ, లాభాలు పొందే అవకాశం అంతగా ఉండదు. ప్రతీ మూడు ఫ్రాంచైజీలలో ఒకటి కూలిపోతూంటుంది.

మా నాన్న తను ఏభైఏళ్లవాడిగా ఉన్నప్పుడు హవాయి రాష్ట్రం గవర్నర్ పదవికి పోటీచేసే సాహసం చేశాడు. అతని ప్రత్యర్థి వేరెవరో కాదు, అతని బాస్! అందులో మానాన్న ఓడిపోవడమే కాదు, తన ఉద్యోగం పోగొట్టుకున్నాడు కూడా. అతన్ని హవాయిలో మళ్లీ పని చేయొద్దని అతని బాస్ ఆదేశించాడు. అప్పుడు ఆయన తను అంతవరకు పొదుపుచేసి దాచుకున్న సొమ్ముతో

ప్రాచుర్యం చెందిన ఒక ఫ్రాంచైజ్‌ని కొన్నాడు, ఈ ఫ్రాంచైజ్, 'ఇది ఎప్పుడూ నష్టపోదు' అన్న గుర్తింపు పొందింది.

ఎప్పుడూ నష్టపోని ఆ ఫ్రాంచైజ్ నష్టపోయింది, దానితోపాటు మానాన్న కూడా దెబ్బతిన్నాడు. నిజానికి అతను తనకున్నదంతా పోగొట్టుకున్నాడు.

సైద్ధాంతికంగా చూస్తే, ఫ్రాంచైజ్ అనేది ఒక గొప్ప ఆలోచన, కాని వాస్తవంలో అదొక జూదం. అదెలాంటి జూదం అంటే, ఆట ఆడటంకోసం బల్ల దగ్గరకి వెళ్లడానికే మీరెంతో భారీమూల్యం చెల్లించవలసివస్తుంది.

క్రియారహితంగా (passive) దొరికే ఆదాయానికున్న శక్తి

మీరెప్పుడయినా పబ్లిక్ రెస్ట్‌రూమ్‌లలో నీళ్లని ఆదాచేయడంకోసం లోన స్ప్రింగ్ వున్న కొళాయిలని వాడారా? నీళ్లకోసం కొళాయి తిప్పినప్పుడు, మీరు దాన్ని చేతితో పట్టుకునే ఉండాలి, ఎందుకంటే దానిని వదిలేసిన వెంటనే అది దాని పూర్వస్థితికి చేరుకుని కొళాయి మూసుకుపోయి నీళ్లు రావటం ఆగిపోతుంది.

అత్యధికుల ఆదాయం యొక్క ఉత్పత్తి స్థానం ఈ కొళాయిలాగే పనిచేస్తుంది; మీకు కొద్దిగా ధనప్రవాహం వస్తుంది, మీరు దానిని విడిచిపెట్టగానే, వెనక్కిపోయి ఆగిపోతుంది. మీరు మీ ఆర్థికస్వేచ్ఛను అలా ఎన్నడూ ఏర్పరచుకోలేరు. మీకు కావలసింది నిరంతరం డబ్బిచ్చే కొళాయి. మీరొకసారి దాన్ని తిప్పాక, అది *తనంతటతనే* ఆ *స్థితిలో ఉండిపోవాలి.*

ఇది ఇవాళ, రేపు, వచ్చేవారం ఆదాయం గురించి కాదు. ఇది మీరు మీ ఆదాయాన్ని శాశ్వతంగా పొందటం గురించి. ఇది క్రియారహితంగా (పాసివ్) దొరికే ఆదాయం. దీనినే రెసిడ్యుయల్ (residual) – బాకీ ఆదాయం అని కూడా అంటారు. ఈ ఆదాయం మీకు మళ్లీ మళ్లీ వస్తునే వుంటుంది, ఆ ఆదాయానికి ఆధారం అయిన మూలధనాన్ని మీరు ఎంతో కష్టపడి సమకూర్చిన చాలాకాలం తర్వాత కూడా అది వస్తునే వుంటుంది.

మీరు 'బి' క్వాడ్రెంట్‌లోకి మారడం ఆ దిశగా వేసే ఒక దృఢమైన అడుగు. కాని అన్ని వ్యాపారాలు క్రియారహితంగా దొరికే 'పాసివ్' ఆదాయాన్ని సృష్టించవు. మీరొక రెస్టారెంట్ యజమాని అయుంటే, మీరు భోజనాన్ని తయారుచేసి అమ్మినప్పుడే మీకు ఆదాయం దొరుకుతుంది. మీ బిజినెస్ ఏర్‌కండిషనర్లను బిగించడం అయినప్పుడు, మీరా సేవలు అందించినప్పుడే మీకు ఆదాయం వస్తుంది. ఎక్కువ జీతం తెచ్చుకుంటున్న డాక్టర్లు, లాయర్లు కూడా తాము రోగులను లేదా క్లయింట్లను చూసినప్పుడే డబ్బు సంపాదిస్తారు. వారి నైపుణ్యం, సేవలతో రోగులకు కాని క్లయింట్లకు కాని ప్రత్యేకంగా ఒక వారంలో అవసరం లేకపోతే, ఆదాయపు కొళాయికున్న స్ప్రింగ్ వెనక్కిపోయి కొళాయిని మూసేస్తుంది, దానితో ఆ వారంలో వారికి డబ్బు సంపాదన ఉండదు.

అత్యధికసంఖ్యాకులకి 'పాసివ్' ఆదాయం సృష్టించే మార్గం తెలుసుకోవలసిన అవసరం ఉంది. అది గుర్తించి నేను డోనాల్డ్ ట్రంప్ కలిసి 'పాసివ్' ఆదాయాన్ని సృష్టించే అనేక రకాల వ్యాపారనిర్మాణాలను విలువ కట్టాం. దాని ఫలితాలను మా పుస్తకం, *వి వాంట్ యు టు బి రిచ్* లో ప్రచురించాం.

అన్నట్టు అది కేవలం మా పుస్తకం పేరు కాదు. మేం నిజంగా మీరు ధనవంతులు కావాలని కోరుకుంటున్నాం. సంపద అనేదానికి పరిమితులు లేవు. మీరు ధనవంతులయారు అంటే అర్థం

మీరు నానుంచి కాని, డోనాల్డ్ నుంచి కాని లేక మరెవరినుంచీ కాని ఏదో తీసుకున్నట్టు కాదు. మనమంతా ఒక అద్భుతమైన, అనంతమైన ప్రపంచంలో నివసిస్తున్నాం. ఇక్కడ కావలసినదానికన్నా ఎక్కువ శక్తి, సామగ్రి, చాతుర్యం, సృజనాత్మకత, ఆకాంక్ష నెలకొని వున్నాయి, ఈ భూమీమ్మీద నున్న ప్రతీ వ్యక్తి సంపన్నుడయే అవకాశం కల్పిస్తాయి అవి.

అయితే, మనం ఏం తెలుసుకున్నాం? ఒక బిజినెస్ మోడల్ మిగిలినవాటికన్నా విడిగా, ప్రత్యేకంగా ఉందన్న విషయాన్ని మనం తెలుసుకున్నాం. ఈ ప్రత్యేకమైన వ్యాపార నమూనా క్రియారహితం (పాసివ్)గా దొరికే ఆదాయాన్ని సృష్టిస్తుంది, కాని దానిని ప్రారంభించటానికి సాపేక్షికంగా అతితక్కువ మూలధనం అవసరమౌతుంది. దాని వ్యవస్థాపక వ్యయం కూడా తక్కువే. ప్రస్తుతం తను చేస్తున్న పూర్తికాల (ఫుల్‌టైం) ఉద్యోగం వదిలిపెట్టి, వ్యాపారవేత్తగా మారేముందు అది తగినంత క్యాష్ ఫ్లో (నగదు ప్రవాహం) సృష్టించేటంతవరకు వీలును బట్టి పాక్షికకాల (పార్ట్‌టైం) పద్ధతి మీద కూడా నడపవచ్చు.

ఆ బిజినెస్ మోడల్ పేరు నెట్‌వర్క్ మార్కెటింగ్. ఈ పుస్తకంలోని శేషభాగం అంతా దాని గురించే.

రెండవ భాగం

ఒక వ్యాపారం - సంపదని సృష్టించే ఎనిమిది ఆస్తులు

మీ భవిష్యత్తును సురక్షితంగా ఉంచడానికి
నెట్‌వర్క్ మార్కెటింగ్‌కున్న ఎనిమిది కారణాలు

అధ్యాయం 7

వ్యాపారంలో నేను గడిపిన సంవత్సరాలు

ముందుగా నేనొక విషయం పూర్తిగా స్పష్టం చేయదలుచుకున్నాను : నేను నిజంగా నెట్‌వర్క్ మార్కెటింగ్ బిజినెస్‌లో ఎప్పుడూ లేను. ఒక నెట్‌వర్క్ మార్కెటింగ్ కంపెనీకి సొంతదారుని కాను, డిస్ట్రిబ్యూటర్‌గా పనిచేయలేదు, ఏ నెట్‌వర్క్ మార్కెటింగ్ కంపెనీ వలన కూడా నేను ఆర్థికలాభాలను పొందలేదు, ఏదైనా ఒక ప్రత్యేక కంపెనీని నేను సమర్థించబోవటం లేదు. కాని కొన్ని సంవత్సరాలుగా, నెట్‌వర్క్ మార్కెటింగ్ వ్యాపార వ్యవస్థలో దాని చాంపియన్‌గా, సమర్ధకునిగా ఉంటూ వచ్చాను. ఈ అధ్యాయంలో ఆ పరిశ్రమను నేనెందుకు సమర్థించానో చెబుతాను.

నెట్‌వర్క్ మార్కెటింగ్ గురించి నేను మొట్టమొదటిసారిగా తెలుసుకున్నది 1975లో. ఓ మిత్రుడు నన్నొక వ్యాపార సమావేశానికి ఆహ్వానించాడు. అది ఓ నూతన వ్యాపార పథకాన్ని పరిచయం చేసే కార్యక్రమం. వాణిజ్యం, పెట్టుబడుల్లో ఉండే అవకాశాలను ఎప్పటికప్పుడు పరిశోధిస్తూ ఉండే నా అలవాటుకొద్దీ, ఆ సమావేశానికి హాజరు కావడానికి ఒప్పుకున్నాను. ఆ వ్యాపార సమావేశాన్ని ఆఫీసులో కాకుండా, ఎవరి ఇంట్లోనో ఏర్పాటుచేయడం నాకు కొంచెం వింతగా అనిపించినా అక్కడికి వెళ్లాను.

మూడుగంటలపాటు నడిచిన సమావేశంలో, ఉద్యోగం చేయడానికి బదులుగా సొంత వ్యాపారాన్ని ప్రారంభించటంలో ఉన్న విలువ గురించి అతను మాట్లాడటం విన్నాను. సమావేశం పూర్తయాక ఆ సాయంత్రం నేను విన్నదాని గురించి నా అభిప్రాయం చెప్పమని నా మిత్రుడు అడిగాడు. "ఆసక్తిదాయకంగానే ఉంది కాని అది నాలాటి వాళ్లకోసం కాదు," అన్నాను.

అప్పటికే నేను సొంతంగా నా వ్యాపారాన్ని అభివృద్ధి చేసుకోవటంలో తలమునకలుగా ఉన్నాను. నేను ఇతరులతో కలిసి వ్యాపారం చెయ్యాల్సిన అవసరం ఏముంది? అంతేకాదు, అది

నెట్‌వర్క్ మార్కెటింగ్ కదా! నిజంగా దాని అర్థం ఏమిటో నాకు తెలీదు, కాని దాని గురించి నాకు ఏదో తెలుసుననే అనిపించింది. నాకు దానివలన కచ్చితంగా ఎటువంటి ప్రయోజనం లేదు.

నా మొట్టమొదటి నెట్‌వర్క్ మార్కెటింగ్ సమావేశం అయాక, నేను నా ఇద్దరు మిత్రులతో కలిసి మొదలుపెట్టిన పర్సులను క్రీడావస్తువుల ప్రపంచంలో మార్కెటింగ్ చేసే వ్యాపారం బాగా పుంజుకుంది. నా రెండేళ్ల గట్టి పట్టుదల, శ్రమ, కృషీ ఫలించాయి. నామీద, నా ఇద్దరు భాగస్వాముల మీద విజయం, ఖ్యాతి, అదృష్టం వర్షించసాగాయి. ముప్పై సంవత్సరాల లోగానే మేము మా శ్రమ, త్యాగం ద్వారా కోటీశ్వరులమైపోవాలన్న మా లక్ష్యాన్ని సాధించాం. (ఇది జరిగింది 1970లలో, అప్పట్లో మిలియన్ డాలర్లు సంపాదించడం అంటే చెప్పుకోదగ్గ విశేషమే.) మా సంస్థ గురించి మా ఉత్పత్తుల గురించి 'సర్ఫర్' 'రన్నర్స్ వరల్డ్', 'జెంటిల్‌మాన్స్ క్వార్టర్లీ' వంటి పత్రికలు ప్రముఖంగా రాశాయి. క్రీడావస్తువుల ప్రపంచంలో మా కొత్త ఉత్పత్తులు విపరీతంగా అమ్ముడయాయి. ప్రపంచంలోని అన్ని ప్రాంతాలనుంచి బిజినెస్ ఆర్డర్లు వస్తూ వుండేవి. నా వ్యాపారం విజయవంతమైంది.

అందువల్ల నెట్‌వర్క్ మార్కెటింగ్ గురించి మళ్లీ ఆలోచించలేదు – ఆ తర్వాత మరో పదేళ్ల వరకు నేనేమీ దానిగురించి ఆలోచించలేదు.

వికసించిన మనసు

కొన్ని సంవత్సరాల తర్వాత, నా మనసు వికసించసాగింది. అనూహ్యంగా విజయవంతమైన నా పర్సుల వ్యాపారం ప్రారంభించిన కొన్ని సంవత్సరాలలోనే మూతపడింది. ఆ అనుభవం నాకు అణకువను నేర్పింది. సానుకూల దృక్పథాన్నిచ్చింది. ఎందుకంటే దాని మూలాన నేను నా చుట్టూ వున్న ప్రపంచాన్ని మరింత నిశితంగా గమనించి ప్రశ్నలు వేయసాగాను. నా రిచ్ డాడ్ నాకు బోధించిన అనేక విషయాలు అర్థమవసాగాయి, నా దృష్టికోణం పెరిగింది. అతి కొద్దికాలంలోనే నేను మరో విజయవంతమైన వ్యాపారాన్ని ప్రారంభించాను. తరువాత మరొకటి, ఆ తరువాత ఇంకొకటి – ఇవన్నీ నా మొదటి వ్యాపారంలా కాక పదికాలాలు నిలబడ్డాయి.

వ్యక్తిగతంగా విజయం సాధించటం సంతోషదాయకమైనప్పటికీ, యితరులు కూడా విజయం సాధించడానికి మీరు సాయపడగలిగితే అది మరింత ఆనందాన్ని కలగజేస్తుందన్న విషయం గ్రహించాను.

ఆ సంవత్సరాలలో నేను ధనవంతుడిని అవాలనుకున్న ఆలోచన నాలో ప్రబలంగా ఉండేది. దానితోపాటు ఇతరులను ధనవంతులుగా చేసే మార్గాలను అన్వేషించే ఆలోచన కూడా నన్ను ఆకర్షించింది. వ్యక్తిగతంగా విజయం సాధించటం సంతోషదాయకమైనప్పటికీ, యితరులు కూడా విజయం సాధించడానికి మీరు సాయపడగలిగితే అది మరింత ఆనందాన్ని కలగజేస్తుందన్న విషయం గ్రహించాను.

ఆ తర్వాత మరో పదిహేను సంవత్సరాలపాటు నెట్‌వర్క్ మార్కెటింగ్ గురించి, నాకు తెలిసిన చాలామంది వ్యతిరేకంగా మాట్లాడటం విన్నాను. చివరకి దాని గురించి నిజానిజాలు తెలుసుకోవాలని నిర్ణయించుకున్నాను.

1990ల ప్రారంభంలో నా మిత్రుడు బిల్ తారసపడ్డాడు. ఇదివరకే బోలెడు డబ్బు

సంపాదించి శ్రీమంతుడై, రిటైరు అయాడు. మేము మాట్లాడటం మొదలుపెట్టాం, తాను నెట్‌వర్క్ మార్కెటింగ్ బిజినెస్ చేస్తున్నట్లు నాతో అన్నాడు బిల్.

చివరకి కంపెనీల అధిపతులను కొందరిని కలుసుకోవడం మొదలుపెట్టాను. ఇన్ని సంవత్సరాల నా వాణిజ్య అనుభవంలో నేనలా కలుసుకున్న వారిలో ఎంతో తెలివైనవారు, దయార్ద్రహృదయులు, నైతికంగాను, నీతి నిజాయితీలకు బద్ధులైనవారు, ఆధ్యాత్మిక చింతన గలవారు, వృత్తి జీవితానికి అంకితమైన వారూ ఉన్నారు. నాకున్న దురభిప్రాయాలు తొలగిపోయిన తర్వాత, నేను గౌరవించేవారు, ఈ వ్యాపార రంగానికి సంబంధితులైన వారిని కలుసుకున్నాక, ఈ పరిశ్రమ అంతరంగమేమిటో కనుక్కున్నాను. నేను తెలుసుకున్న విషయాలు నన్ను ఆశ్చర్య చకితుడిని చేశాయి.

1975లో నేను మొట్టమొదటిసారి ఒక వ్యాపార సమావేశంలో ఈ ఆలోచన గురించి విన్నప్పుడు, నా మనసు అటువంటి కొత్త భావాలను అంగీకరించే స్థితిలో లేదు. కాని ఇప్పుడు, ఓ ఇరవై సంవత్సరాల కాలం గడిచాక, నా దృష్టికోణం పూర్తిగా మారిపోయింది.

జనం అప్పుడప్పుడూ నన్ను అడుగుతుంటారు : "నెట్‌వర్క్ మార్కెటింగ్ ద్వారా నువ్వు ధనికుడివి కాకపోయినా, తమ సంపదను ఏర్పరచుకోడానికి అందర్నీ ఈ వ్యాపారంలోకి రమ్మని ఎందుకు సిఫారసు చేస్తుంటావు?"

నిజానికి, నెట్‌వర్క్ మార్కెటింగ్ బిజినెస్‌లో నేను నా సంపదను సంపాదించకపోవడం వల్లనే నేనీ వ్యాపారం గురించి మరింత నిష్పక్షపాతంగా ఉండగలుగుతున్నాను. బయటివ్యక్తిగా, నేను అప్పటికే శ్రీమంతుడినయాక, ఆర్థికస్వేచ్ఛను ఏర్పరచుకుని అనుభవించాక, ఈ వ్యాపారం లోని విలువలను మెచ్చుకోసాగాను.

అయినా, ఈనాడు నేను మొదటినుంచీ మళ్లీ అన్నీ ప్రారంభించవలసివస్తే, పాతకాలం నాటి పద్ధతిలో వ్యాపారాన్ని నిర్మించటానికి బదులు, నెట్‌వర్క్ మార్కెటింగ్ బిజినెస్‌ను చేపట్టడానికి ఇష్టపడతాను.

ఇంతకూ అసలు నెట్‌వర్క్ మార్కెటింగ్ అంటే ఏమిటి?

నెట్‌వర్క్ మార్కెటింగ్‌లో నేను పాల్గొనలేదని, నిజంగా దాని కార్యకలాపాలలో నేను పాలుపంచుకోలేదని మీతో చెప్పాను. కాని అందులో అనుభవం ఉన్న ఒక వ్యక్తి నాకు తెలుసు. తనకు తెలిసింది మీతో ఈ పేజీల్లో పంచుకోడానికి అతన్ని ఆహ్వానించాను.

నా స్నేహితుడు జాన్ ఫ్లెమింగ్ తన వృత్తి జీవితాన్ని ఒక ఆర్కిటెక్ట్ (వాస్తుశిల్పి) గా ప్రారంభించాడు. అతను ఒకప్పుడు సుప్రసిద్ధ వాస్తుశిల్పి మయిస్ వాన్‌డర్ రోహే దగ్గర పనిచేశాడు. నెట్‌వర్క్ మార్కెటింగ్‌పట్ల అతనికున్న ధోరణిని నేను మెచ్చుకోడానికి అదొక కారణం. చెప్పుకోదగ్గ విషయమేమిటంటే, ఈ వ్యాపారరంగంలో కూడా ఆచరణీయమైన డిజైను, ప్రయోజనకరమైన నిర్మాణంపట్ల తనకున్న ఆవేశాన్ని అతను చూపిస్తుంటాడు. ఇంకోలా చెప్పా లంటే, కలకాలం నిలిచి ఉండిపోయే సంస్థల నిర్మాణానికే అతను తన ప్రాధాన్యమిస్తాడు.

జాన్‌కి నెట్‌వర్క్ మార్కెటింగ్‌లో ఇంచుమించు నలభైఏళ్ల అనుభవం ఉంది. ఆ అనుభవాన్ని ఈ పేజీల్లో మనతో పంచుకున్నాడతను. తను సొంతంగా ఒక కంపెనీని నెలకొల్పి దానిని నిర్వహించాడు. ఇతర కంపెనీలలో పలు కీలకస్థానాల్లో పనిచేశాడు. వాటిలో పారిశ్రామిక రంగంలో ఎంతో పేరొందిన ఒక కంపెనీకి పదిహేనేళ్లు స్థానిక ఉపాధ్యక్షునిగానూ, ఆ తరవాత

అమ్మకాల వ్యూహం, శిక్షణ, అభివృద్ధి విభాగాలకు ఉపాధ్యక్షునిగానూ పనిచేశాడు. వ్యాపార రంగంలోని విభిన్న ట్రేడ్ గ్రూపులతో కూడా క్రియాశీలకంగా పనిచేశాడు. 1997లో డైరెక్ట్ సెల్లింగ్ ఎడ్యుకేషన్ ఫౌండేషన్ జాన్‌ని తన ప్రతిష్ఠాత్మక సర్కిల్ ఆఫ్ ఆనర్ అవార్డుతో సత్కరించింది. ఈనాడు జాన్ డైరెక్ట్ సెల్లింగ్ న్యూస్ అనే పేరొందిన ట్రేడ్ ప్రచురణకు ప్రచురణకర్తగానూ, సంపాదకుడిగానూ వ్యవహరిస్తున్నాడు, ఈ పత్రిక డైరెక్ట్ సెల్లింగ్, నెట్‌వర్క్ మార్కెటింగ్ ఎగ్జిక్యూటివులకు ఎనలేని సేవలను అందిస్తోంది.

రాబర్ట్ : జాన్, నెట్‌వర్క్ మార్కెటింగ్ గురించి యింతవరకూ తెలియని పాఠకులకోసం, అసలు నెట్‌వర్కింగ్ అంటే ఏమిటో, అదెలా నడుస్తోందో చెబుతారా?

జాన్ : నెట్‌వర్క్ మార్కెటింగ్ గత శతాబ్దం మధ్యకాలంనుంచీ విభిన్న రూపాలలో మన మధ్యన ఉంది. దాని ప్రాథమిక ఆలోచన ఎంత సరళమైనదో అదంత అమోఘమైనది. ఉత్పాదనలు లేదా సేవల ప్రచారం కోసం ప్రొఫెషనల్ ఏజన్సీలు, మార్కెటింగ్ చానల్స్ మీద డబ్బంతా ఖర్చుచేసే బదులు, ఆ ప్రాడక్ట్‌ను అందరికన్నా అధికంగా అభిమానిస్తున్న వారికే సొమ్ము చెల్లించి వాటి గురించి యితరులకు చెప్పమని ఎందుకు అడగకూడదు?

నెట్‌వర్క్ మార్కెటింగ్ కంపెనీ అచ్చంగా అదే చేస్తుంది : అమ్మకం ద్వారా వచ్చే ప్రతీ డాలరులోని కొంతభాగం స్వతంత్ర ప్రతినిధులకు వెనక్కి యిచ్చేస్తుంది, వీరంతా సాధారణంగా ఆ ఉత్పాదనలు అంకితభావంతో కొని, వాడే వినియోగదారులే!

రాబర్ట్ : ఒకక్షణంపాటు ప్రతిపక్షంలో ఉండి, దాని గురించి వ్యతిరేకంగా మాట్లాడుదామనుకుంటున్నాను. అది నిజంగా ఎలా పనిచేస్తుంది? నా ఉద్దేశం... మార్కెటింగ్‌లో ఎటువంటి నైపుణ్యం లేని... ఒక సామాన్యుల బృందం నిజానికి ప్రస్తుత పరిస్థితుల్లో పోటీకి తట్టుకుని పెద్ద స్థాయిల్లో అమ్మకాలు ఎలా చేస్తుంది?

జాన్ : నిజానికి, దాని గొప్పతనమంతా యిందులోనే ఉంది. ప్రతీ మార్కెటింగ్ వృత్తి నిపుణుడికి, హాలీవుడ్ నిర్మాతకి, కార్పొరేట్ దిగ్గజానికి తెలిసినట్టుగా, ఈ ప్రపంచంలో అతి శక్తివంతమైన ప్రసారసాధనం – వ్యక్తిగతంగా, నోటిమాట ద్వారా ఒకరినుంచి మరొకరికి చేరవేయటం. అందుకే టెలివిజన్‌లో వాణిజ్య ప్రకటనల కోసం మిలియన్లు ఖర్చుపెట్టి నటీనటులచేత మీ అమ్మలా, మీ భార్యలా, మీ ప్రియమైన స్నేహితుడిలా లేదా మీ పిల్లల్లా మాట్లాడిస్తుంటారు; వారంతా వ్యక్తిగతమైన నోటిమాటలను అనుకరిస్తుంటారు.

నెట్‌వర్క్ మార్కెటింగ్‌లో మేం నిజమైనవాటిని వాడుతాం. రాబర్ట్, మీరు లీవరేజ్ అని పిలిచే మోడల్ యొక్క నిజమైన శక్తి ఎక్కడుందంటే – జనం కొనే ప్రాడక్ట్స్ మీదే కాకుండా, తరచూ ఆ జనం ప్రత్యక్షంగానో పరోక్షంగానో సూచించగా మరికొంతమంది ఆ ప్రాడక్ట్స్ కొన్నప్పుడు వాటి మీద కూడా ఒక ప్రతినిధిగా కంపెనీనుంచి మీకు కమీషన్ ముడుతుంది. అవన్నీ కలిపితే మీకు దొరికే కమీషన్ ఎక్కువేకదా!

అయితే అది ఎలా పనిచేస్తుంది? దీనికి జవాబు మీకు తెలుసు : డైరెక్ట్ సెల్లింగ్/ నెట్‌వర్క్ మార్కెటింగ్ నేడు ప్రపంచవ్యాప్తంగా సంవత్సరానికి 110 బిలియన్ డాలర్ల అమ్మకాలను చేస్తోంది, అంటే ఒక ఆర్థిక భాగంగా దీని సైజు సుమారు న్యూజిలాండ్, పాకిస్తాన్ లేదా ఫిలిప్పీన్స్‌కున్నంత. (నేను ఈ బిజినెస్ మోడల్ గురించి మాట్లాడుతూ తరచూ 'డైరెక్ట్ సెల్లింగ్' 'నెట్‌వర్క్ మార్కెటింగ్' పదాలని వాడుతుంటాను. దానికి కారణం ఈనాడు అత్యధిక డైరెక్ట్ సెల్లింగ్ కంపెనీలు నెట్‌వర్క్ మార్కెటింగ్ పనిచేసే తీరునే

అనుసరిస్తున్నాయి. అయినా ఈ పుస్తకంలోని ఉద్దేశాన్ని దృష్టిలో ఉంచుకుని, కేవలం 'నెట్‌వర్క్ మార్కెటింగ్' అనే ఉదహరిస్తుంటాను.)

నెట్‌వర్క్ మార్కెటింగ్ యొక్క పూర్తి అమ్మకాలు పెరుగుతూ వస్తున్నాయి. దీనికి ఒక కారణం అది నిజంగా 'అంతా గెలుపే' అన్న స్థితిలో ఉండటమే. బజారులో కంపెనీకి అద్భుతమైన స్థాయిలో ముందుకు చొచ్చుకుపోయే అవకాశం లభిస్తుంది, వినియోగదారుల అవగాహన కూడా పెరుగుతుంది. సంప్రదాయ పద్ధతిలో జరిపే మార్కెటింగ్‌లో ఈ రెండూ చేయడం అతికష్టంతో కూడుకున్న పని, పైగా దానికోసం డబ్బు ఎక్కువగా ఖర్చు చేయాల్సి వస్తుంది. అంతేగాక స్వతంత్ర ప్రతినిధికి గణనీయమైన క్యాష్‌ఫ్లో సృష్టించే అవకాశం దొరుకుతుంది కూడా.

ఎలా? అందిస్తున్న సేవలను ప్రచారం చేయటానికి కంపెనీ రిప్రజెంటేటివ్ తను పనిచేస్తున్న కంపెనీ ఉత్పత్తులను ఒక పెద్ద నెట్‌వర్క్‌ని – నోటిమాటల ద్వారా ఒకరినుంచి మరొకరు తెలుసుకోవడంతోనూ, వ్యక్తిగత సంబంధాలు పెంపొందించుకోవడం ద్వారానూ– తయారుచేసుకోవడం వలన యిది సాధ్యమౌతుంది.

రాబర్ట్, కనీసం 500 మంది ఉద్యోగులు పనిచేస్తుండే బి క్వాడ్రెంట్ బిజినెస్ గురించి మీరు మాట్లాడుతుంటారు. నెట్‌వర్క్ మార్కెటింగ్‌లో మీరు ఉద్యోగులను నియమించుకో నక్కరలేదు. ఇందులో మీరు కొందరు వ్యక్తులని స్పాన్సర్ చేస్తారు, వారంతా స్వతంత్ర ప్రతినిధులు. కాని దీనికి కూడా అదే ఆర్థికశక్తి అన్వయిస్తుంది : మీ స్వతంత్ర ప్రతినిధుల నెట్‌వర్క్ 300, 400 లేదా 500 సంఖ్య చేరుకునేటప్పటికి, మీకొక శక్తిమంతమైన సంస్థ ఏర్పడుతుంది, అది మీకు చెప్పుకోదగ్గ రెసిడ్యుయల్ ఆదాయాన్ని అందించగలదు.

నెట్‌వర్క్ మార్కెటింగ్ గురించి ఇతరులు ఏమంటారు?

జాన్ అన్నట్లు, ఈ మోడల్ ఎంతో శక్తివంతమైనది. ఎందుకంటే అది పనిచేస్తుంది. ఇలా అంటున్నది మేమొక్కరమే కాదు.

సుప్రసిద్ధ మేనేజ్‌మెంట్ నిపుణుడు, క్లాసిక్ బెస్ట్ సెల్లర్, 'ఇన్ సర్చ్ ఆఫ్ ఎక్సలెన్స్' రచయిత అయిన టామ్ పీటర్స్, "50 ఏళ్ల క్రితం ప్రాక్టర్ అండ్ గేంబల్, హార్వర్డ్ బిజినెస్ స్కూల్‌లో ఆవిర్భవించిన 'ఆధునిక' మార్కెటింగ్ తర్వాత చోటుచేసుకున్న మొట్టమొదటి నిజమైన విప్లవాత్మక మార్పుగా" ఈ నెట్‌వర్క్ మార్కెటింగ్‌ను అభివర్ణించాడు.

నెట్‌వర్క్ మార్కెటింగ్ సాధిస్తున్న విజయం గురించి ఫోర్బ్స్, ఫార్చ్యూన్, న్యూస్‌వీక్, టైమ్, యు.ఎస్. న్యూస్ అండ్ వరల్డ్ రిపోర్ట్, యుఎస్‌ఏ టుడే, ద న్యూయార్క్ టైమ్స్, ద వాల్ స్ట్రీట్ జర్నల్ లాంటి పత్రికలు రాశాయి. పదిహేనేళ్ల క్రితం ఈ పత్రికల్లో ఏ ఒక్క పత్రిక కూడా ఈ బిజినెస్ గురించి రాయడానికి సిద్ధంగాలేదు. ఇప్పుడు చూడండి, నెట్‌వర్క్ మార్కెటింగ్ గురించి ఫార్చ్యూన్ ఇటీవల విడుదలైన తన పత్రికలో ఏమందో :

ఇవాళ ఎంతోమంది నిపుణులు, విజయం సాధించిన వ్యాపారవేత్తలు నెట్‌వర్క్ మార్కెటింగ్‌ను ప్రపంచంలో అత్యధిక వేగంతో అభివృద్ధి చెందుతున్న బిజినెస్ మోడల్స్‌లో ఒకదానిగా గుర్తించారు.

"ఒక పెట్టుబడిదారుడి స్వప్నం... వ్యాపారరంగంలో సర్వోత్తమంగా ఉంచబడ్డ రహస్యం... స్థిరమైన వార్షిక అభివృద్ధి, ఆరోగ్యకరమైన క్యాష్‌ఫ్లోస్, పెట్టుబడిగా ఉంచిన మూలధనం మీద అధికలాభాలు, విశ్వవ్యాప్తంగా ఎదిగే దీర్ఘకాలిక అవకాశాలు."

బిల్ ఎంతో తెలివైనవాడు, చురుకైనవాడు. వాణిజ్యపరమైన రియల్ ఎస్టేట్ ప్రాజెక్ట్‌లో పది కోట్లకుపైగా అతను బిజినెస్ చేయడం నాకు తెలుసు. అతను నెట్‌వర్క్ మార్కెటింగ్ బిజినెస్‌లో ఎందుకున్నాడని కుతూహలం కొద్దీ అడిగాను. అతను నాకు ఇలా చెప్పాడు :

"చాలా సంవత్సరాలుగా జనం నన్ను అడుగుతూ ఉంటారు రియల్ ఎస్టేట్ పెట్టుబడులకు సంబంధించిన చిట్కాలు చెప్పమని! వాళ్లకు రియల్ ఎస్టేట్‌లో పెట్టుబడులు నాతో పెట్టాలని కోరిక. కాని అది వాళ్లవలన కాదు ఎందుకంటే చాలామంది దగ్గర 50 వేల డాలర్లు లేదా లక్ష డాలర్లు ఉండవు. రియల్ ఎస్టేట్ పెట్టుబడిలో నా స్థాయికి తగినట్టుగా ఆ మాత్రం వుంటేనే వారికి అందులో ప్రవేశం వీలవుతుంది.

"నిజానికి చాలామందివద్ద అసలు డబ్బే ఉండదు. దివాలా తీసే స్థితికి అతిదగ్గర్లో ఉంటారు. అందువల్ల పెట్టుబడి అవసరం లేని చవకబారు లావాదేవీల కోసం చూస్తుంటారు. అవి తరచూ బెడిసికొడుతుంటాయి. సీరియస్‌గా రియల్ ఎస్టేట్ రంగంలో పెట్టుబడులు పెట్టడానికి అవసరమైన డబ్బు సంపాదించడం కోసం జనానికి నేను నెట్‌వర్క్ మార్కెటింగ్‌లో సాయపడగలను. ఎంత ఎక్కువ మందికి నేను సాయపడగలిగితే, నాకు అంత ఎక్కువమంది పెట్టుబడిదారులుంటారు!

"అంతేకాదు, ఎంతో నేర్చుకుని ఎదగాలన్న తపన కలిగిన జనం అంటే నాకు చాలా ఇష్టం. అంతా తమకే తెలుసని అనుకుంటూన్న వారితో పనిచేయడం కష్టంతో కూడుకున్న పని. నా రియల్ ఎస్టేట్ పనుల్లో తరచూ అలా జరుగుతుంటుంది. నెట్‌వర్క్ మార్కెటింగ్‌లో నేను పనిచేస్తున్న వారంతా కొత్త ఆలోచనపట్ల నిజంగా ఎంతో ఉత్సాహం కలిగి ఉంటారు," అని అన్నాడతను.

కొన్ని నిమిషాలపాటు అతనితో మాట్లాడాక, నేను విమానాశ్రయానికి వెంటనే వెళ్లిపోవలసి వచ్చింది. కాని ఆ తరవాత కొన్నినెలలపాటు అతనితో మా సంభాషణను కొనసాగించాను. దానితో నెట్‌వర్క్ మార్కెటింగ్ పట్ల అది నిర్వహించే కార్యకలాపాలపట్ల నాకు గౌరవం పెరిగింది.

1994లో నెట్‌వర్క్ మార్కెటింగ్ పరిశ్రమ గురించి దీక్షతో నా సొంత పరిశోధన ప్రారంభించాను. ఆ వ్యాపారం గురించి జరిపే ప్రతీ సమావేశానికి వెళ్లేవాడిని, అక్కడ చెప్పే విషయాలన్నీ శ్రద్ధగా వినేవాణ్ణి. కంపెనీలకు సంబంధించిన వివరాలన్నీ చదివేవాణ్ణి, ప్రతీ కంపెనీ ట్రాక్ రికార్డుని పరిశీలించేవాణ్ణి. వాటిలోని అనుకూల ప్రతికూల అంశాలను లోతుగా పరీక్షించేవాడిని. నేనే ఒక వ్యాపారసంస్థలో పెట్టుబడి పెట్టదలచుకుంటే, ముందుగా దాని గురించి నేనేం తెలుసుకోవాలని అనుకుంటానో ఆ దృష్టికోణం నుంచి క్షుణ్ణంగా ఆ కంపెనీలను పరిశీలించాను. నాకు నచ్చిన కొన్ని నెట్‌వర్క్ మార్కెటింగ్ కంపెనీలలో చేరానుకూడా. వాటిలో ప్రత్యక్షంగా పాల్గొనడం వలన, ఆ అనుభవం మూలాన వాటిగురించి మరికొంత నేర్చుకోగలనని ఆశించాను.

వారెన్ బఫెట్‌కూ రిచర్డ్ బ్రాన్‌సన్‌కూ మధ్య ఎంతో వ్యత్యాసం ఉంది. బఫెట్ పిక్అప్ నడుపుతాడు, ఓమాహోలో నివసిస్తుంటాడు; బ్రాన్‌సన్‌కి సొంత విమానం ఉంది, బ్రిటిష్ వర్జిన్

ఐలాండ్స్‌లో తనకంటూ ఓ సొంత ద్వీపం వుంది. కాని ఇద్దరికీ మూడు విషయాల్లో సమానత్వం వుంది. ఇద్దరూ బిలియనీర్లే. ఇద్దరూ ఎంతో వ్యావహారికులే. ఇంకా ఇద్దరికీ సొంత నెట్‌వర్క్ మార్కెటింగ్ కంపెనీలున్నాయి.

దీనివల్ల మీకేదైనా కొత్త విషయం తెలుస్తోందా?

సిటీగ్రూప్, జాకీ లోరియల్, మార్స్, రెమింగ్టన్, యునిలీవర్ - వీటి అన్నిటిలోనూ ఉన్న సామాన్యాంశం ఏమిటో ఊహించగలరా? వీరంతా నెట్‌వర్క్ మార్కెటింగ్ నీళ్లలో పాదాలుంచారు- కొన్ని కేసుల్లో అయితే నడుంలోతువరకూ నీళ్లలో దిగారు.

ఈనాడు ఎంతోమంది నిపుణులు, విజయం సాధించిన వ్యాపారవేత్తలు నెట్‌వర్క్ మార్కెటింగ్‌ను ప్రపంచంలో అత్యధిక వేగంతో అభివృద్ధి చెందుతున్న బిజినెస్ మోడల్స్‌లో ఒకదానిగా గుర్తించారు.

అధ్యాయం 8

ఇది ఆదాయం గురించి కాదు - ఇది ఆదాయాన్ని సృష్టించే ఆస్తుల గురించి

నెట్‌వర్క్ మార్కెటింగ్‌కున్న విలువను చాలామంది జనం అర్థం చేసుకోకపోవటంలో ఆశ్చర్యం లేదు. నిజానికి ఆ వ్యాపారంలోనే ఉన్న అనేకమంది తమ చేతుల్లోనే ఉన్నదాని విలువ ఎంతో గ్రహించలేరు.

నెట్‌వర్క్ మార్కెటింగ్ పథకాన్ని పరిచయం చేసే సమావేశాలకు వెళ్లి దాని గురించి విన్నాక జనం తరచూ వేసే ముఖ్యమైన ప్రశ్న : "నేను ఈ బిజినెస్‌లో చేరితే, దీని ద్వారా నేను ఎంత ఆదాయాన్ని సంపాదించగలను?" ఇందులో ఆశ్చర్యపోవడానికి ఏమీలేదు. నెట్‌వర్క్ మార్కెటింగ్ బిజినెస్‌ను ప్రచారం చేసేవారందరూ తరచూ మీరు నెలనెలా ఎంత సంపాదించగలరన్న దాని గురించే మాట్లాడటాన్ని మీరు వింటుంటారు.

నెలకు తాము ఎంత సంపాదించగలమో జనం తెలుసుకోవాలని కోరుకొనటానికి కారణం వారు ఇ క్వాడ్రెంట్ లేదా ఎస్ క్వాడ్రెంట్‌లో నివసిస్తున్నామని అనుకోవటమే. ప్రస్తుతం వారు ఇ క్వాడ్రెంట్ లేదా ఎస్ క్వాడ్రెంట్‌లో దొరుకుతున్న ఆదాయానికి అదనంగా కలుపుకోవాలని లేదా దానికి బదులు ఈ వ్యాపారం చేయాలన్న ఆలోచనలో ఉన్నారు.

అయితే నెట్‌వర్క్ మార్కెటింగ్ యొక్క నిజమైన విలువ అందులో లేదు.

ఆదాయం సంపాదించడంలో ఉన్న సమస్య ఏమిటంటే అది నమ్మలేనంత పరిమితంగా ఉన్న దీర్ఘకాల ప్రక్రియ. గంట పని చేయండి, ఒక డాలర్ సంపాదించండి; రెండు గంటలు పనిచేయండి, రెండు డాలర్లు సంపాదించండి. అది మీమీదే ఆధారపడివుంది. అంటే దాని అర్థం మీరు పనిని ఎన్నడూ ఆపలేరు. నేనింతకు మునుపు చెప్పినట్లు, అది ఒక ఉచ్చు. అత్యధిక జనం సహజంగానే దానిని గ్రహిస్తారు, కాని వలలోంచి బయటపడడానికి మార్గం మరింత ఆదాయం సంపాదించటమే అని అనుకుంటారు. కాని మరింత ఆదాయాన్ని పొందటమనేది - మీరు లేకుండా ఆదాయం లేదు, మీకూ ఆదాయానికి మధ్య అంకె ఉంది - అన్న ప్రాథమిక నిజాన్ని

కప్పిపుచ్చలేదు. వాస్తవానికి, తరచూ మరింత ఆదాయం సంపాదించటం అనేది ఉచ్చుని మరింత బిగించటానికే దారితీస్తుంది.

బి, ఐ క్వాడ్రెంట్లు ఉద్దేశం మరింత ఆదాయం సంపాదించటం గురించి కాదు. వాటి లక్ష్యం ఆస్తులను సంపాదించుకోవటం, అటువంటి ఆస్తులు ఆదాయాన్ని సృష్టించగలిగి ఉండాలి.

మీ ఇంటి గురించి వాస్తవం

అనేకమంది ఆస్తులని భావించేవి ఆస్తులు కానేకావు. వాస్తవానికి అవి బాధ్యతలు (రుణ భారాలు).

ఏదైనా ఒకదాన్ని సంపద అనిగాని బాధ్యత అనిగాని నిర్వచించేది క్యాష్ ఫ్లో, అంతేగాని విలువయొక్క సారగ్రహణం కాదు. మరోమాటలో చెప్పాలంటే, మీ జేబులోకి చేరేందుకు అది డబ్బుని సృష్టిస్తోందా, లేక అది మీ జేబులోంచి డబ్బుని తీసేసి ఖాళీ చేస్తోందా? అనే ప్రశ్న వేసుకోవాలి. ఎందుకంటే ప్రతీది మీకు డబ్బైనా తెచ్చిపెడుతుంది లేక మీచేత డబ్బుని ఖాళీయైనా చేయిస్తుంది. అది మీకోసం డబ్బు సంపాదించకపోతే, అది ఆస్తి కాదు, అదొక భారం.

కొన్ని సంవత్సరాలుగా జనం తమ ఇళ్లని ఏటిఎం (ATM) లుగా వాడుతున్నారు. ఇళ్లని తనఖాపెట్టి రుణాలు తీసుకుంటున్నారు. అలా తెచ్చుకున్న డబ్బుతో తమ క్రెడిట్ కార్డుల మీద తీసుకున్న అప్పులను చెల్లిస్తున్నారు, విహారయాత్రలకు వెళ్లటం, పెద్దపెద్ద కార్లని కొనటం లాంటివి చేస్తున్నారు. బహుశా మీరు కూడా అలాగే చేసుంటారు. ఒకవేళ మీరుగాని అలా చేస్తే దానికి కారణం మీరు మీ ఇంటిని ఒక ఆస్తిగా సంప్రదాయ పద్ధతిలో భావించారన్నమాట. అంతేగాని వాస్తవంలో ఇల్లు ఒక పైకప్పు, గ్యారేజీ ఉన్న క్రెడిట్ కార్డు లాంటిదని మీరు అనుకోరు.

రండి... ఆస్తి అంటే ఏమిటో నన్ను చెప్పనీయండి.

అత్యధిక సంఖ్యాకులు దీని గురించి అయోమయంలో ఉంటారు. దాని గురించి సరిగ్గా అర్థం చేసుకోరు. నిఘంటువుకేసి పరుగెత్తుతారు, ఆస్తి అంటే 'కొంత విలువ కలది' అని తెలుసుకుంటారు. సరే, అయుండవచ్చు, అయితే 'విలువ' అనే మాయదారి పదంలోనే సమస్య అంతా ఉంది.

మీ ఇంటి తాలూకు విలువ ఎంత?

దీనికి మీరు జవాబిచ్చేలోగా, ఇదే ప్రశ్నను మరోలా అడుగుతాను మిమ్మల్ని :

మీ ఇంటి ద్వారా నెలనెలా మీకెంత ఆదాయం వస్తోంది?

"చూడండి... నిజానికి మా ఇంటిమీద నెలనెలా ఖర్చుపెడుతుంటాను... మరమ్మతులకీ, సున్నాలు వేయించటానికీ.. తదితర పనులకి."

సరిగ్గా చెప్పారు. అలా ఎందుకు జరుగుతుందంటే, మీ ఇల్లు ఒక ఆస్తి కాదు*;* అది ఒక *బాధ్యత.*

"కాని.. ఒక్క క్షణం ఆగండి," అంటారు మీరు, "మా ఇల్లు రెండు లక్షల డాలర్ల ఖరీదు చేస్తుంది!"

ఓహ్ అలాగా? అదెప్పుడు? అది మీరు అమ్మినప్పుడు... భవిష్యత్తులో ఎప్పుడో? అయితే అప్పుడు మీరెక్కడుంటారు? ఇల్లు అమ్మగా వచ్చిన డబ్బుతో, మీరుండటంకోసం మరో ఇల్లు

కొంటారా? అవును మరి, అలాగే చేస్తారు. అప్పుడు దాని విలువ – మీ ఇష్టప్రకారం కొనుగోలు చేయడానికో లేక మరోదానిలో పెట్టుబడి పెట్టడానికో. నిజంగా మీ చేతుల్లో ఉండే విచక్షణాదాయం ఎక్కడుంది? అది అక్కడ లేదు. ఏదీ లేదు. మీ ఇల్లు ఒక ఆస్తి కాదు. అది నేల మీదున్న కన్నం. దీనిలో డబ్బు మీరు పోస్తూనే ఉంటారు.

మీ ఆస్తికి నేలమీదున్న కన్నానికి మధ్యనున్న తేడాని తెలుసుకోవటం ఎలా?

నిఘంటువు ఇచ్చే నిర్వచనాన్ని ఒక్క క్షణం మరిచిపోండి. వాస్తవ ప్రపంచం గురించి మనం మాట్లాడుకుందాం. ఆస్తి అనేది మీ కోసం పనిచేస్తుంది, కనుక మీ శేషజీవితంలో మీరు పనిచేయనక్కరలేదు. నా పేద తండ్రి, “ఉద్యోగంకోసం పనిచేయి,” అని ఎప్పుడూ అనేవాడు. డబ్బున్న నా తండ్రి, “ఆస్తులను ఏర్పరచుకో,” అనేవాడు.

బి క్వాడ్రెంట్‌లో నివసించడంలోని ఒక శక్తివంతమైన విషయం ఏమిటంటే – మీరు ఒక వ్యాపారాన్ని నిర్మించేటప్పుడు, మీరు ఒక ఆస్తిని కూడా నిర్మిస్తారు.

మా రిచ్ డాడ్ బిజినెస్‌లో, మాకు ప్రపంచవ్యాప్తంగా ఆఫీసులున్నాయి. నేను పనిచేస్తున్నా లేదా నిద్రపోతున్నా, లేదా గోల్ఫ్ ఆడుతున్నా, చెక్కులు వస్తూనే ఉంటాయి. అది ‘పాసివ్’/‘రెసిడ్యుయల్’ ఆదాయం. నేను ఒక ఉద్యోగం కోసం కష్టపడి పనిచేయకపోయినా, ఒక ఆస్తి సంపాదనకోసం నిజంగా కష్టపడదలచుకున్నాను. ఎందుకంటే నేను ఒక ధనవంతుడిలా ఆలోచిస్తాను, అంతేకాని శ్రామికవర్గానికి చెందిన వ్యక్తిలా కాదు.

ఒక వ్యాపారాన్ని సొంతం చేసుకోవడం ఒక ఆస్తిని సొంతం చేసుకోవడం లాటిది. మీరు ఒక నెట్‌వర్క్ మార్కెటింగ్ బిజినెస్‌ని నిర్మిస్తున్నప్పుడు, ఎంతో ముఖ్యమైన జీవిత నైపుణ్యాలను నేర్చుకోవటమే కాకుండా, మీరు మీకోసం నిజమైన సంపదను ఏర్పరచుకుంటున్నారు. ఒక ఉద్యోగంలో మీకు ఆదాయం లభిస్తుంది. నెట్‌వర్క్ మార్కెటింగ్‌లో ఆదాయం సంపాదించుకోటానికి బదులుగా మీరు ఒక ఆస్తిని ఏర్పరచుకుంటారు – మీ వ్యాపారాన్ని సొంతం చేసుకుంటారు – ఆ ఆస్తి మీకు ఆదాయాన్ని ఉత్పత్తి చేస్తుంది.

నాకు డబ్బు అందిచ్చేవాటిమీదే నేను కేవలం పెట్టుబడి పెడుతుంటాను. నాకు దానిలో డబ్బు దొరుకుతుందంటే, అది ఒక ఆస్తి. దానిలో నా డబ్బు ఖర్చవుతుంటే, అది ఒక భారం. నావద్ద రెండు పోష్ కార్లున్నాయి. అవి నాకు బరువు. వాటికి యజమానిని నేనే, కాని వాటివల్ల నా జేబులోకి ఒక పైసా కూడా రాదు, నా జేబులోని డబ్బును అవి కాజేస్తుంటాయి. ఇదేం రాకెట్ విజ్ఞానం కాదు, అర్థం కాని విషయమేం కాదు.

దీనిని అర్థం చేసుకొనే జనానికి ఒకటో నంబరు ఆస్తి సాధారణంగా ఒక వ్యాపారం అయుంటుంది. రెండో నంబరు సామాన్యంగా స్థిరాస్థి (రియల్ ఎస్టేట్). రియల్ ఎస్టేట్ విషయంలో మీరు క్యాష్‌ఫ్లోకు, క్యాపిటల్ గెయిన్స్ (మూలధన ఆదాయాలు) కు మధ్యనున్న వ్యత్యాసాన్ని అర్థం చేసుకోవాలి. అధికసంఖ్యాకులు ఈ తేడాను అర్థం చేసుకోరు. వారు పెట్టుబడి పెట్టినప్పుడు, అది క్యాపిటల్ గెయిన్ కోసం చేసినది. వారు అంటారు : “మా ఇంటి ధర పెరిగింది. నా కారు ధర పెరిగింది” అదే క్యాపిటల్ గెయిన్, క్యాష్ ఫ్లో కాదు.

సొంతంగా స్థిరాస్తులు కొనుగోలు చేయడంలోని ఉద్దేశం దానిని ఒక ఆస్తిగా ఉంచుకోవడం, అంతేకాని లాభానికి అమ్ముకోడానికి కాదు. మీరొక స్థిరాస్తిని ఒక లక్ష డాలర్లకు కొని, దానిని తరవాత రెండు లక్షల డాలర్లకు అమ్మితే, అది ఆస్తి అనిపించుకోదు. ఇపుడు మీరు ఒక లక్ష డాలర్ల

కాపిటల్ గెయిన్‌ని ఉత్పత్తి చేశారు. ఆ డబ్బుకోసం మీరు మీ ఆస్తిని 'షూట్' చెయ్యాలి. మీరు ఆస్తిని చంపేశారు. డబ్బుకోసం ఆవుని అమ్మటం లాంటిది ఇది. నామట్టుకు నాకు సొంతంగా ఒక ఆవుని ఉంచుకొని, పాలు అమ్మాలని ఉంటుంది.

ఉద్యోగం చెయ్యడంలో ఉన్న ఒక పెద్ద సమస్య ఇది : ఉద్యోగం అనేది ఆస్తికాదు. దానిని మీరు ఇ-బేలో అమ్మలేరు, అద్దెకు ఇవ్వలేరు, దానిలోంచి డివిడెండ్లు తీసుకోలేరు. కొన్ని దశాబ్దాల కాలం - మీ జీవితంలోని అత్యుత్తమ సంవత్సరాలను - ఆస్తి కాని దాన్ని సంపాదించటం కోసం వృథా చేయడమెందుకు? లేక, మరింత స్పష్టంగా అనాలంటే మీకోసం కాక మరొకరికోసం ఆస్తి ఎందుకు సంపాదించి పెట్టటం?

ఎందుకంటే ఈ విషయంలో పొరపాటు పడవద్దు : మీరు ఒక ఉద్యోగం చేస్తుంటే అప్పుడు మీరు ఒక సంపదని సృష్టిస్తుంటారు - అయితే అది మీ ఆస్తి మాత్రం కాదు.

ఒక మంచి ఉద్యోగం చేయటంలో అంతర్గతంగా ఒక విలువ ఉందన్న ఆలోచనను మనలో లోతుగా నాటారు. కాని ఎటువంటి విలువా దానిలో లేదు, ఉన్నది - శూన్యం. అంతేకాదు, పుండు మీద కారం చల్లినట్లు, ఉద్యోగంలో మీకొచ్చే ఆదాయం మీద కట్టే పన్ను ఇతర ఆదాయాలమీద కట్టే పన్ను కన్నా అధికంగా ఉంటుంది. పరిస్థితులన్నీ మీకు వ్యతిరేకంగానే ఉన్నాయి! అయినా కొంతమంది జనం ఇ క్వాడ్రెంట్‌లోని 'భద్రత, రక్షణ' కోసం మూల్యం చెల్లించడానికి ఇష్టపడుతుంటారు.

నెట్‌వర్క్ మార్కెటింగ్‌లో ఉత్పత్తులు అమ్మడానికి కాదు లేదా ఆదాయం సంపాదించుకోడానికి కాదు

నెట్‌వర్క్ మార్కెటింగ్ గురించి ప్రాచుర్యంలో ఉన్న ఒక గొప్ప దురభిప్రాయం ఏమిటంటే అది అమ్మకం చేసే వ్యాపారం అని. కాని అమ్మకం అనేది మరింత ఆదాయం సంపాదించడమే. సమస్య ఏమిటంటే, మీ కార్యకలాపాన్ని ఆపేస్తే, ఆదాయం కూడా ఆగిపోతుంది.

సేల్స్‌పర్సన్ చేసేది ఒక ఉద్యోగం. ఒక డిపార్ట్‌మెంట్ స్టోర్‌లో మీరు ఒక కౌంటర్ వెనుక పనిచేస్తుంటే, మీరు ఇ క్వాడ్రెంట్‌లో ఉన్నారన్నమాట. మీరే సొంతంగా వ్యాపారాన్ని నిర్వహిస్తూ, బీమా పాలసీలను అమ్మటమో లేక ఇళ్లని అమ్మటమో లేక బంగారు నగలు అమ్మటమో చేస్తుంటే, మీరు ఎస్ క్వాడ్రెంట్‌లో ఉన్నారు. అయితే ఎందులో ఉన్నప్పటికీ, మీకో ఉద్యోగం ఉంది, మీ ఉద్యోగం అమ్మకాలు జరపటం.

అది మీకు సంపదను నిర్మించదు లేక మీకు స్వేచ్ఛను ఇవ్వదు. మీకు కావలసింది మరో ఉద్యోగం కాదు, మరో చిరునామా. అది బి క్వాడ్రెంట్‌లో ఉండాలి.

జాన్ : రాబర్ట్, మీరు సరిగ్గా చెప్పారు. ఈ బిజినెస్‌లో విజయం సాధించటమంటే, 'అమ్మకాలను గొప్పగా చేయటం' అని జనం తరచూ భావిస్తుంటారు. కాని నెట్‌వర్క్ మార్కెటింగ్‌లోని ముఖ్య అంశం మీ దగ్గరున్న ప్రత్యేక ఉత్పత్తులను కాని సేవలను కాని అమ్మి గొప్పగా పేరు సంపాదించటం కాదు. ఎందుకంటే ఈ విషయంలో మీరెంత గొప్పవారైనప్పటికీ - మనం నిజాయితీగా ఆలోచిస్తే అత్యధికుల్లా మీరూ ఉన్నప్పుడు, ఇందులో మీరెంతో నిపుణులని మీరు అనుకోరు. ఏదైనా అమ్మడం ద్వారా కేవలం కొంత ఆదాయాన్నే పొందగలరు, దాని పరిమితులు దానికున్నాయి.

ఏది ఏమైనా, ఒక దినానికి ఉన్న గంటలు ఇరవై నాలుగే, అంతే కదా!

నెట్‌వర్క్ మార్కెటింగ్‌లోని ముఖ్యోద్దేశం ఒక ఉత్పత్తిని అమ్మటం కాదు, ఒక నెట్‌వర్క్‌ని నిర్మించటం - అంటే జనంలోంచి ఒక సైన్యాన్ని తయారుచేయాలి, వారంతా ఒకే ఉత్పత్తి లేదా సేవకు ప్రతినిధులుగా ఉంటూ, ఇతరులతో పంచుకుంటూ ప్రాచుర్యాన్ని కల్పిస్తారు.

మీరుగాని మరొకరుగాని అనేక ఉత్పత్తులను అమ్మటం అనేది లక్ష్యం కాదు. అనేకమంది- వారికి వారే ఉత్తమ వినియోగదారులై - సముచితమైన కొంతమంది వినియోగదారులకి తమ ఉత్పత్తులు అమ్మటం, సేవలను అందించటం, కొత్తవారిని సభ్యులుగా చేర్చుకోవటం, ఇతరులు అనేకమందికి అదే పనిని ఎలా చేయటమో చెప్పి చూపించడం అనే దాన్ని లక్ష్యంగా తీసుకోవాలి.

స్వతంత్ర ప్రతినిధులతో మీరు ఒక సైన్యాన్ని ఎందుకు నిర్మించుకోవాలని కోరుకుంటారో అనేదానికి ఇదుగో ఒక కారణం : మీరలా చేశాక, మీవద్ద ఏముందో మీకు తెలుస్తుంది - మీకోసం ఆదాయాన్ని సృష్టించే ఆస్తి - 'పాసివ్' ఆదాయం.

అధ్యాయం 13లో, నెట్‌వర్క్ మార్కెటింగ్ అనేది అమ్మకాల గురించి కాని, సేల్స్‌పర్సన్ అవడం గురించి కాని ఎందుకు కాదో వివరించమని జాన్‌ని అడుగుతాను. మీరు దానిని శ్రద్ధగా చదువుతారని ఆశిస్తాను. ఎందుకంటే అది ఒక కీలకాంశం. అధిక సంఖ్యాకులు సరిగ్గా అర్థం చేసుకోలేరు దానిని. ప్రస్తుతానికి ఒక సరైన మాటను చెప్పదలుచుకున్నాను : నెట్‌వర్క్ మార్కెటింగ్ *మరింత ఆదాయం సంపాదించటం గురించి కాదు, అది సంపదను నిర్మించుకోవటం గురించి.*

నిజానికి అది ఎనిమిది సంపదలను నిర్మించుకోవడం గురించి - అన్నీ ఒకే సమయంలో. రాబోయే అధ్యాయాలలో వరసగా ఒక్కొక్కదానిని చూద్దాం.

అధ్యాయం 9

ఆస్తి #1: వాస్తవ ప్రపంచానికి పనికివచ్చే వాణిజ్య విద్య

నేనొక విషయం ఒప్పుకోవాలి : నేను తాపీగా చదివే పాఠకుడిని. నిజానికి నేను చాలా చదువుతాను, అయితే ఆ చదవటం ఎంతో తాపీగా చేస్తాను. తరచూ ఒక పుస్తకాన్ని రెండు మూడుసార్లు చదివితేనే కాని నేనేమిటి చదువుతున్నానో నాకు అర్థం అవదు. అంతేకాదు, నాకు బాగా రాయడం కూడా చేతకాదు. నిజానికి హైస్కూల్లో చదువుతున్నప్పుడు రాతపరీక్షలో నేను రెండుసార్లు తప్పాను.

అయితే మీకో ఆశ్చర్యకరమైన విషయం చెప్పనా? స్కూల్లో రాతపరీక్షల్లో రెండుసార్లు తప్పిన ఈ 'సి' గ్రేడ్ విద్యార్థి, ఈరోజువరకు ఒక మంచిరాతగాడు కాకపోయినప్పటికీ, ద న్యూయార్క్ టైమ్స్ అత్యధికంగా అమ్ముడయిన పుస్తకాల జాబితాలో, అతను రాసిన ఏడు పుస్తకాలు చోటుచేసుకున్నాయి.

నేను చెప్పదలచుకున్న అంశం? కేవలం మంచి గ్రేడ్‌లు తెచ్చుకున్నంత మాత్రాన సరిపోదు.

నన్ను అపార్థం చేసుకోకండి : 'నేను చదువు ప్రాముఖ్యతని కొట్టిపారేయటం లేదు. చదువులో నాకు నమ్మకం ఉంది. నిజానికి దానిని నేను ప్రేమిస్తాను. కాని నేను నమ్మే చదువు వేరు. మీరు జీవితంలో విజయం సాధించటానికి నేర్చుకోవాల్సిన చదువుని, నిజంగా నేర్పే దానిని నేను నమ్ముతాను.

జనానికి తమకంటూ ఒక సొంత నెట్‌వర్క్ మార్కెటింగ్ బిజినెస్ నిర్మించుకోమని సిఫారసు చేసేందుకు నేను ఎప్పుడూ యిచ్చే మొదటి కారణం: శ్రేష్ఠమైన, జీవితాన్నే మార్చివేసే ఉత్పాదనలను మీరు అమ్మటం కాదు, ఆ అమ్మకాల ద్వారా మీరు గణించే ఆదాయమూ కాదు, మీకు దొరికే ఆర్థిక స్వేచ్ఛ అంతకన్నా కాదు.

ఔను, ఆ ఉత్పత్తులు తరచూ శ్రేష్ఠమైనవి. ఔను, మీరు సంపదను సృష్టించుకోడానికి అవి

నిజమైన దారిని చూపిస్తాయన్న విషయానికి నేనెంతో విలువనిస్తాను. కాని అనుభవం ద్వారా మీకు లభించే ముఖ్యమైన లాభాలు ఇవి కావు. అనుభవం ద్వారా మీకు దొరికే నంబరు 1 విలువ- వాస్తవ ప్రపంచానికి పనికివచ్చే వాణిజ్య విద్య.

మూడు రకాల విద్యలు

మీరు ఆర్థికంగా విజయం సాధించాలనుకుంటే, మీకు మూడు రకాల విద్యలు అవసరమవుతాయి: స్కూలు (సంప్రదాయ), వృత్తి, ఆర్థిక విద్య.

స్కూల్లో చదువు మీకు చదవడం, రాయడం, లెక్కలు చేయడం నేర్పిస్తుంది. ప్రత్యేకంగా నేటి ప్రపంచంలో అదెంతో ముఖ్యమైన చదువు. వ్యక్తిగతంగా, ఈ రకం చదువులో నేనంతగా రాణించలేకపోయాను. నేను అన్నట్లు, ఇంచుమించుగా నా జీవితం అంతా 'సి' గ్రేడు విద్యార్థిగానే ఉన్నాను. దానికి కారణం నాకు బోధించిన విషయాలలో నాకు ఏమాత్రం ఆసక్తి లేకపోవడమే.

వృత్తివిద్య డబ్బుకోసం ఎలా పనిచేయాలో మీకు నేర్పుతుంది, మరో మాటల్లో చెప్పాలంటే, ఇ, ఎస్ క్వాడ్రెంట్లలోని మీ జీవితానికి తయారుచేస్తుంది. నేను యౌవనంలో ఉన్నప్పుడు, చురుకైన కుర్రాళ్లంతా డాక్టర్లు, లాయర్లు, అకౌంటెంట్లుగా ముందుకు దూసుకుపోయారు. మెడికల్ అసిస్టెంట్లు, ప్లంబర్లు, బిల్డర్లు, ఎలక్ట్రీషియన్లు, కారు మెకానిక్కుల సంబంధిత విద్యలు నేర్పే వృత్తి విద్యాలయాలకు తక్కినవారు వెళ్లారు.

ఇందులో కూడా నేను రాణించలేదు. స్కూలు చదువులు బాగా చదువుకోకపోవటం వలన, ఒక డాక్టరు, లాయరు లేదా అకౌంటెంట్ అవమని నన్నెవరూ ప్రోత్సహించలేదు. దానికి బదులు ఒక ఓడలో ఆఫీసర్‌ని అయాను. ఆ తర్వాత ఒక హెలికాప్టర్ పైలట్‌ని అయి వియత్నాంలో మెరైన్ కోర్స్‌లో చేరాను. నాకు 23 ఏళ్ల వయసు వచ్చేసరికి, నాకు రెండు వృత్తులు ఉండేవి - ఒకటి, ఒక షిప్‌లో ఆఫీసరుగానూ, మరొకటి ఒక పైలట్‌గానూ. కాని ఆ రెండింటిలోనూ ఏ ఒక్కదానినీ నేను డబ్బు సంపాదించడం కోసం వాడలేదు.

ఆర్థిక విద్య, డబ్బుకోసం మీరు పనిచెయ్యటానికి బదులు, డబ్బు చేత మీపని ఎలా చేయించుకోవచ్చో మీకు నేర్పుతుంది. బిజినెస్ స్కూల్‌లో చేరితే ఆర్థికవిద్యను నేర్చుకోవచ్చని మీరు అనుకోవచ్చు. కాని మామూలుగా అది జరగదు. బిజినెస్ స్కూళ్లు సాధారణంగా చేసేపని అతిచురుకైన విద్యార్థులను చేర్చుకుని, శిక్షణ ఇచ్చి ధనవంతులకోసం వారిని బిజినెస్ ఎగ్జిక్యూటివ్లుగా తయారుచేయటం. మరో మాటలో చెప్పాలంటే, ఇ క్వాడ్రెంట్‌లోని పై తరగతి నాయకత్వస్థాయిలో జీవితం గడిపేందుకు విద్యార్థులకు ఆ స్కూళ్లు శిక్షణనిస్తుంటాయి. అయితే, అదింకా ఇ క్వాడ్రెంట్ మాత్రమే కదా!

వియత్నాం నుంచి తిరిగొచ్చాక ఎమ్.బి.ఎ డిగ్రీ కోసం బిజినెస్ స్కూల్లో చేరుదామని అనుకున్నాను. కాని నా రిచ్ డాడ్ అందుకు ఒప్పుకోలేదు. "సాంప్రదాయక స్కూల్‌నుంచి నువ్వు ఎమ్.బి.ఎ. తెచ్చుకుంటే, అది శిక్షణనిచ్చి సంపన్నులకు ఉద్యోగిగా నిన్ను తయారుచేస్తుంది. నువ్వే ధనవంతుడివి అవాలనుకున్నప్పుడు, నీకు స్కూలు చదువు అక్కరలేదు. నీకు కావలసింది వాస్తవప్రపంచానికి పనికివచ్చే ఆర్థిక విద్య," అని అతను అన్నాడు.

ముఖ్యమైన నైపుణ్యాలు

ఒక వ్యాపారవేత్త అవడం, బి క్వాడ్రెంట్ బిజినెస్ నిర్మించడం అంత తేలికైన పనికాదు. నిజానికి,

బి క్వాడ్రెంట్ బిజినెస్ నిర్మించడం ఎవరికైనా ఒక గొప్ప సవాలు అని నా నమ్మకం. ఇ, ఎస్ క్వాడ్రెంట్లలో అనేకమంది ఉండటానికి కారణం, బి క్వాడ్రెంట్‌లో ఎదుర్కోవలసినన్ని సవాళ్లు వీటిలో లేకపోవటమే. అది అంత సులువే అయితే, ప్రతీ వ్యక్తీ ఆ పనే చేసేవాడు, బి క్వాడ్రెంట్‌లోనే ఉండేవాడు.

వ్యాపారంలో మీరు విజయం సాధించదలచుకుంటే, మీరు కొన్ని సాంకేతిక నైపుణ్యాలను నేర్చుకోవలసి ఉంటుంది. బహుశా వీటిని మీరు స్కూల్లో నేర్చుకుని ఉండరు.

ఉదాహరణకి మీ బిజినెస్‌ను ఏర్పాటు చేసుకునే సామర్థ్యాన్ని కలిగి ఉండటం, మీ సొంత ఎజెండాను తయారుచేసుకోవడం లాంటివి.

ఇది మీరు ఊహించినదానికన్నా పెద్ద పనే. నెట్‌వర్క్ మార్కెటింగ్ రంగంలోకి ప్రవేశించిన జనం అప్పుడప్పుడూ ఒక రకమైన 'కల్చర్ షాక్' అనుభవిస్తుంటారు. ఎందుకంటే ఇంతవరకు ఇతరులు చెప్పింది చేయడానికి వారు అలవాటు పడ్డారు. ఇ క్వాడ్రెంట్లలో మీరు బహుశా ఎంతో కష్టపడి పనిచేస్తూ ఉండవచ్చు కాని లక్ష్యాలు నిర్దేశించటంలోనూ, కార్యాచరణ ప్రణాళికను తయారుచేయటంలోనూ, మీ ఎజెండాను ఏర్పరచుకోవటంలోనూ, సమయపాలన పాటించడం లోనూ, స్పష్టమైన ఉత్పాదక చర్యలను అమలు చేయటంలోనూ మీకు ఎటువంటి అనుభవమూ ఉండదు.

ఈ ప్రాథమిక నైపుణ్యాలు అనేకమంది కలిగి ఉండకపోవడం విచారించవలసిన విషయం. విచారకరమైనదే కాని ఆశ్చర్యకరమైనది మాత్రం కాదు. ఏది ఏమైనా, ఇ క్వాడ్రెంట్‌లో మీకు నిజంగా వీటి అవసరం లేదు. కాని మీరు 'బి' క్వాడ్రెంట్‌లోకి ప్రవేశించదలచుకుంటే, ఆ నైపుణ్యాలకు కలిగి ఉండటం మీకు తప్పనిసరి. చెక్‌బుక్‌ను బాలెన్స్ చేయడం, విత్త ప్రణాళికను తయారుచేయడం, వార్షిక నివేదికను చదవటం లాంటి నైపుణ్యాలు తెలిసి ఉండటం ఎంత ముఖ్యమో అవి కూడా అంతే ముఖ్యం.

పన్ను లాభాలు - అవి నేర్పే పాఠాలు

నెట్‌వర్క్ మార్కెటింగ్ రంగంలో కొత్తగా చేరినవారు - సొంతంగా మీ ఇంటినుంచి నడిపే వ్యాపారంలో మీకు దొరికే అద్భుతమైన పన్ను లాభాల గురించి తెలుసుకున్నప్పుడు - తరచూ ఆశ్చర్యపోతుంటారు.

అత్యధిక సంఖ్యాకులైన జనానికి తమకులేని అన్ని రకాల పన్ను లాభాలను సంపన్నులు పొందుతారన్న విషయం చూచాయగా తెలుసు. కాని వారంతా తమ జీవితాలను ఇ క్వాడ్రెంట్‌లో గడపటం మూలాన, సాధారణంగా ఆ లాభాలేమిటో, అవి ఎలా పనిచేస్తాయో అనే విషయాల గురించి సరైన అవగాహన లేదు. అందువలన, తాముకూడా అవే పన్ను లాభాలను పొందగలమని, తాము తమ వ్యాపారాలు కొత్తగా ప్రారంభించిన మొట్టమొదటి రోజునించే చెప్పుకోదగ్గ సొమ్మును దాచుకోవచ్చని తెలుసుకున్నప్పుడు, వారు తరచూ షాక్ తింటుంటారు.

పన్నుల నియమాలలో ఇటీవల చోటుచేసుకున్న అనేక మార్పులు, చిన్న వ్యాపారాలకు స్వయంఉపాధి ఉన్నవారికోసం అనేక బీమా పథకాలు ప్రవేశపెట్టడంతో మీరు మీకోసం పెద్ద పెద్ద కార్పొరేషన్లు అందించే ప్యాకేజీలకన్న మెరుగైన లాభాల ప్యాకేజీని సృష్టించుకోవడం గతంలోకన్నా ఇప్పుడు ఎంతో సులభమైంది. ఒక పక్క మీకున్న ఉద్యోగం చేసుకుంటూనే, మీకున్న ఖాళీ సమయంలో ఒక నెట్‌వర్క్ మార్కెటింగ్ బిజినెస్‌ను నెలకొల్పడం ద్వారా, ధనికులు

పొందే పన్ను లాభాలను మీరు కూడా పొందటం ప్రారంభిస్తారు. పార్ట్-టైము బిజినెస్ చేస్తున్న ఒక వ్యక్తి ఉద్యోగులకన్నా ఎక్కువ పన్ను మినహాయింపులను తీసుకోగలడు.

ఇంట్లోని ఆఫీసు	ఆటో, గ్యాస్, మైలేజ్	వ్యక్తిగత కంప్యూటర్	ఇంటర్నెట్, ఫోన్, సెల్‌ఫోన్	ప్రయాణం, తిండి, హోటెల్	వ్యక్తిగత ఉత్పత్తుల ఉపయోగం

పైన ఇచ్చినవి కొన్ని ఉదాహరణలు, వీటిపైన మీరు మొదటినించీ ఖర్చు పెడుతున్నారు, అయితే మీ ఇంట్లో ఒక నెట్‌వర్క్ మార్కెటింగ్ బిజినెస్‌ను మీరు మొదలుపెట్టిన క్షణం నుంచి అవి న్యాయమైన పన్ను మినహాయింపులకు అర్హత కలిగి ఉంటాయి. గుర్తుంచుకోండి, ఇక్కడ యిచ్చిన జాబితా కేవలం ఉదాహరణ కోసమే. మీ వ్యక్తిగత పరిస్థితిలో పన్నులకు సంబంధించిన సరైన సలహాకోసం, మీరు మీ టాక్స్ కన్సల్టెంట్‌ని సంప్రదించండి.

ఉదాహరణకి, మీ కారుకి అయ్యేఖర్చు, పెట్రోలు, తిండికి పార్టీకి అయ్యే ఖర్చులు లాంటివి పన్నులో మినహాయించుకోవచ్చు. అయితే మీ పరిస్థితిలో అనుసరించే నియమ నిబంధనల గురించి మీరు మీ టాక్స్ కన్సల్టెంట్ సలహా తీసుకోవాల్సి ఉంటుంది. అలా చేసినప్పుడు, మీరు అతనికి చెల్లించే రసుమును కూడా మీ ట్యాక్స్‌లో మినహాయించుకోవచ్చు. మరో మాటలో ప్రభుత్వానికి తక్కువ పన్నులు ఎలా చెల్లించుకోవచ్చో తెలుసుకోటానికి మీరు ఒక వృత్తి నిపుణుడి సలహా తీసుకున్నందుకుగాను ప్రభుత్వం నిజానికి మీకు పన్ను మినహాయింపునిస్తోంది.

నెట్‌వర్క్ మార్కెటింగ్‌లోని ఒక అందమైన అంశం ఏమిటంటే అది రహస్య తెరని తొలగించి బి క్వాడ్రెంట్‌లో జీవితాన్ని మీకు చూపిస్తుంది.

కొత్త వ్యాపారం ప్రారంభించిన మొట్టమొదటి రోజునుంచీ మీరు పన్ను ఆదా చేస్తారు. అది మీకు ఒక గొప్ప ఆర్థిక లివరేజ్‌ని అందిస్తుంది. కేవలం దీనిని మీకు తెలుపటానికే ఇదంతా రాయటం లేదు. నేను చెప్పాలనుకున్నది దీనికన్నా ముఖ్యమైన మరో అంశం : అత్యధిక సంఖ్యాకులకి బి క్వాడ్రెంట్‌లో ఉండటమంటే ఏమిటో అన్నదానిపై కొంచెమైనా అవగాహన లేదు.

ఇక్కడ దొరికే పన్ను లాభాల గురించి తెలుసుకున్నప్పుడు అనేకమంది షాక్ తినడానికి కారణం వారి విషయంలో బి క్వాడ్రెంట్ కాలగర్భంలో కలిసిపోయిన అట్లాంటిస్ ఖండం లాంటిది. నెట్‌వర్క్ మార్కెటింగ్‌లోని ఒక అందమైన అంశం ఏమిటంటే అది రహస్యతెరని తొలగించి బి క్వాడ్రెంట్‌లో జీవితాన్ని మీకు చూపిస్తుంది.

జీవన నైపుణ్యాలు

వ్యాపారాన్ని విజయవంతం చెయ్యడానికి, కేవలం సాంకేతిక నైపుణ్యాలుంటే సరిపోదు. వాటికన్నా ముఖ్యమైనవి జీవన నైపుణ్యాలు. బి క్వాడ్రెంట్‌లోకి విజయవంతంగా ప్రవేశించడానికి

అవి తోడ్పడతాయి. జీవితంలో దీర్ఘకాలిక విజయానికి మీ విద్య, అర్హతలు, మీ జీవితానుభవాలు అన్నిటికన్నా ముఖ్యంగా మీ వ్యక్తిగత శీలం కీలకపాత్ర వహిస్తాయి.

ఉదాహరణకి, నాకు వచ్చే సందేహాలు, నా బిడియం, తిరస్కరింపబడతానేమోనన్న భయాలని అధిగమించటం నేను నేర్చుకోవలసి వచ్చింది. నేను నేర్చుకున్న మరో వ్యక్తిగత వికాసం - ఓటమిని పొందాక ధైర్యం చిక్కబట్టుకుని తిరిగి నా కాళ్లమీద నిలబడి ముందుకి సాగిపోవటం; అది ఒక నెట్‌వర్క్ మార్కెటింగ్ వ్యాపారమైనా, ఫ్రాంచైజ్ అయినా లేక పరిశ్రమ స్థాపన అయినా - బి క్వాడ్రెంట్ బిజినెస్‌లో విజయం సాధించాలనుకున్నవారు ఈ వ్యక్తిగత లక్షణాలను అభివృద్ధి చేసుకోవాల్సిన అవసరముంది.

వీటిని మీరు మీ స్కూల్లో నేర్చుకోకపోతే, మీరు పనిచేస్తున్న చోట నేర్చుకోకపోతే, మీరు పెరుగుతున్నప్పుడు మీ ఇంట్లో మీకు నేర్పకపోతే, మరి మీరు వాటిని ఎక్కడ నేర్చుకుంటారు? మీకు చదువు నేర్పించటానికి, మీ వ్యక్తిత్వ వికాసాన్ని పెంపొందించటానికే కాక మీరు నిజంగా ఒక వ్యాపారాన్ని నిర్మించేందుకు పెట్టుబడి పెట్టే బిజినెస్ ఈ భూప్రపంచంలో మీకు ఎక్కడ దొరుకుతుంది?

ఇంకెక్కడ?.. నెట్‌వర్క్ మార్కెటింగ్‌లోనే!

జాన్ : రాబర్ట్, ఈ వ్యాపారంలో మొట్టమొదటి లాభంగా మీరు బిజినెస్ ఎడ్యుకేషన్‌ని మళ్లీ మళ్లీ పేర్కొనడం ఆశ్చర్యంగానే ఉంది. నా అభిప్రాయం కూడా అదే, మీరు అన్నదాంట్లో ఎంతో బలం ఉంది. తరచూ, జనం నెట్‌వర్క్ మార్కెటింగ్‌లో మరోలా నేర్చుకోలేని నైపుణ్యాలను నేర్చుకుంటారు, మంచి లక్షణాలను తమ అనుభవంలో అలవరుచుకుంటారు.

తమ భయాలను ఎలా అధిగమించవచ్చో, ఎలా సంభాషించాలో, తమకు 'వద్దు' అని జవాబిచ్చే ఇతరుల మనస్తత్వాన్ని ఎలా అర్థం చేసుకోవాలో, తిరస్కారానికి చలించకుండా, పట్టుదలతో తదితర వాస్తవ ప్రపంచ సవాళ్లను ఎలా ఎదుర్కొనాలో నెట్‌వర్క్ మార్కెటింగ్ జనానికి నేర్పుతుంది.

నెట్‌వర్క్ మార్కెటింగ్ కంపెనీలు వాస్తవ జీవిత వాణిజ్యం గురించి బోధించే అత్యంత ముఖ్యమైన నైపుణ్యాలలో కొన్ని :

- విజయం సాధించే వైఖరి
- విజయానికి సిద్ధం కావడం
- వ్యక్తిగత భయాలు, సందేహాలు, ఆత్మవిశ్వాసలేమిని అధిగమించటం
- తిరస్కార భయాన్ని అధిగమించటం
- భావప్రకటనా నైపుణ్యాలు
- లోక వ్యవహార జ్ఞానం
- సమయపాలనలో (టైమ్ మేనేజ్‌మెంట్) నైపుణ్యాలు
- జవాబుదారీతనంలో నైపుణ్యాలు
- ఆచరణపూర్వక లక్ష్యాలను ఏర్పరచుకోవటం

- డబ్బును సక్రమంగా వాడుకునే నైపుణ్యాలు
- పెట్టుబడికి సంబంధించిన నైపుణ్యాలు

మంచి నెట్‌వర్క్ మార్కెటింగ్ కంపెనీలు పైన చెప్పిన అన్ని రంగాలలోనూ శిక్షణను ఇచ్చే దృఢమైన కార్యక్రమాలను ఏర్పాటుచేస్తాయి. ఔను, ఈ రకమైన విద్య, శిక్షణ ఎంతో మూల్య మైనదని నేనొప్పుకుంటున్నాను.

నిజానికి, ఇటువంటి శిక్షణ కోసం మీరు ఎంత డబ్బు ఖర్చుపెట్టినా ఇలాంటి చోటు మీకు మరోచోట దొరకదు. అంతేకాదు, ఇక్కడ నేర్చుకోడానికి మీకు వారు డబ్బు చెల్లిస్తారు.

నెట్‌వర్క్ మార్కెటింగ్‌లో మేము ఒక నానుడి వాడుతుంటాం : ఈ వ్యాపారంలో "ఒకవైపు నేర్చుకుంటూ మరోవైపు డబ్బు సంపాదిస్తుంటారు మీరు". అదొక గొప్ప సామెత, ఎందుకంటే అది ఈ వ్యాపారంలోని ఒక కీలకాంశాన్ని వక్కాణిస్తోంది : పనిచేస్తూ, ఆ పని ఎలా చెయ్యాలో మీరు నేర్చుకుంటారు. సంవత్సరాల తరబడి ఒక క్లాసురూంలో కూర్చుని, ఎలా చెయ్యాలో మరెవరో చెపుతుండగా వింటూ నేర్చుకోడం కాదిది.

ఒక ఉద్యోగి యోగ్యతా సమర్థతలకు బదులుగా వాస్తవ ప్రపంచంలోని ఒక పారిశ్రామికవేత్త యొక్క ప్రతిభా నైపుణ్యాలను నేర్చుకోవాలనుకున్న వారికోసం నెట్‌వర్క్ మార్కెటింగ్ అనేది వాస్తవ ప్రపంచానికి పనికివచ్చే బిజినెస్ స్కూల్.

నెట్‌వర్క్ మార్కెటింగ్‌లో శిక్షణ కేవలం సైద్ధాంతిక శిక్షణ కాదు. అది అనుభవజ్ఞానంతో కూడి ఉంటుంది. మీరు పాల్గొనే విశిష్ట కార్యక్రమంలో, మీరు శిఖరాగ్రం చేరుకున్నా చేరుకోకపోయినా, మీరు లెక్కలేనంత డబ్బు సంపాదించినా సంపాదించకపోయినా, మీరు పొందే శిక్షణకు మీ శేష జీవితంలో అద్భుతమైన విలువ ఉంటుంది. వాస్తవానికి అనేకమంది నెట్‌వర్క్ మార్కెటింగ్‌లో కొంతకాలం ఉన్నాక ఇతర వ్యాపారాలు చేపట్టి ఎంతో విజయం సాధించారు. దానికి కారణం మొదటి నెట్‌వర్క్ మార్కెటింగ్ ద్వారా వారికి దొరికిన శిక్షణ, అనుభవమే!

ఒక దశాబ్దంగా జనానికి ఈ బిజినెస్‌ను నేను సిఫారసు చేస్తుండడానికి నిజమైన కీలకాంశం, అతిముఖ్యమైన కారణం ఇదే. మీరు ఒక మంచి నెట్‌వర్క్ మార్కెటింగ్ కంపెనీలో చేరినప్పుడు, వారు మీకు పరుగెత్తడంకోసం ఒక ట్రాక్ మాత్రమే ఇవ్వరు, మీరు విజయం సాధించడానికి అవసరమయ్యే నైపుణ్యాలు, లక్షణాలను అభివృద్ధి చేసుకోడానికి తగిన సహకారాన్ని కూడా అందిస్తారు.

ఒక ఉద్యోగికుండే యోగ్యతా సమర్థతలకు బదులుగా వాస్తవ ప్రపంచంలోని ఒక పారిశ్రామికవేత్త యొక్క ప్రతిభానైపుణ్యాలను నేర్చుకోవాలనుకున్న వారికోసం నెట్‌వర్క్ మార్కెటింగ్ అనేది వాస్తవ ప్రపంచానికి పనికివచ్చే బిజినెస్ స్కూల్.

అధ్యాయం 10

ఆస్తి #2 : వ్యక్తిత్వ వికాసానికి ఒక లాభదాయకమైన మార్గం

నాకు తెలుసు మీరు ఏమంటారో : "కియోసాకీ, మీకేమైనా మతి చలించిందా? 'వ్యక్తిత్వ వికాసానికి ఒక మార్గం' అంటూ ఈ ఊకదంపుడు మాటలెందుకు? దెబ్బలాడుకోడానికి నాకో ముఠా అవసరం లేదు. పొట్ట పోషించుకోడానికి డబ్బు కావాలి. ఆస్తులు సంపాదించుకోవాలని ఉంది నాకు, అంతేకాని 'కుంబాయా' అని పాట పాడుకోవాలని లేదు!"

మరీ అంత తొందరపడకండి. నేనేం తప్పుగా ఆలోచించటం లేదు. కాస్త యథార్థవాదిగా ఉన్నాను, అంతే! ధనవంతుడవటం అంటే మీవద్దనున్న ఏభైసెంట్ల భాగ్యనాణాన్ని సరైన స్లాట్ మెషిన్‌లో వెయ్యడం లాంటిది కాదు. కాగా మీరు కూడా అదనపు ఆదాయాన్ని సంపాదించటానికి ఒక కొత్తమార్గం కోసం చూడటం లేదు. నిజానికి మీరు మీ జీవితానికి సంబంధించిన ముఖ్యమైన విలువల్లో మార్పు తీసుకొస్తున్నారు. కాని మీరు చేసే ఆ మార్పు నిజంగా ఆ విలువలకి సంబంధించినది కాదు. మిమ్మల్ని మీరు మార్చుకోవటానికి సంబంధించినది.

డోనాల్డ్ ట్రంప్ అనే నా స్నేహితుడి దగ్గర ఇవాళ కొన్ని బిలియన్ల డాలర్లు ఉన్నాయి. కాని, ఒకానొక సమయంలో రియల్ ఎస్టేట్ పతనమయినపుడు, అతను తన ఆస్తినంతా పోగొట్టు కున్నాడు. 9.2 బిలియన్ల డాలర్లు రుణపడి ఉన్నప్పటి తన అనుభవం గురించి చెపుతూ అతను "వీధిలోని ఓ ముష్టివాడి పక్కనుంచి వెళ్తున్నప్పుడు, వాడి దగ్గర నాకన్నా 9.2 మిలియన్ల డాలర్లు ఎక్కువ ఉన్నాయని నాకు అనిపించింది!" అంటాడు. అయితే, కొద్దికాలంలోనే, డోనాల్డ్ మళ్లీ తన అగ్రస్థానానికి చేరుకున్నాడు. అదెలా జరిగింది? దానికి కారణం అతను ఎవరు అనేది - లేక ఇంకా నిర్దుష్టంగా చెప్పాలంటే, అతను ఎలా తయారయేడనేది.

నాకు కూడా అలాటి అనుభవమే ఎదురైంది. నాకు ముప్పై ఏళ్లు వచ్చేసరికి, నేను ఒక మిలియనేరుని అయాను. రెండు సంవత్సరాల తరవాత, నా కంపెనీ దివాలా తీసింది. ఒక వ్యాపారంలో నష్టపోవడమనేది ఆహ్లాదకరమైన అనుభవం కాదు, కాని అది ఒక గొప్ప

గుణపాఠం. ఆ కొన్ని సంవత్సరాలలో వ్యాపారం గురించి, అంతకన్నా ఎక్కువ నాగురించి ఎంతో నేర్చుకున్నాను.

నేను నష్టపోయాక, నా రిచ్ డాడ్ నాతో, "ధనమూ, విజయమూ నిన్ను అహంభావిగా, బుద్ధిహీనుడిగా చేస్తాయి. ఇప్పుడు నువ్వు దారిద్ర్యాన్ని అనుభవించావు, అణకువను అలవరచు కున్నావు కనక నువ్వు మళ్లీ ఒక విద్యార్థిగా అవగలవు," అన్నాడు. ఆయన అన్నది నిజం. అనుభవంలోంచి నేను నేర్చుకున్న పాఠాలు అమూల్యమైనవి అని ముందుముందు నిరూపించు కున్నాయి. నేను ప్రపంచవ్యాప్తంగా వ్యాపారాన్ని నిర్మించుకున్నాక దానిని పోగొట్టుకోవటం, నాకు వాస్తవ జీవితంలోని విద్యను అందించి చివరకి నన్ను మళ్లీ సంపన్నుడిగా చేసింది. అన్నిటికన్నా ముఖ్యంగా ఆ విద్య నాకు స్వేచ్ఛను ఇచ్చింది. నేను పాఠాలు నేర్చుకుంటున్న సమయంలో తెలుసుకున్న ముఖ్య విషయాలు వ్యాపారం గురించిగాని డబ్బు గురించిగాని కాదు - అవన్నీ కేవలం నా గురించే.

దీని గురించి జాన్‌ని ఓ ప్రశ్న అడగనీయండి నన్ను. అతని సమాధానం నేను అనుకుంటున్నదే అయితే, నా ఉద్దేశం మీకు అర్థమవుతుంది.

రాబర్ట్ : జాన్ నెట్‌వర్క్ మార్కెటింగ్‌లోకి చేరిన ప్రతీ వ్యక్తికి ఒకే స్థాయి విజయం దొరుకుతుందని అనిపించటం లేదు. మీ అనుభవంలో, నెట్‌వర్క్ మార్కెటింగ్‌లో తాము ఆశించిన విజయం స్థాయిని జనం చేరుకోకపోవటానికి, అన్నిటికన్నా ముఖ్యమైన కారణం ఏమై ఉంటుంది?

జాన్ : రకరకాల జనం విజయాన్ని రకరకాలుగా నిర్వచించారు. ఒకరు ఎంతో ముఖ్యమని అనుకున్నది మరొకరికి కాకపోవచ్చు. తమకు ప్రస్తుతం వస్తున్న ఆదాయానికి అదనంగా కొంత సంపాదిస్తూ కొందరు సంతృప్తి చెందుతుంటారు. మరికొందరు - ఆదాయ అవకాశాల సాధ్యత, జీవనశైలి లక్ష్యాల దృష్ట్యా జీవితాన్నే మార్చివేసే ఏదైనా వ్యాపార అవకాశం కోసం ఎదురుచూస్తుంటారు. ఓటమిని నిర్వచించాల్సి వచ్చినప్పుడు ఈ విషయాలన్నిటినీ పరిగణనలోకి తీసుకోవాలి. ఒక పెద్ద వ్యాపారాన్ని నిర్మించుకోడానికి ప్రయత్నించిన వ్యక్తి నెలకి వేయి డాలర్లు తెచ్చుకుంటుంటే అతన్ని బహుశా అసఫలతకు ఉదాహరణగా తీసుకోవచ్చు. కాని ఒక తల్లి తన ఇంటి ఆదాయానికి అదనపు ఆదాయంగా జోడించాలనుకున్నది లక్ష్యం అయినప్పుడు ఇదే ఒక గొప్ప విజయంగా భావించవచ్చు.

లక్ష్యం ఏదైనప్పటికీ, నెట్‌వర్క్ మార్కెటింగ్‌ను పట్టుదలతో చేసేవారు రానురాను మెరుగవుతుంటారు అన్నది మనకి తెలుసు. నిజానికి, ఇందులో జనం ఓడిపోడానికి ఒకే ఒక కారణం - మధ్యలో వారు దానిని విడిచివెళ్లిపోవటం అని నేను గట్టిగా నమ్ముతాను.

కాని దీనిని స్పష్టం చెయ్యాలంటే, మరికొంత వివరంగా చెప్పాలి. ఇది కేవలం ఒక వ్యక్తి తన కంపెనీను వదిలిపెట్టడమా, వద్దా అనేదాన్ని గురించి కాదు. అంటే తనకున్న పంపిణీ హక్కులకు రాజీనామా చేసి, "నేను తప్పుకుంటున్నాను" అని ప్రకటించటం. వ్యాపారాన్ని వదులుకోవటం అనేది ఇక్కడి అంశం కాదు, మిమ్మల్ని మీరు విడిచిపెట్టడం అనేదే అంశం!

నేను సరిగ్గా అలాగే అనుకున్నాను. ఈ పుస్తకం మొదట్లో నేను చెప్పినదానివైపుకి తీసుకెళ్తుంది ఇది. మీరు ఏరకమైన వ్యాపారం చేస్తున్నారో దానిని మార్చటం గురించి కాదు,

ఇది మిమ్మల్ని మార్చటం గురించి. అత్యుత్తమమైన వ్యాపారాన్ని నేను మీకు చూపిస్తాను, కాని మీ వ్యాపారం అభివృద్ధి చెందాలంటే, మీరు కూడా ఎదగాలి.

గెలిచేవాడూ, ఓడిపోయేవాడూ మీలోనే దాగున్నారు

జాన్ యిప్పుడే వర్ణించినదానిగురించి రెండే రెండు మాటలున్నాయి. మొదటిది, వదలిపెట్టేవాడు. రెండోది, నష్టపోయేవాడు.

మనలో ప్రతిఒక్కరిలోనూ ఒక విజేత, ఒక పరాజితుడు దాగి ఉన్నారు. నేను కూడా అలాంటి వ్యక్తినే; నాలో గెలిచేవాడూ ఉన్నాడు, ఓడిపోయేవాడూ ఉన్నాడు. ఇద్దరూ ఒకరితో ఒకరు గెలుపుకోసం పోటీపడుతుంటారు. జీవితంలో నిజంగా విజయం సాధించటానికి బదులు అనేక మంది ఎలాగో కాలాన్ని వెళ్లదీయటానికి కారణం వారంతా వారిలో ఉన్న ఓడిపోయేవాడికి శాసించే అధికారాన్ని అప్పగిస్తుంటారు. నేనలా చెయ్యను. గెలిచేవాడే గెలవాలని పట్టుబడతాను.

ఓడిపోయేవాడు మాట్లాడుతున్నాడని మీరెలా తెలుసుకుంటారు? "ఓహ్, నేనంత డబ్బు ఖర్చుపెట్టలేను." "ఓహ్, అందులో ఎంతో రిస్క్ ఉంది." లేదా, "ఒకవేళ నేను నష్టపోతే..." విజేత ప్రమాదాలని ఎదుర్కొంటాడు, కాని పరాజితుడు ఎప్పుడూ రక్షణ, భద్రత గురించే ఆలోచిస్తుంటాడు.

ఇందులో ఒక వైరుధ్యం ఉంది. ఓడిపోయేవాడు భద్రత, సురక్షితం గురించే ఆలోచిస్తూ వృత్తి జీవితంలో ఇరుక్కుంటాడు, అక్కడ నిజంగా భద్రత అనేది ఉండదు. వారానికి 40 గంటలు ఒక కార్పొరేషన్ పనిచేసే ఉద్యోగంలో భద్రత ఎక్కడుంది? రాబోయే కొన్ని సంవత్సరాలలోనే బహుశా అది మిమ్మల్ని ఉద్యోగంలోంచి తీసేయవచ్చు! లేదా మీ కొద్దిపాటి ఆదాయాన్ని 401(కె) రిటైర్‌మెంట్ ప్లాన్‌లో వేసుకుంటే, ఏదో ఒక మ్యూచువల్ ఫండ్ దాన్ని స్వాహా చేయొచ్చు. లేదా మీరు మీ రాబడిని ఒక ఆర్థికసలహాదారు నిర్వహిస్తున్న ఫండ్‌లో ఉంచితే, అతను కాస్తా మరో బర్నీ మేడాఫ్ (మోసగాడు) అయి కూర్చుంటాడు.

మనలోని ప్రతి ఒక్కరిలోనూ ఒక గెలిచినవాడు, ఒక ఓడినవాడు లూజర్, డబ్బున్న వ్యక్తి, పేద వ్యక్తి, కష్టపడి పనిచేసేవాడు, సోఫాలో హాయిగా కూర్చునేవాడు – ఉంటారు. అక్కడే యుద్ధం మొదలవుతుంది. ఒక నెట్‌వర్క్ మార్కెటింగ్ కంపెనీలో మీరు చేరాలనుకుంటారు, దానికి కారణం అది మీలోని ధనవంతుడిని నిలబెట్టి, గుర్తింపు పొందటానికి సాయపడుతుందని. మీ ఓడిపోయే మిత్రులు మిమ్మల్ని సోఫాలోనే కూర్చోమంటారు, వారానికి నలభైగంటలు పనిచేస్తూ సురక్షితమైన ఉద్యోగంలో ఉండమంటారు – ఎందుకంటే వారు చెప్పినట్లు మీరు చేస్తే, మీరు వాళ్లని సవాలు చెయ్యలేరు, వాళ్లని దానికి భిన్నంగా చేయమని అడగలేరు. మీ నెట్‌వర్క్ మార్కెటింగ్ అలా ఎన్నటికీ చెయ్యదు. మీ నెట్‌వర్క్ మార్కెటింగ్ బృందం మీరు ప్రతిభావంతులవాలని కోరుకుంటుంది, మీరు చేస్తున్న పనిలో ప్రగతి సాధించి ముందు అడుగువేయాలని, మీ చరిత్రను దాటి ముందుకు వెళ్లి – మామూలుగా ఉండిపోటానికి బదులుగా – మీరు మీలోని అసాధారణవ్యక్తిగా మార్పుచెందాలని ఆశిస్తుంది.

"అమ్మో, అంత ఖర్చు భరించలేను," లేదా "అది మరీ ఖరీదైంది," లేక "నాకు నా లాభాలు దొరికితే చాలు, నేను అంతగా కష్టపడలేను, రిస్క్‌లు తీసుకోలేను," – ఇలా అనడం సులువే! అలా మాట్లాడుతున్నది ఒక ఓడిపోతున్నవాడు.

దాని గురించి మీరు బాధపడవలసిన అవసరం లేదు. మన అందరిలోనూ అలాంటి వాడున్నాడు. నాలో కూడా ఉన్నాడు, అనేకసార్లు వాడిదే పైచేయి అవుతూంటుంది – కనీసం

కొద్దిసేపైనా ప్రతిరోజు పొద్దున్న నేను ఇలా అనుకుంటూ ఉంటాను : ఇవాళ పొద్దున్న లేచింది ఎవరు – నాలోని ధనవంతుడా, పేదవాడా? గెలిచేవాడా ఓడిపోయేవాడా? అదే మన యుద్ధం.

నిజానికి మనలో ప్రతి ఒక్కరిలోనూ పాత్రలన్నీ ఉన్నాయి, అదొక పెద్ద వర్ణమాల. వాటిలో ఏ పాత్రగానైనా మారే అవకాశం మనకుంది. నా మట్టుకు నేను – వివాహితుడిగా సంసారాన్ని హాయిగా గడుపుతూ, తనుంటున్న ప్రపంచానికి తనవంతు సాయంచేస్తూ, ఆధ్యాత్మికంగా స్వతంత్రుడైన వ్యక్తిగా ఉండాలని కోరుకుంటాను.

మనలోని భయాలు, సందేహాలు లేక ఆత్మన్యూనతలకు గెలిచే అవకాశాన్ని మనం యిచ్చిన ప్రతీసారి, మనలోంచి ఓడిపోయేవాడు బయటికొస్తాడు, ఆధిపత్యం చలాయిస్తాడు. మీ కలని ఇతరులతో ఎలా పంచుకోవాలో నేర్చుకోడం ద్వారా, ప్రభావితం చేసే ఒక శక్తివంతమైన కథను వారికి చెప్పడం ద్వారా, మీరు మీలోని పరాజితుడిని జయించి, మీలోని విజేతని ఉపరితలానికి తీసుకుని రాగలరు. ఒక శక్తివంతమైన కథను ఎలా చెప్పాలో నేర్చుకోవడం నిజానికి మీరెలాంటి విజేతో లోకానికి చూపించటం లాంటిది.

నిరాశను ఎదుర్కుంటూ, లక్ష్యాన్ని చేరుకునే మార్గం కనుమరగవకుండా చూసుకుంటూ, పట్టుదలతో ముందుకు పోయే సామర్థ్యం చాలామందికి ఉండదు. ఆ నైపుణ్యం సాధించటానికి తగిన శిక్షణ వాళ్లు పొందలేదు. కాని అదంత ముఖ్యమైనది కాదు. బి క్వాడ్రెంట్‌లో ఆధిపత్యం సాధించిన వ్యక్తికుండే నిజమైన నైపుణ్యం అది. ఒక పారిశ్రామికవేత్త ఆలోచించే ధోరణిలాటిది అది. మీరు మీ సొంత నెట్‌వర్క్ మార్కెటింగ్ వ్యాపారాన్ని నిర్మించుకోవటంలో నేర్చుకోవలసిన ఒకేఒక్క అతిముఖ్యమైన గుణం అది.

ముందుగా జెరాక్స్ కంపెనీలో పనిచేసి బయటపడి నా శక్తి నేను తెలుసుకుని నాలోని విజేతను వెలికితీయడానికి రెండు సంవత్సరాలు పట్టింది. ఆ రెండేళ్ల చివర్లో ఏ క్షణంలోనైనా నా ఉద్యోగం ఊడేటట్లు అనిపించింది. కాని, నా అదృష్టవశాత్తూ, అప్పుడు నా ఆత్మవిశ్వాసం పెరగటం మొదలైంది. నేను చేసే అమ్మకాలు పెరిగాయి. మరో రెండేళ్ల తర్వాత మా ఆఫీసులో వరసగా ఒకటో నంబరు లేక రెండో నంబరు స్థానాల్లో నిలిచాను.

నెట్‌వర్క్ మార్కెటింగ్ – మీరు మీ భయాలను ఎదుర్కొని, వాటితో వ్యవహరిస్తూ వాటిని అధిగమించే అవకాశాన్ని మీకు ఇస్తుంది. మీలోనే ఉంటున్న విజేతను వెలికితీస్తుంది.

నాకు నా ఆత్మగౌరవాన్ని పెంపొందించుకోవటం, నా జీతం కన్నా ఎక్కువ ముఖ్యం. నా ఆత్మవిశ్వాసాన్ని, నా ఆత్మగౌరవాన్ని పునర్నిర్మించుకోవటం అమూల్యమైంది. కొన్ని మిలియన్ల డాలర్లు నేను సంపాదించటంలో అదే నాకు తోడ్పడింది. అందుకు జెరాక్స్ కార్పొరేషన్‌కు అక్కడి సిబ్బందికి నేనెప్పుడూ కృతజ్ఞుడిగా ఉంటాను.

నాలోని రాక్షసులను, సందేహాలను, భయాలను ఎలా జయించాలో వారు నాకు నేర్పారు. ఈనాడు నెట్‌వర్క్ మార్కెటింగ్‌ను నేను గట్టిగా సిఫారసు చేస్తాను, ఎందుకంటే మీరు మీ ఆత్మ విశ్వాసాన్ని బలపరుచుకుని పునర్నిర్మించుకునే అవకాశాన్ని ఆ పరిశ్రమ మీకు కలగజేస్తుంది. జెరాక్స్ కార్పొరేషన్ నాకు అదే అవకాశాన్ని అందించింది.

నెట్‌వర్క్ మార్కెటింగ్ – మీరు మీ భయాలను ఎదుర్కొని, వాటితో వ్యవహరిస్తూ వాటిని అధిగమించేందుకు – మీకు అవకాశాన్ని యిస్తుంది. మీలోనే ఉంటున్న విజేతను వెలికితీస్తుంది.

మీరొక విషయంలో పొరపాటు పడవద్దు : మీరొక నెట్‌వర్క్ మార్కెటింగ్‌లో చేరి మీ సొంత వ్యాపారాన్ని నిర్మించుకున్నంత మాత్రాన, మీరు మీలోని పరాజితుడిని విడిచిపెట్టినట్టు కాదు. మీరు నిజమైన స్వేచ్ఛను పొందటానికి కొన్ని సంవత్సరాలు పట్టవచ్చు. మనం ఈ దేశంలో ఉన్న స్వాతంత్ర్యం గురించి ఎంతో మాట్లాడుతాం. కాని మీకు ఆర్థిక స్వాతంత్ర్యం దొరికిందాకా మీకు నిజంగా స్వాతంత్ర్యం లభించినట్లు కాదు. దానిని సంపాదించటానికి కొంత సమయం పడుతుంది.

నేను పుట్టుకతో ధనవంతుడిని కాదు. నా వాణిజ్య ప్రస్థానంలో ఎన్నోసార్లు డబ్బు సంపాదించాను, మరెన్నోసార్లు డబ్బు పోగొట్టుకున్నాను. అందుకే అన్నిటినీ పోగొట్టుకుంటే ఎలా ఉంటుందో నాకు తెలుసు. అటువంటి కష్టసమయాల్లో ఓడిపోయినవాడి చేతికి పగ్గాలు అందించటం చాలా సులువు. మిమ్మల్ని పరీక్షకు పెడుతున్నారని మీరు అనుకునే సమయాలు వస్తుంటాయి : మీ స్నేహితులు మీతో, "నేను ముందే నీకు అలా చెప్పాను కదా!" అంటుంటారు. మీ కుటుంబసభ్యులు మీ చెవిలో, "ఆ నెట్‌వర్క్ సంగతి వదిలేసి, నువ్వు నీ చిన్న ఉద్యోగంలోనే మరింత కష్టపడి పనిచేస్తే బావుండేదేమో!" గొణుగుతారు.

మీలోని ఓడిపోయేవాడికి మీ బతుకుపగ్గాలు అందించి కథ నడపమని అంటే బావుంటుందని అనిపించే సమయాలు ముందుముందు వస్తాయని నేను నొక్కి వక్కాణించగలను. అయితే, మీరు అలా చెయ్యవద్దు.

గెలవండి!

ఫ్లైట్ స్కూల్

సీతాకోకచిలుకలుగా మారేముందు అన్ని గొంగళిపురుగులు గూళ్లు కట్టుకుంటాయి. ఒక ఫ్లైట్ స్కూలు నా గూడు. కాలేజీ గ్రాడ్యుయేట్‌గా చేరి, పైలట్‌గా బయటికొచ్చి వియత్నాంకి వెళ్లాను.

నేనుగాని ఒక సివిలియన్ ఫ్లైట్ స్కూలుకి వెళ్లివుంటే, నేను పైలట్ అయినప్పటికీ, యుద్ధంలో పాల్గొనటానికి తయారుగా ఉండేవాడిని కాదనుకుంటాను. మిలిటరీ పైలట్‌గా మేము నేర్చుకోవలసినదానికీ సివిలియన్ పైలట్లు నేర్చుకునేదానికీ మధ్య ఎంతో తేడా ఉంది. నేర్చుకునే నైపుణ్యాలలో తేడా ఉంది. శిక్షణ తీవ్రతలో తేడా ఉంది. శిక్షణ పూర్తయాక యుద్ధానికి వెళ్లాలన్న వాస్తవికత మూలాన పరిస్థితులు భిన్నంగా ఉంటాయి.

ఫ్లోరిడాలోని ప్రాథమిక ఫ్లైట్ స్కూల్లోంచి బయటపడటానికి ఇంచుమించు రెండేళ్లు పట్టింది నాకు. అక్కడ నా శిక్షణ పూర్తయాక, కాలిఫోర్నియాలోని క్యాంప్ పెండల్‌టన్‌లో ఉన్న వైమానిక దళ అగ్రస్థావరానికి ఉన్నతశిక్షణ కోసం నన్ను పంపారు. అక్కడ మాకిచ్చిన శిక్షణ ఎంతో లోతైనది. క్యాంప్ పెండల్‌టన్‌లో విమానం నడపటంలోకన్నా యుద్ధం చెయ్యటంలో శిక్షణనిచ్చారు.

ఫ్లైట్ స్కూల్‌లో మా విద్యాభ్యాసం పూర్తయి పైలట్లు అయాక, వియత్నాం వెళ్లడానికి ముందు తయారీకి మాకో సంవత్సరం యిచ్చారు. మేము నిరంతరం – తరచూ మానసికంగా, భావోద్రేకపరంగా, భౌతికంగా, ఆధ్యాత్మికంగా మమ్మల్ని పరీక్షించే పరిస్థితులలో విమానాలు నడపసాగాం.

క్యాంప్ పెండల్‌టన్ కార్యక్రమాల్లో ఎనిమిదినెలలు పాల్గొన్నాక, నాలో ఏదో మార్పు చోటు చేసుకుంది. ఒక ట్రైనింగ్ ఫ్లైట్‌లో, చివరకి నేను యుద్ధానికి వెళ్లడానికి సిద్ధమైన పైలట్‌నయాను. అప్పటివరకు నేను మానసికంగా, భావోద్రేకంగా, భౌతికంగా విమానం నడిపాను. కొందరు దానిని 'యాంత్రికంగా విమానం నడపటం' అని అంటారు. అయితే ఆ శిక్షణాక్రమంలోనే నేను ఆధ్యాత్మికంగా మారాను. ఆ శిక్షణాలక్ష్యం ఎంత తీవ్రమైనదీ, భయాందోళనలతో కూడుకున్నదీ అంటే, దానితో హఠాత్తుగా నా సందేహాలూ, భయాలూ అన్నీ తొలగిపోయి నాలోని మానవీయశక్తి నన్ను ఆవహించింది. విమానం నడపటం నా అంతర్భాగం అయింది. విమానంలో ఉన్నప్పుడు అది నాకు పరాయిచోటుగా అనిపించలేదు, ఎంతో ప్రశాంతతను పొందాను. ఆ విమానం కూడా నా అంతర్భాగమైంది. వియత్నాం వెళ్లడానికి సంసిద్ధుణ్ణి అయాను.

నేనసలు భయపడలేదని అనలేను. యుద్ధానికి వెళ్లడంలో గల భయాలు – చనిపోతానన్న భయం కంటే దారుణం అవిటివాడినవుతానన్న భయం – ఇంకా ఎక్కువగా ఉన్నాయి. అయితే నాకు నాలోవున్న ఆత్మవిశ్వాసం నా భయాలకన్నా అధికంగా ఉంది.

నేనొక పారిశ్రామికవేత్తగా, పెట్టుబడిదారుగా అవడానికి అనుసరించిన విధానం నేను పైలట్‌ని అయి యుద్ధానికి తయారుకావడానికి అనుసరించిన ప్రక్రియ యించుమించు ఒకే లాంటిది. 'వాణిజ్యచైతన్యం' (entrepreneurial spirit) అని తరచూ పిలవబడే ఒక గుణాన్ని నేను హఠాత్తుగా కనుగొనే ముందు, వ్యాపారంలో రెండుసార్లు ఓడిపోవలసివచ్చింది. పరిస్థితులు ఎంత కఠినమైనవి అయినప్పటికీ అదే చైతన్యగుణం నన్ను క్యాష్‌ఫ్లో క్వాడ్రెంట్ మ్యాప్‌లో బి, ఐ వైపు ఉండేలా చేసింది.

బి క్వాడ్రెంట్‌లో సుఖంగా ఉండగలననే ఆత్మవిశ్వాసాన్ని సాధించడానికి నాకు 15 సంవత్సరాలు పట్టిందని చెప్పక తప్పదు. అయితే మీరు నాకన్నా అదృష్టవంతులు, మీరంత కాలం ఖర్చుపెట్టనక్కరలేదు, నేను ఎదుర్కొన్న సంఘర్షణలను, వైఫల్యాలను ఎదుర్కోనక్కరలేదు మీరు. అదే రకమైన, జీవితాన్ని మార్చివేసే విద్యను ఇక్కడే – మీ సొంత ఫ్లైట్ స్కూల్‌లోనే – నెట్‌వర్క్ మార్కెటింగ్‌లో మీరు పొందగలరు.

వాణిజ్య నైపుణ్యాలు నా జీవితాన్ని ఎలా మార్చేసాయి

నేను సైన్యంలో శిక్షణ పొందడం గురించి, వియత్నాం యుద్ధపరిస్థితుల్లో అడవుల్లో విమానం నడపడం గురించి చెప్పాను. ఇప్పుడు మీకు మరో కథ చెప్పాలనుకుంటున్నాను. ఇది శీలాన్ని మెరుగుపరచుకోవడం, వ్యక్తిత్వ వికాసం గురించి – యుద్ధరంగంలో జరిగిన కథ కాదిది, ప్రణయ క్షేత్రంలోనిది.

వాస్తవ జీవితపు వాణిజ్య నైపుణ్యాలను నేర్చుకునేందుకు నేనెంతో కఠినమైన శిక్షణను తీసుకోకపోయి ఉండనట్లయితే, నా కలలరాణిని పెళ్లి చేసుకోగలిగే అదృష్టం నాకు దొరికేదా అన్నది సందేహమే. కాని నేను ఆమెను పెళ్లి చేసుకున్నాను.

నేను మొదటిసారి కిమ్‌ను కలుసుకున్నప్పుడు, ఆమె ప్రపంచంలోనే అందరికంటే గొప్ప సౌందర్యవతి అని అనుకున్నాను. నేను అవాక్కయ్యాను. ఆమె దగ్గరికి వెళ్లి మాట్లాడాలంటేనే ఎంతో భయం వేసింది. అయితే, నా వ్యాపార శిక్షణలో నాకు భయాన్నీ తిరస్కృతినీ ఎలా అధిగమించాలో నేర్పారు. అది నాకు బాగా కలిసొచ్చింది. కొన్ని సంవత్సరాలక్రితం అయితే గది

వెనక ఒక మూల నక్కి దూరంనించే ఆమెని చూస్తూ ఉండిపోయేవాడిని. ఇప్పుడలా కాదు. ధైర్యంగా ముందుకెళ్లి, "హాయ్!" అన్నాను.

కిమ్ తిరిగి చూసింది, అందంగా నవ్వింది. అంతే... నేను ప్రేమలో పడ్డాను. ఆమె అచ్చంగా నా కలల్లోంచి ఊడిపడింది. అయితే ఆమెను షికారుకు పిలిస్తే, 'వీలుకాదు' అని జవాబిచ్చింది.

ఒకప్పటి రాబర్ట్ కియోసాకీ అయితే ముడుచుకుపోయి, ఓటమిని ఒప్పుకునేవాడు. కాని ఇప్పుడు నా వ్యాపారశిక్షణ నన్ను గట్టిగా చేసింది. నేను నా ధైర్యాన్ని కూడదీసుకుని ఆమెను మళ్లీ అడిగాను. వీలుకాదని ఆమె మళ్లీ అంది. నా ఆత్మవిశ్వాసం దీనితో గాయపడింది, నాలోని పురుష అహంకారం క్షీణించసాగింది. అయినా ఆమెను షికారుకు మళ్లీ ఆహ్వానించాను. 'వీలుకాదు' అనే జవాబు మళ్లీ వచ్చింది.

అలా ఆరునెలలు గడిచాయి. ప్రతీసారి ఆమె 'వీలవదు' అనే అంటూనే ఉంది. అలా అన్నప్పుడల్లా దెబ్బతిన్న నా అహాన్ని ఓదార్చడానికి, దాక్కునేవాడిని. మనస్సులో బాధపడేవాడిని. నన్ను నేను సందేహించుకునే తీరును ఎలా అధిగమించాలో నేర్చుకోకపోతే, అలా ఆరునెలల పాటు ఆమెను అడుగుతూ వుండేవాణ్ణి కాదు. అయినా అడుగుతూనే వచ్చాను. చివరికి ఒకరోజు ఆమె 'సరే' అంది. అప్పటినుంచి మేం ఇద్దరం ఒకటిగా ఉంటున్నాం.

నేను ఈ కథ చెప్పడంలో ఉద్దేశం రాబర్ట్-కిమ్ ఎలా ప్రేమించుకున్నారన్న వెచ్చని ప్రేమ కథను గుర్తుచేయడం కాదు. దీనిని చెప్పడంలో ఉద్దేశం ఒక కీలకమైన అంశాన్ని మీ దృష్టికి తీసుకొద్దామనే : ఇది కేవలం వ్యాపారం, డబ్బు గురించి కాదు. మనం మాట్లాడుకుంటున్నది మీ జీవితం గురించి. మీరు డబ్బెలా సంపాదిస్తారో, మీ వృత్తి జీవితాన్ని ఎలా నిర్మించుకుంటారో అనేది మీరు మీ అదృష్టాన్ని ఎలా వెతుక్కుంటారో, మీ వారసత్వాన్ని ఎలా నిర్మించుకుంటారో లాంటిదే.

అధ్యాయం 11

ఆస్తి #3 : మీ కలలూ, విలువలూ మీతో పంచుకునే మిత్రబృందం

ఇది వినడం బహుశా మీకు ఇష్టం ఉండకపోవచ్చు, కాని మీరు మీ జీవితంలో వేరే ఒక ఆర్థిక వ్యవస్థను సృష్టించుకోవాలనుకున్నప్పుడు, మీకొక కొత్త ఉద్యోగం అవసరం కన్నా ఎక్కువగా కొత్త మిత్రుల అవసరం కలగవచ్చు. ఎందుకని? ఎందుకంటే వారు మిమ్మల్ని ప్రేమిస్తున్నప్పటికీ, ఆ ఉద్దేశం వారికి లేకపోయినప్పటికీ, మీరు కలిసి తిరుగుతున్న మీ మిత్రులు బహుశా మిమ్మల్ని వెనక్కి లాగుతూండవచ్చు.

మీ ఆదాయం సామాన్యంగా మీ ఐదుగురి ప్రాణమిత్రుల సగటు ఆదాయానికి సమానం అని బహుశా మీరు విని ఉంటారు. మీరు తప్పక ఈ నానుడి విని ఉంటారు : "ఒకే గూటి పక్షులు ఒక గూటికే చేరుతాయి." ధనికులు, పేదలు, మధ్యతరగతి జనం పట్ల కూడా ఇది నిజమే అవుతుంది. మరో మాటలో చెప్పాలంటే, ధనికులు ధనికులతో నెట్‌వర్కింగ్ చేస్తే, పేదలు పేదవారితో నెట్‌వర్కింగ్ చేస్తారు, మధ్యతరగతి జనం మధ్యతరగతి వారితో కలిసుంటారు.

మా రిచ్ డాడ్ తరచూ "నువ్వు ధనవంతుడివి కావాలనుకుంటే, నువ్వు ధనవంతుడివి అవడానికి సాయపడే ధనవంతులతో నెట్‌వర్కింగ్ చెయ్యాల్సిన అవసరం నీకుంది," అనేవాడు.

తమని ఆర్థికంగా వెనక్కి తొక్కిపెట్టేవారితోనే కలిసి తిరుగుతూ, నెట్‌వర్కింగ్ చేస్తూ ఎంతో మంది తమ జీవితాలని వెళ్లబుస్తుంటారు. నెట్‌వర్క్ మార్కెటింగ్ బిజినెస్‌లో, మిమ్మల్ని పైకి తీసుకొచ్చి మీరు మరింత ధనవంతులవడానికి తోడ్పడేవారితోనే మీరు స్నేహం చెయ్యాలి, వ్యవహారాలు జరపాలి. మిమ్మల్ని మీరు ఈ ప్రశ్న వేసుకోండి : "నేనెవరితో సమయం గడుపుతున్నానో, వారు నన్ను ధనవంతుడిగా చెయ్యడానికి కంకణం కట్టుకున్నారా? లేక నేనెల్లకాలం కష్టపడి పనిచేస్తూండిపోవడాన్నే వారు ఇష్టపడతారా?"

నాకు 15 ఏళ్ల వయసు వచ్చేసరికి, నేను ఆర్థిక స్వేచ్ఛను కోరుకుంటున్నానన్న సంగతి గ్రహించాను. దానిని సంపాదించటానికి ఒక మార్గం ఉంది. అదే నేను ఆర్థికంగా స్వేచ్ఛను

అనుభవించటానికి నాకు సాయపడేవారితో నెట్‌వర్కింగ్ ఎలా చెయ్యాలనేదాన్ని నేర్చుకోవటం. ధనవంతులకోసం పనిచేసే విశ్వాసపాత్రుడైన ఒక ఉద్యోగిగా కాకుండా నేనే ధనవంతుడిని అవడంలో ఇష్టం కనబరిచే మిత్రులను వెతుక్కుని వారితో స్నేహం చెయ్యాలన్న నిర్ణయం తీసుకున్నాను.

అది జీవితాన్ని మార్చివేసే ఒక క్షణం. అది అంత సులువైన నిర్ణయం కాదు. ఎందుకంటే పదిహేనోఏట నేనెవరితో నా సమయం గడపాలి. ఎటువంటి గురువుల మాట వినాలి అనే విషయంలో ఎంతో జాగ్రత్త వహించాలి. మీరు మీ సొంత వ్యాపారాన్ని నిర్మించుకోవాలన్న ఆలోచనలో ఉన్నప్పుడు, మీరు ఎవరితో మీ కాలాన్ని గడుపుతున్నారు, మీ టీచర్లు ఎవరు అనేది మీకు క్షుణ్ణంగా తెలిసుండాలి. అదొక కీలక నిర్ణయం.

జెరాక్స్ కంపెనీని నేను విడిచిపెట్టడంలో అత్యంత కష్టమైనది కొంతమంది స్నేహితుల్ని కూడా వదులుకోవడం. ఎంతోమంది స్నేహితులు, నా కుటుంబసభ్యులు ఇ క్వాడ్రెంట్‌లో ఉన్నారు. వారి జీవితపు విలువలు నా దానికి భిన్నంగా ఉన్నాయి. భద్రతకు, నెలనెలా అందుకునే జీతాలకు విలువనిచ్చేవారు. నేనేమో స్వేచ్ఛకు, ఆర్థిక స్వాతంత్ర్యానికి విలువనిస్తాను. ఇది నా నిర్ణయాన్ని ఒక బాధాకరమైన అనుభవంగా చేసింది కాని నేను ఎదగాలంటే, ఈ నిర్ణయం తీసుకోవడం తప్పనిసరి.

నెట్‌వర్క్ మార్కెటింగ్‌లో బహుశా మీరు ఇలాటి అనుభవాన్నే పొందవచ్చు. మీ మిత్రులు, కుటుంబసభ్యులు నెట్‌వర్క్ మార్కెటింగ్ చెయ్యాలనుకుంటున్న మీ నిర్ణయాన్ని అర్థం చేసుకోక పోవచ్చు, సానుభూతి చూపించకపోవచ్చు, అంతేకాదు, మిమ్మల్ని నిరుత్సాహపరచవచ్చు. మీరో వెర్రివాడని, మోసపోయారని, లేదా ఒక పెద్ద పొరపాటు చేస్తున్నారని అనే మిత్రులు కూడా మీకుండవచ్చు. మీరు మిత్రులని కోల్పోవచ్చు కూడా. ఈ వాక్యం రాయటానికి తటపటాయించాను. ఎందుకంటే అది కఠినంగా ధ్వనిస్తుంది. కాని అది కఠినంగా ధ్వనించడానికి కారణం అది కఠినంగా ఉండటమే, అది వాస్తవం కావటమే.

ఒక విషయం గుర్తుంచుకోండి, నిజానికి దీనికీ నెట్‌వర్క్ మార్కెటింగ్ లావాదేవీలకు ఎటువంటి సంబంధమూ లేదు. వాస్తవంలో ఇక్కడేం జరుగుతోందంటే – మీరు మీ జీవితంలో బ్రహ్మాండమైన మార్పు తీసుకొస్తున్నారు, ఇ లేదా ఎస్ క్వాడ్రెంట్‌లో జీవితాన్ని గడపటానికి బదులు బి క్వాడ్రెంట్‌లోకి మారుతున్నారు. ఇది సాధారణంగా మరో ఉద్యోగం చేపట్టటం లాంటిది కాదు. ఇది మరో దేశానికి పోవటం, మతాన్ని మార్చుకోవటం, లేదా రాజకీయపార్టీలు మార్చటం లాంటిది.

నెట్‌వర్క్ మార్కెటింగ్ కేవలం ఒక గొప్ప వాణిజ్య విద్యను మాత్రమే ఇవ్వదు. అది మీకొక మొత్తం కొత్త స్నేహప్రపంచాన్ని కూడా ఇస్తుంది. ఆ స్నేహితులంతా మీరు వెళ్లే దారిలోనే వెళ్తారు, మీకున్న ముఖ్యమైన విలువలనే పంచుకుంటారు.

ఆంగ్లకవి జాన్ డన్, "ఏ మనిషీ, ఒక ద్వీపంలా, స్వయం సమృద్ధంగా ఉండలేదు, ప్రతీ మనిషి ఒక గొప్ప ద్వీప సమూహంలోని భాగమే," అని రాశాడు. ఈ మాటను ఆయన 1623లో అన్నారు. అనూహ్యంగా అన్యోన్యంగా కలిసిపోయిన నేటి ప్రపంచంలో ఆ మాట వెయ్యిరెట్లు

నిజం. మీరు ఏకాంతవాసం చేస్తూ సంపన్నులు కాలేరు. మీరు ఎవరితో మాట్లాడుతారో, పని చేస్తారో, కలసిమెలసి తిరుగుతుంటారో వారంత గొప్పవారు మాత్రమే కాగలరు.

జాన్ : జీవితంలో అన్నిచోట్లా అది నిజమే, కాని నెట్‌వర్క్ మార్కెటింగ్‌లో ప్రత్యేకంగా అది మరింత నిజం, సందర్భశుద్ధి గలది. ఎందుకంటే మీరు ఒక నెట్‌వర్క్ మార్కెటింగ్ బిజినెస్‌ను నిర్మిస్తున్నప్పుడు, మీరు నిజానికి మీచుట్టూ ఒక శక్తివంతమైన, సరికొత్త స్నేహబృందాన్ని చేర్చుకుంటారు, వారంతా మీరు నేర్చుకుంటున్న విలువలు, వాస్తవ ప్రపంచ వాణిజ్య నైపుణ్యాలనే నేర్చుకుంటూ ఉంటారు.

నెట్‌వర్క్ మార్కెటింగ్‌లో ఉన్న గొప్ప లాభాల్లో ఇదొకటి : ఇక్కడ - రాబోయే ప్రమోషన్ కోసం పోటీపడే జనం మీ చుట్టూ చేరటానికి బదులు, విజయం సాధించటంలో మీ అంతే నిబద్ధత గల జనంతో నిండిఉన్న వ్యాపారం - మీ దగ్గర ఉంది. మీ విజయం వలనే వారి విజయం సాధ్యం అవుతుంది. మీ వ్యాపారంలో పనిచేసే కొందరు మీ కొత్త, మంచి మిత్రులయే అవకాశం కూడా ఉంది.

నిజానికి, డైరెక్ట్ సెల్లింగ్ అసోసియేషన్ (డిఎస్ఏ) వారన్నమాట ప్రకారం, నెట్‌వర్క్ మార్కెటింగ్ కంపెనీలలో చేరి వాటికి అతుక్కుపోయిన అనేకమంది జనం, తాము సంపాదిస్తున్న ఆదాయానికన్నా తమకు చెందిన సోషల్ నెట్‌వర్క్‌కు అధిక ప్రాధాన్యత నిస్తారు.

మీరు తెలుసుకోవలసింది అంతా ఇక్కడే ఉంది : నెట్‌వర్క్ మార్కెటింగ్ కేవలం ఒక గొప్ప వాణిజ్యవిద్యను మాత్రమే ఇవ్వదు. అది మీకొక కొత్త స్నేహ ప్రపంచాన్ని కూడా ఇస్తుంది. ఆ స్నేహితులంతా మీరు వెళ్లే దారిలోనే వెళ్తారు, మీకున్న ప్రాథమిక విలువలనే పంచుకుంటారు.

ఏ రకమైన స్నేహం గురించి జాన్ మాట్లాడాడో, దానిలోని ప్రతీ అంశం అత్యుత్తమమైన వాణిజ్య శిక్షణకన్నా ఎంతో అమూల్యమైనది అని నాకు తోస్తోంది.

ఇవాళ నాకు నాలుగు క్వాడ్రెంట్లలోనూ స్నేహితులున్నారు. అయితే, ఎవరితో నేను నిజంగా కలిసిమెలిసి ఉంటుంటానో, ఎవరి సమయాన్ని నేను ఎక్కువగా పట్టించుకుంటానో ఆ స్నేహితులు అందరూ బి, ఐ క్వాడ్రెంట్లలో ఉన్నారు. వారంతా నా ముఖ్య స్నేహితులు.

మరైతే, జెరాక్స్ కంపెనీలో నేను వదిలేసిన మిత్రుల సంగతి ఏమిటి? ఈ రోజు కూడా వారంతా నాకు మంచి మిత్రులే. వారెప్పుడూ నాకు మంచి మిత్రులుగానే ఉండిపోతారు, ఎందుకంటే వారు నాకోసం నా జీవితంలోని పరివర్తనీయకాలంలో నిలబడ్డారు. కాని నాకు మట్టుకు అది ముందుకు పోవలసిన సమయం. మీరు ముందుకు పోవడానికి సమయం ఆసన్నమైతే, బి క్వాడ్రెంట్ మిమ్మల్ని పిలుస్తూంటే, బహుశా మీరు ఒక నెట్‌వర్క్ మార్కెటింగ్ బిజినెస్‌లో చేరాలనుకుంటారు, కొత్త స్నేహితులను కలుసుకోవడం మొదలుపెడతారు.

అధ్యాయం 12

ఆస్తి #4 : మీ సొంత నెట్‌వర్క్‌కున్న శక్తి

1990 లలో నెట్‌వర్క్ మార్కెటింగ్ గురించి తీవ్రంగా ఆలోచించడం మొదలుపెట్టాక, ఈ బిజినెస్ మోడల్‌లో మొట్టమొదట నన్ను అయోమయానికి గురిచేసిన ఒక అంశం, 'నెట్‌వర్క్' అనే పదాన్ని అది వాడటం. మా రిచ్ డాడ్ నిజంగా ఈ పదాన్ని గౌరవించాడని నాకు జ్ఞాపకం.

మా రిచ్ డాడ్ హీరోల్లో థామస్ ఎడిసన్ ఒకరు. జనం ఈరోజు తరచూ ఎడిసన్‌ను విద్యుద్దీప ఆవిష్కర్తని అనుకుంటారు. కాని అది నిజం కాదు. ఎడిసన్ లైట్‌బల్బును కనుక్కోలేదు, దానిని మాత్రం నిర్దుష్టంగా రూపొందించాడు. దానికన్నా ముఖ్యంగా ఆ బల్బుతో బిజినెస్ చేయడం ఎలాగో తెలుసుకున్నాడతను.

ఎడిసన్ స్కూలు చదువుని మధ్యలో వదిలేశాడు. ఎందుకంటే అతని టీచర్లు స్కూలు పరీక్షలో పాసవడానికి అవసరమైన తెలివితేటలు అతనికి లేవని అనుకున్నారు. అప్పుడు అతను రైళ్లలో తినుబండారాలు, పత్రికలు అమ్మటం మొదలుపెట్టాడు. త్వరలోనే తనే ఒక వార్తాపత్రికను ప్రింటు చేయడం ప్రారంభించాడు. ఒక సంవత్సరంలోనే కొంతమంది కుర్రాళ్లను తన వార్తా పత్రికతోపాటు కేండీలను కూడా అమ్మటానికి పనిలోకి తీసుకున్నాడు. ఉద్యోగి స్థాయినుంచి, బిజినెస్ సొంతదారుడిగా మారాడు.

ప్రాడక్ట్స్‌లో శక్తి లేదు. శక్తి నెట్‌వర్క్‌లో ఉంది.
మీరు ధనవంతులు కావడానికి ఒక అత్యుత్తమ వ్యూహం – శక్తివంతమైన, ఆచరణీయమైన, పెరుగుతున్న నెట్‌వర్క్‌ని నిర్మించే దారిని కనుక్కోవడమే.

త్వరలోనే యువకుడైన ఎడిసన్‌కు న్యూస్‌పేపర్లు అమ్మే వ్యాపారం అంటే విసుగుపుట్టింది. టెలిగ్రాఫ్ ఆపరేటర్ అవడంకోసం, మోర్స్‌కోడ్ పంపటం ఎలాగో, అందుకోవటం ఎలాగో

నేర్చుకోవటం మొదలుపెట్టాడు. త్వరలోనే ఎడిసన్ అక్కడున్న టెలిగ్రాఫ్ ఆపరేటర్లందరిలోకి గొప్ప నిపుణుడయాడు. ఇక్కడే అతను ఒక రహస్యాన్ని తెలుసుకున్నాడు, అదే అతన్ని ఒక మిలియనీర్‌గా చేసింది. ఒక టెలిగ్రాఫ్ ఆపరేటర్‌గా, టెలిగ్రాఫ్ ఆవిష్కరణ విజయవంతమైన వ్యవస్థగా ఎలా రూపొందిందో చూశాడు : అదే తీగెలూ, స్థంభాలూ, పనితనం తెలిసినవారూ, ప్రసారణ చేసే స్టేషన్లూ ఉన్న వ్యవస్థ. అదే ఒక నెట్‌వర్క్‌కు ఉన్న శక్తి.

లైటుబల్బుతో ప్రయోగాలు చేసి, ఫిలమెంట్‌ని వాడి మంచి బల్బును తయారుచేసి ఎడిసన్ ప్రఖ్యాతిగాంచాడు. అయితే, ఎడిసన్ యొక్క నిజమైన గొప్పతనం లైటుబల్బుకి శక్తిని అందజేసి, అది ఎలక్ట్రికల్ లైన్ల ద్వారా అందరికీ చేరేటట్లు చేసిన ఒక కంపెనీని సృష్టించడంలో ఉంది. ఎడిసన్ స్థాపించిన ఆ కంపెనీ అతన్ని ఒక కోటీశ్వరుడిని చేసింది. ఆ కంపెనీ పేరు జనరల్ ఎలక్ట్రిక్.

మా రిచ్ డాడ్ నాతో "ప్రపంచంలోని అత్యధిక ధనికులు నెట్‌వర్క్‌ని నిర్మిస్తారు. మిగిలిన వాళ్లంతా పని వెతుక్కుంటారు," అన్నాడు.

నౌకావ్యాపారం, ఇతర రవాణా రంగాలలో ధనవంతులైనవారినుంచి సామ్ వాల్టన్, బిల్ గేట్స్, జెఫ్ బెజోస్ వరకు, ప్రపంచంలోని గొప్ప సంపదలను సృష్టించిన వారంతా నెట్‌వర్క్‌ని ఎలా నిర్మించాలో తెలిసినవారే. సామ్ వాల్టన్ జనంకోసం ఉత్పత్తులను తయారుచేయలేదు, వస్తువులను సరఫరా చేసేందుకు ఒక డిస్ట్రిబ్యూషన్ నెట్‌వర్క్‌ని మాత్రం నిర్మించాడు. బిల్ గేట్స్ కంప్యూటర్లని నిర్మించలేదు, కంప్యూటర్లని నడిపే తన ఆపరేటింగ్ సిస్టంను తయారుచేశాడు. జెఫ్ బేజోస్ ప్రచురణారంగంలోకి దిగలేదు, పుస్తకాలను బట్వాడా చేయడానికి అమెజాన్ అనే ఆన్‌లైన్ నెట్‌వర్క్‌ని నిర్మించాడు.

శక్తి ప్రాడక్ట్‌లో లేదు, శక్తి నెట్‌వర్క్‌లో ఉంది. మీరు ధనవంతులు కావడానికి ఒక అత్యుత్తమమైన వ్యూహం – శక్తివంతమైన, ఆచరణీయమైన, పెరుగుతూన్న నెట్‌వర్క్‌ని నిర్మించే దారిని కనుక్కోవడమే.

నిజమే, మనలో చాలామంది థామస్ ఎడిసన్, సామ్ వాల్టన్ లేదా బిల్ గేట్స్ లాంటివారు కారు, అలా ఎన్నటికీ తయారుకాలేరు కూడా. అయినా, ప్రతీ తరంలో వేళ్లమీద లెక్కించదగిన అద్భుతమైన సృజనాత్మక మార్గదర్శకులు ఉంటూనే ఉంటారు. ఎడిసన్, తదితరుల్లా, వీరు కూడా శూన్యంలోంచి కొన్ని కోట్ల డాలర్ల లావాదేవీలు జరిపే నెట్‌వర్క్‌లను సృష్టిస్తూనే ఉంటారు. కాని లక్షలదాకా ఎందుకు, కనీసం కొన్ని వేలమందికి కూడా అలా అవాలన్న ఆశ ఉండదు.

అందుకే నెట్‌వర్క్ మార్కెటింగ్ అంత అద్భుతమైనది. నెట్‌వర్క్ మార్కెటింగ్ పరిశ్రమలో కలిసివున్న కంపెనీలు యిప్పుడు మీలాంటి కొన్ని లక్షలమంది జనానికి మరొకరి నెట్‌వర్క్‌ల కోసం తమ జీవితాంతం కష్టపడి పనిచేసే బదులు, వారు తమ సొంత నెట్‌వర్క్ నిర్మించుకునే అవకాశాన్ని కలగజేస్తున్నాయి.

మెట్‌కాఫ్ సూత్రం

3కామ్ (3com) వ్యవస్థాపకుడు, ఈథర్‌నెట్ సృష్టికర్తలలో ఒకరైన మెట్‌కాఫ్ నెట్‌వర్క్‌ల విలువలను నిర్వచించడానికి ఒక సమీకరణను తయారుచేసాడు :

$$V = N^2$$

మరో మాటల్లో చెప్పాలంటే, ఒక నెట్‌వర్క్ యొక్క ఆర్థికవిలువ, నెట్‌వర్క్ వాడకందారుల సంఖ్యతో సమానంగా ఉంటుంది.

మెట్‌కాఫ్ సూత్రాన్ని సులభమైన మాటల్లో పెట్టాలంటే, దాని అర్థం మీరు వాడకందారులను చేర్చుకుంటూ పోయినప్పుడు, దానికున్న విలువ గుణోత్తరంగా పెరుగుతుంటుంది అని.

ఒక టెలిఫోన్ నెట్‌వర్క్ విషయం తీసుకోండి. మీదగ్గర ఒకే ఒక ఫోన్ ఉందనుకోండి. ఆ ఒక్క ఫోన్‌కు నిజమైన ఆర్థిక విలువ ఉండదు. (మీ ఒక్కరి దగ్గరే ఫోన్ వుంటే, మీరెవరికి ఫోన్ చెయ్యగలరు?) మీరు మరో ఫోన్ చేర్చిన క్షణం, మెట్‌కాఫ్ సూత్రం ప్రకారం, ఫోన్ నెట్‌వర్క్ తాలూకు ఆర్థికపరమైన విలువ రెండింతలైంది. నెట్‌వర్క్ యొక్క ఆర్థిక విలువ సున్నా నుంచి రెండుకు (రెండింతలో) లేదా నాలుగుకు (నాలుగింతలో) పెరుగుతుంది. మూడో ఫోన్ చేర్చితే, నెట్‌వర్క్ ఆర్థికపు విలువ ఇప్పుడు తొమ్మిది అవుతుంది. మరో మాటల్లో చెప్పాలంటే, నెట్‌వర్క్ యొక్క ఆర్థికపు విలువ సైద్ధాంతిక సామర్థ్యంతో హెచ్చవుతూ వుంటుందేకాని అంకెల లెక్క ప్రకారం కాదు.

వాణిజ్య ప్రపంచంలోకి నెట్‌వర్క్‌ల ప్రవేశం

పారిశ్రామిక యుగంలో బిజినెస్ మోడల్ ఒక సామ్రాజ్యంలా పనిచేసేది. దానిని ఒక శక్తివంతమైన కేంద్ర ప్రభుత్వం అదుపులో పెట్టేది. ఆ బిజినెస్ మోడల్ ఎంత పెద్దదిగా పెరిగినప్పటికీ దానిని నియంత్రించే కేంద్రం తన ఉనికిని కాపాడుకుంటూనే ఉండేది.

1950ల్లో ఒక కొత్త తరహా బిజినెస్ మోడల్ ఒకటి రూపొందింది. ఆ మోడల్లో ఉన్న వివిధ వ్యాపారాలను కేంద్రంలో ఉన్న ఒక ఆఫీసు నియంత్రించేది కాదు. నెట్‌వర్క్ మోడల్‌ని వాడి వాటిని ఒక సమూహంగా ఉంచి, వాటి ఉనికిని కాపాడింది, పొందికగా ఒకచోట ఉంచింది. ఈ విప్లవాత్మకమైన ఆలోచనను ఎందరో విమర్శించారు. అమెరికాలోని పార్లమెంట్‌కి పదకొండు ఓట్లు తక్కువ అవటంతో దీన్ని చట్టవ్యతిరేకమని తీర్మానించలేకపోయింది. కాని అది తొలి సంవత్సరాలలోని కష్టాలలోంచి బయటపడింది. ఈనాడు అమెరికాలోని రిటైల్ అమ్మకాలలో 3 శాతం కన్నా ఎక్కువ చేజిక్కించుకుంది. ప్రపంచవ్యాప్తంగా అభివృద్ధి చెందుతోంది. దీనిలోని ప్రఖ్యాతి చెందిన పేర్లలో కొన్ని ఏస్ హార్డ్‌వేర్, సబ్‌వే, అత్యధికంగా ప్రసిద్ధిచెందిన మెక్‌డొనాల్డ్స్ మొదలైనవి.

ఆ విప్లవాత్మకమైన బిజినెస్ మోడల్‌ని ఒక ప్రత్యేక విక్రయ హక్కు – ఫ్రాంచైజ్ (franchise) అని పిలుస్తారు.

ఫ్రాంచైజ్ అనేది ఒక రకమైన బిజినెస్ నెట్‌వర్క్. దీనిలో అధికసంఖ్యాకులైన వ్యాపారాధినేతలు ఒక్కటిగా కలిసి పనిచేస్తారు. వారు పనిచేసే నమూనా ఒక్కటే. వ్యావహారిక అర్థంలో చెప్పాలంటే, వారంతా ఒకే రకమైన విలువలను పాటిస్తారని అనవచ్చు.

కాని వాణిజ్య ప్రపంచంలో నెట్‌వర్క్‌లను అభివృద్ధిచేసే ప్రక్రియలో ప్రత్యేక విక్రయహక్కు ఒక మెట్టు మాత్రమే. తరవాత ఏం జరిగిందో జాన్‌ని చెప్పమంటాను.

జాన్ : రాబర్ట్ సరిగ్గానే చెప్పారు. ఇది కమీషన్‌ను మరో రకంగా చెల్లించటం, లేదా మార్కెటింగ్ బాధ్యతను మరొక పార్టీకి అప్పగించటం లాంటిది కాదు. ఇది నిజానికి వ్యాపారం మొత్తాన్ని ఒక కొత్తరకం దృష్టికోణం నుంచి చూడటం – ఇది, నెట్‌వర్కింగ్

ద్వారా, సమాచార యుగపు ఆర్థిక వ్యవస్థని ప్రతిబింబిస్తుంది, అంతేకాని ఒక పారిశ్రామిక యుగపు ఆర్థిక వ్యవస్థని పెద్దెత్తున కేంద్రీకృతమైన ప్రకటనల ద్వారా మాత్రం కాదు.

ప్రత్యేక విక్రయహక్కుల ప్రవేశం తరవాత, నెట్‌వర్కింగ్ వ్యాపారాల అభివృద్ధి 1960లలో మొదలైంది. 1970లు, 1980లలో నిజంగా మరింత ముందుకు సాగింది. ప్రత్యేక విక్రయ హక్కుల వ్యాపారాల నెట్‌వర్క్‌కి బదులుగా ఈ మోడల్ ఫ్రాంఛైజ్డ్ వ్యక్తుల నెట్‌వర్క్ రూపంలో నిర్మించబడింది. ఒక రకంగా, మీరు దీనిని 'వ్యక్తిగత ఫ్రాంఛైజ్'గా వ్యవహరించవచ్చు.

మూల ఫ్రాంఛైజ్ మోడల్ తరహాలో, ఈ కొత్త తరహా వ్యాపారం కూడా విమర్శకు గురైంది. కాని విమర్శకులు ఏమన్నప్పటికీ, అది తన ఉనికిని కాపాడుకుంటూ విజయం సాధించసాగింది.

ఆ మోడల్‌నే నెట్‌వర్క్ మార్కెటింగ్ అని పిలుస్తారు.

రాబర్ట్ : అన్నట్టు, ఫ్రాంఛైజింగ్ గురించి ఒక నిజం ఏమిటంటే – ఒక ప్రత్యేక విక్రయ హక్కుల సొంతదారుడిగా మీరు ఒక నెట్‌వర్క్‌లో భాగంగా ఉంటారు. అయితే ఆ నెట్‌వర్క్ మీ సొంతం కాదు. మీ ప్రత్యేకమైన వ్యాపారానికే మీరు సొంతదారు. నెట్‌వర్క్ మార్కెటర్‌గా మరోవైపు....

జాన్ : నెట్‌వర్క్ మార్కెటర్‌గా, మీరు నెట్‌వర్క్‌ని నిర్మించడమే కాకుండా, వాస్తవంలో మీరు మీ నెట్‌వర్క్‌ని సొంతం చేసుకుంటారు. తరవాత, మీరు చెప్పినట్లు రాబర్ట్, అది మీకొక బ్రహ్మాండమైన ఆర్థికమైన లీవరేజ్‌ని ఇస్తుంది.

మరో మాటల్లో చెప్పాలంటే, నెట్‌వర్క్ మార్కెటర్‌గా, మెట్‌కాఫ్ నియమానికున్న శక్తిని మీకోసం ఉపయోగించుకునే అవకాశం మీకు లభిస్తుంది.

ఎలా? ఒక నెట్‌వర్క్ మార్కెటింగ్ కంపెనీతో జత కలిసినంత మాత్రాన అది సంభవించదు. ఆ శక్తి మీ అధీనంలో ఉన్నట్టు కాదు. అది మీ ఒక్కరి దగ్గరే టెలిఫోన్ ఉండటం లాంటిది. మెట్‌కాఫ్ నియమాన్ని మీ అధీనంలోకి తెచ్చుకోవాలంటే, మీరు దానికో ప్రతిరూపాన్ని లేదా మీలాంటివారు మరొకరిని చేర్చుకోవాలి. మీలాంటివారు ఒకరికి ఇద్దరైన మరుక్షణం మీ నెట్‌వర్క్ యొక్క ఆర్థికపు విలువ నాలుగింతలవుతుంది. మీలాంటివారు ముగ్గురైతే, మీ నెట్‌వర్క్ ఆర్థికపు విలువ నాలుగు నుంచి తొమ్మిదికి పెరుగుతుంది. మీరు తీసుకొచ్చిన ఇద్దరు వ్యక్తులు ఒక్కొక్కరు ఇద్దరు చొప్పున తీసుకురాగలిగితే ఇక మీ నెట్‌వర్క్ ఆర్థికపు విలువ రాకెట్ వేగంతో చంద్రమండలానికి బయలు దేరినట్లే. మీరు లెక్కల ప్రకారం పనిచేస్తున్నప్పటికీ, మీ ఆర్థిక విలువ మాత్రం సైద్ధాంతిక సామర్థ్యంతో పెరుగుతుంటుంది.

సరళంగా చెప్పాలంటే, మెట్‌కాఫ్ సూత్రం ప్రకారం ఒక నెట్‌వర్క్ లీవర్‌గా పనిచేస్తుంది. మీ సమయాన్ని, ప్రయత్నాన్నీ మీరు లీవరేజ్ చేసే అవకాశాన్ని కల్పిస్తుంది.

లీవరేజ్ సిద్ధాంతాన్ని కనుక్కున్న ప్రాచీన గ్రీసు దేశానికి చెందిన ఇంజనీరు ఆర్కిమిడీస్ ఒక ప్రకటన చేశాడు : "నిలుచోడానికి నాకు చోటునివ్వండి, నేను ప్రపంచాన్నే కదిలించగలను" లీవరేజ్‌కి యించుమించు ఉన్న అనంతమైన శక్తిని ప్రదర్శించడంకోసం అతను తాళ్లు, కప్పీలతో ఒక భారీయంత్రాన్ని తయారుచేశాడు. విస్తారంగావున్న ఈ తాళ్లని గ్రీసు యుద్ధనౌకలన్నిటికీ కలిపి కట్టాడు. అంతా సిద్ధమైంది, దాన్నంతా గమనిస్తున్న ఒక జనసమూహం నిశ్శబ్దం దాల్చింది.

ఆర్కిమిడీస్ యంత్రానికి చెందిన ఒక కలప దూలాన్ని అందుకుని తన శక్తినంతా ఉపయోగించి గుంజాడు - మొత్తం యుద్ధనావల సమూహం అంతా సముద్రంలో కదలసాగింది!

అదే నెట్‌వర్క్‌కున్న శక్తి.

తాళ్లు, గిలకలతో తయారుచేసిన యంత్రంతో ఆర్కిమిడీస్ చేసిన పనిని చెయ్యడానికి, సాధారణంగా కొన్నివేలమంది నావికులంతా కలిసి తమ శక్తినంతా ఉపయోగించవలసి వస్తుంది. అసలు ఇంతకీ తాళ్లతో తయారుచేసిన ఆ యంత్రం ఏమిటి? అది ఒక నెట్‌వర్క్.

అదొక బ్రహ్మాండమైన శక్తి, పుకార్లను క్షణంలో వ్యాపింపజేస్తుందది. ఒక వ్యక్తి ముగ్గురికి చెప్తాడు. అందులోని ఒక్కొక్కరు మరో ముగ్గురికి, ఆ ముగ్గురూ ఒక్కొక్కరూ యింకొక ముగ్గురికి చెప్తారు. త్వరలోనే ఊరు ఊరంతటికీ దానిగురించి తెలిసిపోతుంది. ఫ్యాషన్ రంగంలోని రకరకాల ధోరణులు అలాగే వ్యాప్తి చెందుతుంటాయి. నెట్‌వర్క్ మార్కెటింగ్ వ్యాపారం యొక్క ప్రాథమిక వ్యూహం అదే : మీ ప్రయత్నాలకి ఒక ప్రతిరూపం కల్పిస్తూ లేదా మీలాంటి వ్యక్తులను మరికొందరిని చేర్చుకుంటూ అనేకమంది జనంతో ఒక నెట్‌వర్క్ ఏర్పరచుకుని మెట్‌కాఫ్ సూత్రానికున్న శక్తిని ఉపయోగించుకోవడం.

ఇవాళ ప్రపంచంలోని అత్యంత త్వరితగతిలో అభివృద్ధి చెందుతున్న బిజినెస్ మోడళ్లలో నెట్‌వర్క్ మార్కెటింగ్ ఒకటి. అయినా అత్యధిక జనం దానిని యింకా చూడటం లేదు. ఎందుకని? జనం ఒక ఉత్పత్తిని చూడవచ్చు - ఇంటికి పనికివచ్చే వస్తువులు, ఆరోగ్య సంబంధిత ఉత్పత్తులు, లేదా టెలికామ్, ఆర్థిక లేక న్యాయసంబంధిత సేవలు... అవి ఏవైనా కావచ్చు. కాని అదంతా నిజంగా ఒక వ్యాపారమని వారు అర్థం చేసుకోరు. నిజమైన వ్యాపారం అనేది ఒక ప్రాడక్ట్ కాదు. నెట్‌వర్క్‌ల ద్వారా ఒక ప్రాడక్ట్ చేసే ప్రయాణం వ్యాపారం అవుతుంది. ఎడిసన్ ఆవిష్కరించిన విద్యుద్దీపం కాదు, ఆ లైట్‌బల్బ్‌కి శక్తిని అందజేసే ఎలక్ట్రికల్ లైన్లు, రిలే స్టేషన్లూ ఉన్న వ్యవస్థని బిజినెస్ అంటారు.

నెట్‌వర్క్ మార్కెటింగ్‌కున్న విలువని జనం యింకా గ్రహించలేకపోవటానికి కారణం అది కనిపించకపోవడమే. అది భౌతికంగా, వస్తురూపంలో లేదు. మీరు మీ కళ్లతో దానిని చూడలేరు ఎందుకంటే చూడటానికి ఏం లేదు. అది అసలుసిసలైన సమాచార యుగపు బిజినెస్ మోడల్. దాని విలువను అర్థం చేసుకోటానికి కేవలం కళ్లు తెరుచుకుంటే సరిపోదు. మీరు మీ మనసు తలుపులను తెరవాలి. తమ వ్యాపారంలో ప్రవేశించండని ఆహ్వానించే స్వర్ణద్వారాలు, హరిత సాగరకన్యలూ అక్కడ లేవు. నెట్‌వర్క్ మార్కెటింగ్ బిజినెస్ ప్రపంచమంతటా విజృంభించింది. కాని తరచుగా అనేకమంది జనం దానిని చూడటం లేదు.

జనరల్ మోటార్స్, జనరల్ ఎలక్ట్రిక్ వంటి పెద్ద వ్యాపారసంస్థలు పారిశ్రామిక యుగానికి చెందినవి. మెక్‌డొనాల్డ్స్, సబ్‌వే, ద యూపిఎస్ స్టోర్, ఏస్ హార్డ్‌వేర్ లాంటి ఫ్రాంఛైజ్లు పారిశ్రామిక యుగానికి, సమాచార యుగానికి మధ్యగల కాలంలో ఏర్పడిన సంధి యుగపు వ్యాపారాలు.

నెట్‌వర్క్ మార్కెటింగ్ వ్యాపారాలు నిజంగా సమాచార యుగపు ఫ్రాంఛైజ్లని అనాలి. ఎందుకంటే అవన్నీ భూములు, వస్తువులు, ఫ్యాక్టరీలు, ఉద్యోగుల ప్రమేయం లేకుండా, కేవలం సమాచారం పైనే ఆధారపడి పనిచేస్తుంటాయి.

ఒక నెట్‌వర్క్ మార్కెటర్‌గా, మీ పని ఒక వస్తువు ఎలా పనిచేస్తుందో చూపించి, అమ్మడమని మీరు బహుశా అనుకోవచ్చు. కాని అది కాదు. మీరు చెయ్యాల్సినదంతా సమాచారాన్ని అందించటం, ఒక గొప్ప కథని చెప్పం, ఒక నెట్‌వర్క్‌ని నిర్మించటం మాత్రమే!

అధ్యాయం 13

ఆస్తి #5 : అనుకరించదగిన (duplicable), ఏ స్థాయిలోనైనా అభివృద్ధి చేయగల (scalable) వ్యాపారం

నెట్‌వర్క్ మార్కెటింగ్ గురించి ఒక విమర్శనాత్మకమైన నిజాన్ని చెప్పబోతున్నాను, అది మిమ్మల్ని ఆశ్చర్యపరచవచ్చు; ఈ బిజినెస్ అమ్మకాలలో అనుభవం మెండుగా ఉన్నవారికోసం కాదు. కొన్ని అధ్యాయాలకు ముందు జాన్ దీని గురించి మరికొన్ని విషయాలు చెపుతాడని మీకు మాటిచ్చాను. ఇప్పుడా సమయం వచ్చింది.

రాబర్ట్ : జాన్, నెట్‌వర్క్ మార్కెటింగ్‌లో అత్యధికంగా విజయం సాధించిన వారంతా సహజంగా అమ్మకాలు చేసే అత్యుత్తమ విక్రేతలు అయుండాలని నేనను. దానికి మీరు ఒప్పుకుంటారా?

జాన్ : నేను పూర్తిగా మీతో ఏకీభవిస్తున్నాను. అంతేకాదు, మరో విషయం, ఒక విధంగా చెప్పాలంటే మీరన్నదానికి విరుద్ధమైనదే నిజం. నెట్‌వర్క్ మార్కెటింగ్‌లో పుట్టుకతో విక్రేత అయినవాడు విజయం సాధించాలనుకుంటే, మొట్టమొదటగా అతను చెయ్యాల్సింది అమ్మకాల గురించి తనకు తెలిసిందంతా పూర్తిగా మరచిపోవటం.

నెట్‌వర్క్ మార్కెటింగ్‌లో నాకు తెలిసిన విజేతలందరూ శిక్షణనిచ్చేవారు, తల్లులూ, మతాధికారులు, ఉపాధ్యాయులు లాంటివాళ్ళు. వారంతా కథలు చెప్పడం, ఇతరులకు సాయపడటంలో నిజంగా ఎంతో ఆనందిస్తారు. నెట్‌వర్క్ మార్కెటింగ్ అనేది అమ్మకాల గురించి కాదు. అది సమాచారాన్ని, వ్యక్తిగత అనుభవాల కథనాలని యింకొకరితో యిచ్చి పుచ్చుకోవటం, వ్యాపారంలోకి మీరు తీసుకొచ్చే వారు విజయం సాధించడాన్ని పట్టించు కోవడం.

ఇదంతా ఒక విధంగా మంచిదే, ఎందువలన అంటే ప్రతీ ఇరవైమందిలో ఒకడే పుట్టుకతో అమ్మకందారుడవుతాడు కనక.

అమ్మకాల విజయానికి కీలకం మీరు ఏం చెయ్యగలరనేది. నెట్‌వర్క్ మార్కెటింగ్ విజయానికి కీలకం మీరు దేనిని అనుకరించగలరనేది.

రాబర్ట్ : ఈ వ్యాపారం అమ్మకాల గురించి కాదని నేనప్పుడప్పుడూ అన్నప్పుడు, సందేహాస్పదమైన స్పందన వస్తూంటుంది : "ఔను, కాని మీరు చేస్తున్నది పదాలగారడీ కాదూ? నా ఉద్దేశం, మీరు దానిని 'అమ్మకం' అన్నా లేదా 'సమాచారాన్ని పంచుకోవటం' అన్నా అర్థం ఒకటే కదా!"

జాన్ : కాదు, మీరు మాటల గారడీ చెయ్యటం లేదు. రెట్టింపు చేసే అంశం నిజంగా అమ్మకాలకీ నెట్‌వర్క్ మార్కెటింగ్‌కీ మధ్యనున్న గొప్ప తేడాని నాటకీయంగా చూపిస్తుంది.

నేనైతే ఆ వ్యక్తితో ఇలా చెపుతాను :

"మీరు కాని ఒక అద్భుతమైన, ప్రత్యేకమైన నైపుణ్యంగల సూపర్‌స్టార్ విక్రేత అయుంటే, మీరు అమ్మకాలని గొప్పగా చెయ్యగలరు. అయితే నెట్‌వర్క్ మార్కెటింగ్‌లో మాత్రం మీ పని దరిద్రంగా ఉండే అవకాశాలున్నాయి."

ఎందుకని? ఎందుకంటే, మీరు ఎన్నో ఉత్పత్తులు అమ్మగలిగినా, మీ నెట్‌వర్క్‌లో వున్న అధికసంఖ్యాక జనం మీరు చేసినట్లే చెయ్యలేరు, మీకు ప్రతిగా ఉండలేరు. దాని ఫలితంగా, మీ నెట్‌వర్క్ వృద్ధి పొందలేదు. అది త్వరలోనే మూతపడుతుంది.

రాబర్ట్ : ఎందుకంటే ఉయ్యాలలోనే దాని పీక పిసికేసారు.

జాన్ : సరిగ్గా చెప్పారు. ఎన్నోసార్లు అలా జరగటం నేను చూశాను. ప్రతిభావంతులు, సృజనాత్మకత వున్న జనం నెట్‌వర్క్ మార్కెటింగు మొదలుపెట్టి ఈ అడ్డుగోడ మూలాన వైఫల్యం చెందటాన్ని నేను తరచూ గమనిస్తుంటాను. ఎందుకంటే వారంతా తమ బుద్ధి కుశలత, ప్రతిభ, ప్రత్యేక నైపుణ్యాలు ఉపయోగిస్తే అద్భుతమైన విజయం సాధించగలమని భావిస్తారు. కాని మీరు ఏం చెయ్యగలరన్నది ఇక్కడ సమస్య కాదు, మీరు ఏం చెయ్యగలరన్నదేకాక, ఇతరులు ఏం చెయ్యగలరన్నది కూడా పరిగణనలోకి తీసుకోవాలి.

ఇటువంటి పొరపాటునే కంపెనీలు కూడా చెయ్యడాన్ని నేను చూశాను. ఇతరులు చేసే పనులను ప్రతీవ్యక్తి ఎలా రెండింతలు చేయవచ్చో చూపించడానికి మరింత ప్రాధాన్యమివ్వడానికి బదులుగా ఆ కంపెనీలు ఉన్నతస్థాయి వ్యక్తిగత అమ్మకాలను బలంగా గుర్తిస్తుంటాయి. రెండింతలు చేయటం, ప్రతిరూపాన్ని కల్పించి ఒకరు ఇద్దరయే సామర్థ్యమే కీలకమైనది. అంతేకాని టాప్ సేల్స్‌పర్సన్ అయే సామర్థ్యం కలిగి ఉండటం కాదు. నెట్‌వర్క్ మార్కెటింగ్ కంపెనీలు ఈ విషయాన్ని స్పష్టం చేయకపోతే వాటి అభివృద్ధికి అవరోధం ఏర్పడుతుంది. నెట్‌వర్క్ మార్కెటింగ్ యొక్క అభివృద్ధి యంత్రం (growth engine) తమరూపాలకి ప్రతిరూపాలు, నకళ్లని కల్పించగలిగే జనంలో ఉంది. దీనిని శక్తివంతం చెయ్యడం వీలుకాదు.

రాబర్ట్ : అది చాలా ఆశ్చర్యకరంగా ఉంది. ఎందుకంటే ఇందులో తెలివిగా ప్రవర్తిస్తున్నామని, అద్భుతమైన రీతిలో అమ్మకాలు చేస్తున్నామని అనుకునేవారి గురించి మీరు మాట్లాడుతున్నప్పుడు, అదేమిటో మీకు తెలుసు. అదేమిటంటే బి క్వాడ్రెంట్‌లా కాకుండా ఎస్ క్వాడ్రెంట్‌లోని వ్యక్తిలా ఆలోచించడం. మీరు ఎస్ క్వాడ్రెంట్‌లో ఉంటున్నప్పుడు, మీరు తప్పకుండా బుద్ధికుశలతతో సృజనాత్మకంగా ఆలోచిస్తూ ప్రతిభాశాలిగా ఉండండి. కాని

బి క్వాడ్రెంట్‌లో ఉంటే? అది మృత్యువుని కౌగిలించుకోడమే!

తన ఉద్యోగుల అపూర్వ నైపుణ్యాలు, ప్రతిభల చుట్టూ ఒక బిజినెస్ మోడల్‌ని నిర్మించడం ద్వారా హెన్రీ ఫోర్డ్ ఒక సామ్రాజ్యాన్ని సృష్టించలేదు. భూమండలం యొక్క పటాన్ని మార్చలేదు.

అయితే అతను తన కార్లను తమ చేతులతో రూపొందించే చేతిపనివాళ్లను పనిలోకి తీసుకోగలిగేవాడు, అలా అద్భుతమైన కార్లు తయారయేవి. వాటిలో కొన్ని వందల కార్లని అతను బహుశా అమ్మగలిగేవాడు. కాని దానికి బదులుగా, సామాన్యజనం తమ సమయం, శ్రమ ఖర్చుచేసి కొన్ని కోట్ల కార్లను భారీగా ఉత్పత్తి చేసేందుకు వీలుగా అతను ఒక మోడల్‌ని డిజైన్ చేశాడు.

ఫోర్డ్ ఒక బి క్వాడ్రెంట్‌లో ఉంటున్న వ్యక్తిగానే ఆలోచించాడు.

జాన్ : నేనైతే అలా అని ఉండేవాడిని కాదు, కాని అచ్చంగా అదే జరిగింది. నెట్‌వర్క్ మార్కెటింగ్‌లో మీరు విజయం సాధించదలచుకుంటే, మీరు అదే రీతిలో ఆలోచించాలి.

మళ్లీ చెపుతున్నాను : మీ నెట్‌వర్క్ మార్కెటింగ్‌కు దానికున్న నిజమైన శక్తిని ఇచ్చేది- మీరేం చెయ్యగలరు అనేది కాదు, మీరెంతవరకు దాని నకలు తయారుచెయ్యగలరు అనేదే. మరో మాటల్లో చెప్పాలంటే, ప్రతిఒక్కరూ నిజంగా, సులభంగా దాని నకలు (కాపీ) తయారుచేయగలిగే వ్యాపారాన్ని మీరు నిర్మించుకోవాలని అనుకుంటారు. ఎందుకని? ఎందువలన అంటే, మీరు చేసిందాన్ని ఇతరులు కాపీ చెయ్యడం అనేది జరగటాన్నే మీరు అచ్చంగా కోరుకుంటారు. అదలా జరగడం మీకు అత్యవసరం. దీని ద్వారానే మీ విజయం సాధ్యమవుతుంది.

నకలు (duplication) రూపొందించటం గురించిన చర్చలో ముందు ముందు పాల్గొందాం. కాని ముందుగా scalable పదం గురించి కొద్దిగా చెప్పదలుచుకున్నాను.

ఏ స్థాయిలోనైనా అభివృద్ధి చెందే వ్యాపారం కోసం ప్రచార సాధనాలు

జాన్ చెప్పినదాన్ని మరోరకంగా చెప్పాలంటే, 'అనుకరణ (duplication) లో రహస్యం అంతా ఇమిడి ఉంది' అన్న అతని మాటలను మనం ఇలా అర్థం చేసుకోవచ్చు : మీ వ్యాపారానికున్న శక్తి అభివృద్ధి చెందడానికి దానికున్న అనేక స్థాయిలు (scalability) ఒక వ్యాపారం scalable అంటే అర్థం ఆ బిజినెస్‌ను ఏ స్థాయిలోనైనా నిర్వహించగలమని.

వాణిజ్యవేత్తలను పైకెత్తేది, పడగొట్టేది ఇదే. ఈ ప్రపంచం నిండా వాణిజ్యవేత్తలవాలని అనుకునేవారు ఎందరో ఉన్నారు. వారు అద్భుతమైన వ్యాపారాలని సృష్టించగలరు. అయితే, ఆ బిజినెస్‌లోని ప్రతీ అంశం తమ అధీనంలో ఉండి వ్యక్తిగతంగా నియంత్రించడానికి వీలుగా ఉండే స్థాయిలో వున్నప్పుడే వారు దానిని నిర్వహించగలరు. కాని మరికొంతమంది వ్యాపారవేత్తలున్నారు, వారు తమ చిన్న చిన్న బిజినెస్ మోడల్స్‌ను వారే రూపొందిస్తుంటారు, అలా చెయ్యడంలో వారి ఉద్దేశం, ప్రత్యక్షంగా వాటి నిర్వహణలో తాము పాల్గొనకుండానే, అవి ఎన్నో విధాల పెరుగుతుంటాయి అనుకోవటమే.

మెక్‌డొనాల్డ్స్ లాంటి అద్భుతమైన సంస్థను రే క్రాక్ సృష్టించడంలో ఉన్న రహస్యం యిదే! ఆయన ప్రత్యేకంగా ప్రతిభావంతులు, అనుభవజ్ఞులు అయిన రెస్టారెంట్ యజమానులని

తనకున్న అనేక వ్యాపారాలను నడపటంకోసం వెతకలేదు. దానికి బదులు నిర్వహణలోనే నైపుణ్యం ఉండేలా తన బిజినెస్ మోడల్‌ని తయారుచేసాడు.

తెలివైన మార్కెటింగ్ కంపెనీలన్నీ అచ్చంగా అదే చేశాయి. ఎంతో నైపుణ్యం వున్న వక్తలు, వ్యాపార సమావేశ నిర్వాహకులు, విక్రేతలను చేర్చుకోడానికి బదులుగా తమ వ్యవస్థలోనే సమాచార సాధనాల రూపంలో వారి నైపుణ్యాలుండేటట్లు దానిని తయారుచేసుకున్నారు. జాన్ వివరించినట్లు అదంతా ఒక రాత్రిలో జరగలేదు.

జాన్ : నెట్‌వర్క్ మార్కెటింగ్ తొలిరోజుల్లో, వాటి నిర్వాహకులకు ఒక చిక్కు సమస్య ఎదురైంది. ఒక పథకాన్ని పరిచయం చెయ్యటం ఎలాగో ఎవరైనా నేర్చుకోవచ్చు అన్న మాట నిజమే కాని ఎవరైనా ఒక బలవత్తరమైన 'ప్రెజెంటేషన్'ని యివ్వగలరన్న మాట నిజం కాదు. అంటే దీని అర్థం – సైద్ధాంతికంగా 'ఎవరైనా' ఈ వ్యాపారంలో విజయం సాధించగలిగినా, వాస్తవంలో తరచూ అది నిజం కాదు.

ప్రారంభదినాల్లో, ఈ బిజినెస్ నిజంగా జనం యొక్క గొప్ప ప్రెజెంటేషన్ నైపుణ్యాల మీద ఆధారపడి లేదు. బిజినెస్ నేర్చుకోవడంలో అధికభాగం ఒక కొత్త వ్యాపార పథకాన్ని ఎంత బాగా పరిచయం చేయవచ్చో నేర్చుకోవడంతోనే సరిపోయింది. కాని, అమ్మకాల విషయంలోలాగే కొద్దిమంది మాత్రమే ఎంతో ప్రభావితం చేసే వ్యాపార పథకాల పరిచయాలు చేసే నైపుణ్యాన్ని నేర్చుకోగలుగుతారు. ఈ కారణం మూలానే బిజినెస్ అభివృద్ధి చెందటంలో తీవ్రమైన పరిమితులు అడ్డుకున్నాయి.

రాబర్ట్ : అక్కడే ప్రెజెంటేషన్ సాధనాల అవసరం కనిపిస్తోంది.

జాన్ : అవును. సరిగ్గా చెప్పారు. కొన్నేళ్ల క్రితం, జనం కరపత్రాలు, సేల్స్ బుక్స్ లాంటివి వాడేవారు, కొంతవరకు కృతకృత్యులయారు. ఒక సాధారణ వ్యక్తి ఒక గొప్ప పరిచయాన్ని చేయలేకపోవచ్చు, కాని ఆ వ్యక్తి ఒక బ్రోషరో లేక కేటలాగ్ ద్వారా తన సంభాషణని కొనసాగించవచ్చు. కాని బ్రోషర్లు, పుస్తకాలు లాంటివి – ఒక పథకాన్ని అద్భుతంగా పరిచయం చేసే పద్ధతితో ఒక గొప్ప వక్త జనాన్ని ఆకర్షించినట్లు, అందరినీ ఆకట్టుకోలేవు.

అయితే గత కొన్ని దశాబ్దాలుగా ప్రెజెంటేషన్ టెక్నాలజీలో అనూహ్యమైన మార్పులు చోటుచేసుకున్నాయి. డిజిటల్ టెక్నాలజీ విజృంభణతో కష్టాలు తీరిపోయాయి. సీడీలు, డీవీడీలు, ఆన్‌లైన్ మీడియా లాంటి డిజిటల్ సాధనాల సాయంతో పూర్తిగా ఆకట్టుకొనే, ఆకర్షణీయమైన లైవ్ ప్రెజెంటేషన్ ఈయడం సాధ్యపడింది.

మీరు ఈ పుస్తకానికి *21వ శతాబ్ది వ్యాపారం* అని పేరు పెట్టడం నాకు ఆశ్చర్యాన్ని కలగజేస్తోంది, ఎందుకంటే ఈ వ్యాపారం కొన్ని దశాబ్దాలుగా వస్తున్నప్పటికీ, నిజమైన అర్థంలో ఈ బిజినెస్ మోడల్ యిప్పుడే తనకు సంభావ్యమైన స్థాయిని చేరుకుంటోంది. మనం దాని గురించి యిక్కడ మాట్లాడుకోవటానికి యిదొక కారణం కూడా.

ఈనాడు, మీరు మీ సొంత నెట్‌వర్క్ మార్కెటింగ్ బిజినెస్‌ను మొదలుపెట్టడానికి, మీరు ఒక గొప్ప వక్త కానక్కరలేదు. నిజానికి అలా అవడానికి మీరు ప్రయత్నిస్తే, అది బెడిసికొట్టే ప్రమాదం ఉంది. ఎందుకంటే యిక్కడ కూడా అదొక చెప్పుకోదగ్గ ప్రత్యేక నైపుణ్యం, అందువలన దానిని సరిగ్గా అనుకరించటం, దానికి నకలు తయారుచెయ్యటం సాధ్యం కాదు.

మీరొక గొప్ప వక్తగా, ప్రెజెంటర్‌గా శిక్షణ పొందటానికి ప్రయత్నించే బదులు, మీరు మీ కంపెనీ అందించిన బిజినెస్ టూల్స్ (tools) ని మీ తరపున ఒక పథకాన్ని పరిచయం చేసే పనికోసం వాడండి.

అంతేకాదు, ఈ బిజినెస్ టూల్స్ ధర అందుబాటులోనే ఉంటుంది. ఎందుకంటే కంపెనీలు తమ మంచిని దృష్టిలో ఉంచుకునే వాటి ధరలు భరించగల రీతిలోనే ఉంచుతాయి, సాంకేతిక పరిజ్ఞానం కూడా దానిని సాధ్యం చేస్తుంది.

అతితక్కువ ధరకు, మంచి నాణ్యత గల సీడీలు, డీవీడీలు, మంచి నాణ్యత గల ఆడియో, వీడియోలతో నిండిన ఆన్‌లైన్ ప్రెజెంటేషన్లూ – నిజమైన ప్రజాస్వామ్య పద్ధతిలో, నెట్‌వర్క్ మార్కెటింగ్ ఆపరేషన్ బహుముఖాల అభివృద్ధి చెందాలన్న కలను నిజం చేశాయి, ఒక బిజినెస్ మోడల్‌ని సృష్టించి కొన్ని లక్షల మంది అందులో చేరి, తమ ప్రతిభ చూపించే అవకాశాన్ని అవి కలగజేసాయి.

దీని అర్థం ఏమిటో మీరు గ్రహించారా? దాని అర్థం ఏమిటంటే – మీరు మీ నెట్‌వర్కింగ్ బిజినెస్‌ను నిర్మిస్తున్నప్పుడు, బహుముఖంగా విస్తరించే ఒక సంపదను కూడా మీరు నిర్మిస్తున్నారన్న మాట. సరళమైన భాషలో దాని అర్థం, మీరు ఎంత కావాలనుకుంటే అంతగా మీ వ్యాపారాన్ని అభివృద్ధి చేసుకోగలరని.

మనం ముందుకుపోయేముందు, ఇందులోని లోపాలను కూడా మళ్లీ చర్చించదలిచాను.

రాబర్ట్ : జాన్, నేను మిమ్మల్నో ప్రశ్న వెయ్యాలి. ఇందులో నమ్మకంలేని కొందరు నకలు తయారుచెయ్యటం గురించి వెలిబుచ్చిన సందేహాలు విన్నాను :

"అయితే మీరు నిజంగా ఒక గొప్ప విక్రేత, వక్త, సమర్పకులు కానట్టయితే, మీరేం చెయ్యగలరు? మీ కంపెనీకి అసలు మీ అవసరం ఎందుకు పడుతుంది?"

జాన్ : మీ నెట్‌వర్క్ మూలాన్నే. అందుకే ఈ సమాహారాన్ని నెట్‌వర్క్ మార్కెటింగ్ అని అంటుంటారు. అందువలనే కంపెనీకి మీరు కావాలి, అందుకే అది మీకు డబ్బు యిస్తుంది.

ఒక నెట్‌వర్క్ మార్కెటర్‌గా, మీరు జనాన్ని కలుసుకుంటూ ఉండాలి, మీకు నచ్చిన ఉత్పత్తులను వాడమని ప్రోత్సహించాలి, మీ వద్దవున్న సమాచారాన్ని వారికి చూపించాలి, తర్వాత ఏం జరిగిందో తెలుసుకుంటూ ఉండాలి. ఒకసారి వాళ్లు మీ బిజినెస్‌లో చేరాలన్న నిర్ణయం తీసుకున్నాక, మీ ఉత్సుకతను మీ అనుభవాలని వారితో పంచుకోవాలి. ఏ పని చేయడం నేర్చుకున్నారో, దానిని నేర్పి వారికి తోడ్పడాలి. ఇక్కడ మళ్లీ వాళ్లకి శిక్షణనిచ్చే మీ శ్రమ భారాన్ని డిజిటల్ సాధనాలు చాలావరకు తగ్గిస్తాయి.

మీరు చేయాల్సిన పని – జనాన్ని తెలుసుకోవటం కోసం సంబంధబాంధవ్యాలని ఏర్పరచుకోవటం, వారితో సంభాషించటం, అవకాశాలని అన్వేషించటం... ఈ బిజినెస్ దేని గురించో వారు అర్థం చేసుకోవటంలో వారికి సాయపడటం.

కాగా ఈ వ్యాపారంలో ఉన్న భాగాలను మీకన్నా మెరుగ్గా ఒక డిజిటల్ టూల్ చెయ్యగలదు. అదే ప్రెజెంటేషన్... కొంతవరకు శిక్షణ కార్యక్రమం. ఇకపోతే ఇంకొన్ని భాగాలున్నాయి, వాటిని మీరు మాత్రమే నిర్వహించగలరు. ఆ భాగమే మీరు జనంతో సంబంధ బాంధ్యవాలు ఏర్పరచుకునేలాంటిది.

ఇక్కడ ఒక ముఖ్యమైన ఆలోచన వుంది : నెట్‌వర్క్ మార్కెటింగ్‌లో, మీరు సందేశం కాదు, సందేశహరులు.

నమూనా చూపించడంకోసం ఒక ట్రక్కు నిండా ప్రాడక్ట్స్ పెట్టెలను మోసుకెళ్లి తిరగడం, లేదా మీ లివింగ్ రూంలోనే ఒక పూర్తి రిటైల్ స్టోర్‌ను నెలకొల్పడం, ప్రాడక్ట్‌కి సంబంధించిన అనేక అంశాలు, విత్త సంబంధిత గణాంకాలను బట్టీ పెట్టే రోజులు వెళ్లిపోయాయి. ఇది *21వ శతాబ్దం.* ఈనాడున్న నెట్‌వర్క్ మార్కెటింగ్‌ను కొన్ని సాధనాలే నిర్వహించగలవు. మీరు చెయ్యాల్సిందల్లా జనంతో సంబంధ బాంధవ్యాలు ఏర్పరచుకోడమే.

అయితే దీని అర్థం మీకు నైపుణ్యం ఉండవలసిన అవసరం లేదని కాదు. మీకు తప్పనిసరిగా అది ఉండాలి. సంపద #1కి భాగంగా చూసిన నైపుణ్యాలను మీరు అభివృద్ధిపరచుకోవాలి; ఆత్మవిశ్వాసాన్ని పెంచుకోవాలి, తిరస్కారాన్ని భరించాలి, సంభాషణాచాతుర్యాన్ని కలిగి ఉండాలి, కథలను బాగా చెప్పగలగాలి, జనం గురించి పట్టించుకోవాలి, శిక్షణనివ్వాలి.

అయితే ఈ నైపుణ్యాలు ఎవరికైనా అందుబాటులో ఉంటాయి. మీరెప్పుడైనా ఒక సాకర్ (soccer) లీగ్, పిటిఏ గ్రూపు, లేదా చదరంగం క్లబ్బు నిర్మాణంలో సాయపడుంటే, లేదా ఒక రాజకీయ ప్రచారంలో పాలుపంచుకున్నా, ఒక చర్చి కమిటీలో సభ్యుడిగా ఉన్నా, లిటిల్ లీగ్‌కి కోచ్‌గా పనిచేసినా, లేక మీకంటూ ఒక సొంత బ్యాండ్ ఏర్పరచుకున్నా – అప్పుడు ఒక నెట్‌వర్క్‌ని నిర్మించడమంటే ఏమిటో మీరు తెలుసుకుంటారు.

మీరు చేసిన పనిని అనుకరించటానికి ఎంతో నైపుణ్యం ఉన్న విక్రేతలు మీకు అక్కరలేదు. ప్రాథమిక వ్యాపారం, సంభాషణా నైపుణ్యం నేర్చుకోవడానికి యిష్టపడే జనం మీకు కావాలి, వ్యక్తిగతంగా అభివృద్ధి చెంది స్వయంకృషితో వ్యాపారవేత్తలు, టీమ్ నిర్మాతలు అయే గుణాలు వారు కలిగి ఉండాలి.

అమ్మకాలలో నిజంగా నైపుణ్యం గలవారు అతికొద్దిమంది ఉంటారు. కాని మామూలుగా ఎవరైనా నెట్‌వర్కింగ్, కోచింగ్, టీమ్ బిల్డింగ్‌లో నైపుణ్యం సాధించగలరు. దాని అర్థం – మీ చుట్టుపక్కలుండే కొన్ని కోట్లమంది వ్యాపారం కొనసాగించడానికి ఈ వ్యాపారం తెరిచే వుంది. అంటే అర్థం – మీ దగ్గర వెంటనే అనుకరించదగిన, బహుముఖాల విస్తరించగలిగే బిజినెస్ ఉందన్నమాట. మీరు ఒకసారి, ఒక వ్యక్తి నుంచి ఐదుగురి వ్యక్తుల వరకు తర్వాత ఏభై వరకూ పెరిగారంటే మీరు ప్రాథమిక నైపుణ్యాలలో సంపూర్ణతను సాధిస్తారు, అప్పుడు ఐదువందలు, ఐదువేలు, యింకా పైవరకు చేరగలవు.

ఇది మనల్ని నాయకత్వం వేపు తీసుకెళ్తుంది.

అధ్యాయం 14

ఆస్తి #6 : అసమానమైన నాయకత్వ నైపుణ్యాలు

నెట్‌వర్క్ మార్కెటింగ్ గురించి నేను మొదటిసారి పరిశోధన చేస్తున్నప్పుడు, అనేక సమావేశాలకు, పెద్ద పెద్ద సందర్భాలకు వెళ్లాను, అక్కడ కొన్ని డజన్ల మంది జనం మాట్లాడటం విన్నాను. ఇతరులు తమలో ఉండే గొప్పతనాన్ని తెలుసుకునేందుకు, వారికి ప్రేరణ కలిగించే విధంగా వక్తలు మాట్లాడేవారు.

వాళ్లు తమ కథలను చెప్పేవారు. తాము చేతిలో చిల్లిగవ్వ లేకుండా ప్రారంభించామనీ, ఆ తర్వాత కలలో కూడా ఊహించని విధంగా ధనవంతులమయామని అనడం విన్నాను. ఈ బిజినెసే వీరిని యింతవారిని చేసిందనీ, మా రిచ్‌డాడ్ నన్ను కూడా అచ్చంగా అదే చేయమన్నారనీ గ్రహించాను. అది కేవలం వాణిజ్య సూత్రాలను బోధించటం కాదు. అది వారిని నాయకులుగా రూపొందిస్తుంది.

వారు డబ్బు గురించే ఎంతో మాట్లాడుతున్నట్టు అనిపించినప్పటికీ, వారు నిజానికి ఇతరులకు ప్రేరణ కలిగిస్తూ, తమ చుట్టూ ఏర్పరచుకున్న పరిధుల్ని వదలి బైటపడమని, తమలోని భయాలను అధిగమించమని, తమ కలల్ని నిజం చేసుకోమని బోధించేవారు. అలా చెయ్యడానికి ఆ ఉపన్యాసకుడికి నాయకత్వ లక్షణాలు అవసరమౌతాయి. దానికి ఒక కారణం ఉంది.

కలలు, కుటుంబంతో ఎక్కువ సమయం, స్వేచ్ఛ లాంటి తరచూ వాడే మాటలను అనేక మంది పదే పదే వల్లిస్తూంటే, అతితక్కువమంది ఇతరులు తమ మాటల మీద నమ్మకంతో వాటిని అనుసరించేలా మాట్లాడి ప్రేరణ కలిగించగలరు.

అది సరైన మాటలను జ్ఞాపకం పెట్టుకుని మళ్లీమళ్లీ వాటిని వల్లించటం కాదు. ఇతరులకు చైతన్య స్ఫూర్తి కలిగిస్తూ, వారితో ప్రత్యక్షంగా మాట్లాడే శక్తిని అభివృద్ధి చేసుకోవడం అది. ఇది మాటలను మించిన గుణం. నిజమైన నాయకత్వం అంటే ఇదే.

అన్నిటినీ ఒక దగ్గరకి చేర్చి, కలిపే శక్తి నాయకత్వ లక్షణం. గొప్ప వాణిజ్య సంస్థలను నిర్మించేది నాయకత్వమే.

నాయకత్వ నైపుణ్యాలు సంపద #1 'వాస్తవ ప్రపంచానికి పనికి వచ్చే వాణిజ్య విద్య' లేదా సంపద #2, 'వ్యక్తిత్వ వికాసానికి ఒక లాభదాయకమైన మార్గం'కి భాగంగా చేర్చబడతాయని మీరు అనుకోవచ్చు. అది సబబే, రెండిటి తరపునా మీరు వాదించవచ్చు. కాని నిజం ఏమిటంటే, జనాన్ని ముందుకు నడిపించే సామర్థ్యం ఎంత అమూల్యమైనది, ఎంత శక్తివంతమైనది, ఎంత అసాధారణమైనది అంటే, అదే నికార్సయిన సంపదగా, విడిగా ఒక అధ్యాయానికి అర్హత పొందింది.

తదితర వాణిజ్య నైపుణ్యాలన్నీ ముఖ్యమైన అంశాలే. వాటన్నిటినీ ఒక దగ్గరకి చేర్చి, కలిపే శక్తి నాయకత్వానికి ఉంది. నాయకత్వమే గొప్ప వాణిజ్య సంస్థలను నిర్మిస్తుంది.

చైతన్యస్ఫూర్తిని రగిలించే నాయకులు

50లు, 60లలో నేను పెరిగాను. నేను విన్న గొప్ప వక్తలలో జాన్.ఎఫ్. కెన్నెడీ ఒకరు. 1961 మేలో ఆయన మనం ఒక *దశాబ్దంలోనే* చందమామ దగ్గరకి మనిషిని పంపుతామని అమెరికా వాసులతో అన్నప్పుడు, మనం ఇంత గొప్ప పనిని సాధించగలమని అనడానికి మన శాస్త్రజ్ఞుల దగ్గర నిజంగా ఎలాంటి ఆధారాలు లేవు. అది అత్యాశ, అది అనూహ్యం. ఐనా మనం సాధించాం. మూడేళ్ల లోపునే తర్వాత కెన్నెడీ చంపబడ్డా, దశాబ్దం పూర్తి కావడానికి అధిక భాగం యింకా మిగిలిన ఉన్నప్పటికీ, శక్తివంతమైన ఆయన నాయకత్వం మూలాన ఆయన మరణం తర్వాత కూడా ఆయన స్వప్నం జీవించి ఉంది. ఆయన హత్య జరిగినప్పటికీ, వియాత్నాం సంక్షోభం సంభవించినప్పటికీ, దేశంలో కలహాలు, అభిప్రాయ భేదాలు చోటు చేసుకున్నప్పటికీ, అధికారం కెన్నెడీ యొక్క ఉపరాష్ట్రపతి చేతిలోంచి, అతని విరోధి రిచర్డ్ నిక్సన్ లాక్కున్నప్పటికీ మనం ఏం చేశాం?

మనం ఒక మనిషిని చందమామ మీదకి 1969లో పంపాం – నిశ్చయంగా, ఒక దశాబ్దం లోపునే.

నాయకత్వం అంటే అదే : నాయకులు మీతో పంచుకున్న వారి కలలకున్న ప్రబలమైన శక్తి, ఆ కలలు సాకారమయేలా చూస్తుంది. నికార్సయిన నాయకత్వం కొండలనే కదిలించగలదు.

వియత్నాంలో ఉన్నప్పుడు నేనో విషయాన్ని తెలుసుకున్నాను. గొప్ప నాయకులు కఠినంగా ప్రవర్తించరు, అరిచి కేకలు వేయరు, అవమానించరు. యుద్ధం జరుగుతున్న వేడిలో కూడా, గొప్ప ధైర్యవంతులైన నాయకులు తరచూ ప్రశాంతంగా ఉండటాన్ని చూశాను. మాట్లాడేటప్పుడు, వారు మా చైతన్య స్ఫూర్తిని ఉద్దేశించి మాట్లాడేవారు, వారి మాటలు మా హృదయాలను తాకేవి.

అత్యుత్తమ ఉత్పత్తులను, సేవలను అందించే వ్యాపారాలు ధనాన్ని ఆకర్షించవు. అత్యుత్తమ నాయకులున్న వ్యాపారాల వైపే ధనం ప్రవహిస్తుంది.

గొప్ప నాయకులంతా గొప్ప కథలు చెప్పగలిగేవారే. ఇతరుల కళ్లకు కట్టేటట్లు వారు తమ కలల గురించి విశదీకరించేవారు. ఏసుక్రీస్తు, బుద్ధుడు, మదర్ థెరీసా, గాంధీ, ముహమ్మద్‌లను చూడండి. వారంతా గొప్ప నాయకులు. అంటే దాని అర్థం వారు కథలు గొప్పగా చెప్పగలిగేవారని.

అత్యుత్తమ ఉత్పత్తులను, సేవలను అందించే వ్యాపారాలు ధనాన్ని ఆకర్షించవు, అత్యుత్తమ నాయకులున్న వ్యాపారాల వైపే ధనం ప్రవహిస్తుంది. తన దగ్గర కొన్ని టన్నుల సామాను పడి ఉన్నప్పటికీ, ఏదైనా ఒక వ్యాపారసంస్థకు తన గురించి వివరాలు విశదీకరించడం తెలియక పోయినప్పుడు, త్వరలోనే ఆ వ్యాపారం మూతపడుతుంది. ఒక వ్యాపారసంస్థ ఆర్థికంగా ఇబ్బందులు ఎదుర్కోవడానికి కారణం, ఆ సంస్థ నాయకుడు తన కంపెనీ యొక్క కలని ఇతరులకి చెప్పలేకపోవడమే. వాళ్లెంతో ఘటికులే అయుండవచ్చు, కాని విషయాలని తెలియబరచటంలో బలహీనులు వారు.

బి క్వాడ్రెంట్‌లో కొన్ని నాయకత్వ నైపుణ్యాలను అభివృద్ధిపరచుకోవలసిన అవసరం ఉంది. వీటికీ ఇ, ఎస్ క్వాడ్రెంట్లలోని వారికి తరచూ అవసరమయ్యే మేనేజ్‌మెంట్ నైపుణ్యాలకి మధ్య ఎంతో తేడా ఉంది నన్ను తప్పుగా అర్థం చేసుకోవద్దు. మేనేజ్‌మెంట్ నైపుణ్యాలు ఎంతో ముఖ్యమైనవే. కాని మేనేజ్‌మెంట్ విధానాలకు, నాయకత్వాలకు మధ్య ఎంతో తేడా ఉంది. మేనేజర్లు తప్పనిసరిగా నాయకులవ్వాలని లేదు. అలాగే నాయకులు మేనేజర్లు కానవసరం లేదు.

ఎస్ క్వాడ్రెంట్‌లో ఉన్న ఎందరో జనాన్ని కలుస్తుంటాను - నిపుణులు, చిన్న తరహా వ్యాపారస్తులు. వారంతా తమ తమ వ్యాపారాలను పెంచాలనుకుంటారు, కాని చేయలేక పోతుంటారు. దానికి ఒక కారణం వారికి నాయకత్వ నైపుణ్యాలు లేకపోవటమే. వారిని ఎవరూ అనుసరించాలని అనుకోరు. వారి కింద పనిచేసే ఉద్యోగస్తులు వారిని నమ్మరు. వారివల్ల స్ఫూర్తి చెందరు. నేనెందరో మధ్యస్థాయి మేనేజర్లని కలిసాను, కార్పొరేట్ నిచ్చెనని ఎక్కలేకపోతుంటారు, ఎందుకంటే ఇతరులతో ఎలా మాట్లాడాలో వారికి తెలీదు. ప్రపంచం నిండా ఒంటరి జనం ఉన్నారు, తాము కలలుగన్న సహచరి/సహచరుడిని వెతుక్కోలేరు. ఎందుకంటే తామెంత గొప్పవారో ఇతరులకి తెలియబరిచే సామర్థ్యం వారిలో లేదు.

జీవితంలోని ప్రతీ అంశాన్నీ కమ్యూనికేషన్ ప్రభావితం చేస్తుంది. నెట్‌వర్క్ మార్కెటింగ్ బోధించే నెంబరు 1 నైపుణ్యం ఇదే.

నెట్‌వర్క్ మార్కెటింగ్ నాయకులు అప్పుడప్పుడూ తమ గురించి తాము, “అత్యధిక వేతనం అందుకునే గొప్ప కథకుల”మని చెప్పుకుంటుంటారు. నిజమే, అత్యధికంగా జీతాలు అందుకునే వారిలో వీరొకరు. దానికి ఒక సాధారణ కారణం ఉంది : అత్యుత్తమ కథకుల్లో వారొకరు.

నెట్‌వర్క్ మార్కెటింగ్ శిక్షణా కార్యక్రమాలకు నేను వెళ్లడం ప్రారంభించాక, విజయం సాధించిన, వాస్తవ ప్రపంచానికి చెందిన వాణిజ్యవేత్తలను ఎందరినో కలుసుకోవడం జరిగింది. వీరంతా శూన్యం నుంచి తమ వ్యాపారాలను మొదలుపెట్టినవారే. వారిలో ఎందరో గొప్ప గురువులు ఉన్నారు ఎందుకంటే వారు, సిద్ధాంత రూపంగా కాకుండా, తమ అనుభవాల నుంచి బోధించేవారు, ఎన్నో వ్యాపారసదస్సులలో పాల్గొన్నాను. వాస్తవ వాణిజ్య ప్రపంచం వీధుల్లో బతికి బట్ట కట్టడానికి ఏమేం అవసరమౌతాయో వాటిగురించి వారు సూటిగా మాట్లాడుతున్నప్పుడు తరచూ తలాడించి వారితో ఏకీభవించేవాడిని.

సెమినార్లు ముగిసాక, తరచూ శిక్షకులతో మాట్లాడేవాడిని. కేవలం తమ వ్యాపారాల్లోంచే కాక, తమ పెట్టుబడుల నుంచి కూడా వారు సంపాదించే సొమ్మెంతో తెలుసుకుని ఆశ్చర్యచకితుడినయేవాడిని. కార్పొరేట్ అమెరికాలో ఎంతోమంది టాప్ చీఫ్ ఎగ్జిక్యూటివ్ ఆఫీసర్ల కన్నా వీరు ఎంతో ఎక్కువ సంపాదించేవారు.

ఐనా, ఈ శిక్షకుల్లోని మరో అంశం నన్ను మరింతగా ప్రభావితం చేసింది. వారెంతో ధనవంతులు. ఇటువంటి సెమినార్లను నిర్వహించే అవసరం ఎంతమాత్రం లేదు. అయినప్పటికీ తమకు తెలిసింది నేర్పి తోటివారికి సాయపడాలన్న తపన వారిలో మెండుగా ఉంది.

ఒక నెట్‌వర్క్ మార్కెటింగ్ బిజినెస్ నాయకులు జనాన్ని పైకి తీసుకుని రావడంపై ఆధారపడి ఉందన్న విషయాన్ని గ్రహించటం మొదలుపెట్టాను. కాగా ఒక సాంప్రదాయకమైన కార్పొరేట్ లేదా ప్రభుత్వ బిజినెస్ కేవలం కొందరిని మాత్రమే ప్రోత్సహించి, అధికసంఖ్యాకులైన ఉద్యోగులను నెలసరి జీతాలతో సంతృప్తి పరుస్తూంటుంది. నెట్‌వర్క్ మార్కెటింగ్ ప్రపంచంలో ఉన్న టీచర్లు, “మీరు సరిగ్గా పనిచేయకపోతే, మీ ఉద్యోగాలు పోతాయి,” అని అనరు. దానికి బదులుగా, “మీ పనిని మీరు మరింత మెరుగ్గా చేసేటట్టు, నన్ను సాయపడనీయండి. మీరు నేర్చుకోవాలని అనుకుంటూన్నంతకాలం, మీకు నేర్పడానికి, బోధించడానికి నేను సిద్ధంగానే ఉంటాను. మనం అంతా ఒకే టీమ్‌లో ఉన్నాం,” అని అంటారు.

ఒక ప్రత్యేక రకమైన నాయకుడు

ఎంతోమంది జనంలో అంతర్గతంగా నాయకత్వ లక్షణాలు ఉంటాయి, కాని అవి ఎప్పుడూ బయటపడవు. వారికి ఆ అవకాశం ఎప్పుడూ దొరకదు. మా రిచ్ డాడ్ దీనిని అర్థం చేసుకున్నాడు. నేను మెరైన్ కోర్‌కు, ఆ తర్వాత వియత్నాంకు వెళ్లడానికి ఆయన నన్ను ప్రోత్సహించడానికి గల కారణాల్లో ఒకటి - అది నా నాయకత్వ లక్షణాలని అభివృద్ధి చేస్తుందని.

కాని మీరు మీ నాయకత్వ లక్షణాలని పెంపొందించే అవకాశం కోసం మెరైన్స్‌లో చేరనక్కరలేదు. మీరు ఆ అవకాశాన్ని నెట్‌వర్క్ మార్కెటింగ్ ద్వారా పొందవచ్చు. నెట్‌వర్క్ మార్కెటింగ్ లీడర్‌షిప్ ప్రోగ్రాంలోని అసలైన అందం - అది కేవలం మీ నాయకత్వ నైపుణ్యాలను అభివృద్ధి చేయడమేకాదు, మీలోని ప్రత్యేకమైన నాయకత్వ లక్షణాన్ని వెలికితీస్తుంది.

నెట్‌వర్క్ మార్కెటింగ్ ఒక రకమైన నాయకుడిని తయారుచేస్తుంటుంది.
ఒక గొప్ప గురువుగా ఆ నాయకుడు ఇతరులని ప్రభావితం చేస్తాడు.
తమ కలలను వెంబడించమని, తమ జీవితంలోని కలలను
సాకారం చేసుకోమని ఇతరులకు అతను బోధిస్తాడు.

సైన్యం ఒక రకమైన నాయకుడిని తయారుచేస్తుంది, అతను తమ దేశానికి రక్షణ కల్పించమని యువతీయువకులను ప్రభావితం చేస్తాడు. వాణిజ్యరంగం తయారుచేసే నాయకుడు పోటీలో జయం పొందటానికి కొన్ని బృందాలను నిర్మిస్తాడు. నెట్‌వర్క్ మార్కెటింగ్ ఒక రకమైన నాయకుడిని తయారుచేస్తుంది, ఒక గొప్ప గురువుగా అతను ఇతరులను ప్రభావితం చేస్తాడు. తమ కలలను వెంబడించమని, తమ జీవితంలోని కలలను సాకారం చేసుకోమని ఇతరులకు బోధిస్తాడు.

శత్రువుని ఓడించటం లేదా ప్రత్యర్థిని పోటీలో పరాజితుడ్ని చేసే బదులు, అత్యధిక నెట్‌వర్క్ మార్కెటింగ్ నాయకులు కేవలం ప్రేరణ కలిగిస్తూ పరులకు హాని కలిగించకుండా ఈ ప్రపంచం అందించే ఆర్థిక సమృద్ధిని ఎలా వెతుక్కోవాలో ఇతరులకు బోధిస్తారు.

నెట్‌వర్క్ మార్కెటింగ్‌కున్న స్వాభావికమైన గుణం - మార్గదర్శనం చేసే శక్తిని అభివృద్ధి పరచుకునే అవకాశాన్ని కల్పించడం. నాయకత్వం గురించి మరే రంగంలోనైనా మీరు నేర్చుకోగలరన్న సంగతి కూడా నిజమే. మిలిటరీ, గవర్నమెంట్, కార్పొరేట్ జీవితం.... జీవితంలోని ప్రతీరంగంలోంచి, నాయకులు ఉత్పన్నమౌతుంటారు, కాని మరీ ఎక్కువ కాదు. ఒక్క నెట్‌వర్క్ మార్కెటింగ్‌లో తప్ప, నిజమైన నాయకత్వం ఎంతో అరుదు.

ఇది ఇలా ఉండటానికున్న నేపథ్యాన్ని జాన్ ఆసక్తికరంగా చెపుతాడు :

> **జాన్ :** నెట్‌వర్క్ మార్కెటింగ్‌లో ఉన్న ఒక అపూర్వమైన అంశం ఏమిటంటే, అది వందశాతం స్వచ్ఛంద సేవకులతో నిండి ఉంటుంది.
>
> నెట్‌వర్క్ మార్కెటింగ్ డిస్ట్రిబ్యూటర్లు సరిగ్గా సమయానికి ఆఫీసు చేరుకోవాలని కానీ, హాజరు వేయించుకుని, పని చేయాలన్న నియమం కాని లేదు. అలాంటి పనివాడు ఈ సంస్థల్లో మీకు ఒక్కరూ కనిపించరు. వీరంతా స్వతంత్ర ప్రతినిధులు, వీరిని పనిలోకి తీసుకోవడం, లేదా పనిలోంచి తొలగించడం లాంటిది జరగదు. ఇక్కడ ప్రతీ ఒక్కరూ స్వచ్ఛందంగానే పనిచేస్తారు. మీరేం చెయ్యాలో మీకెవరూ చెప్పరు. ఎవరూ మీకు ఆదేశాలు ఇయ్యరు.
>
> అయితే మరి ఇదెలా పనిచేస్తుంది? ఈ మెషిన్‌ని ఏ ఇంజను నడుపుతుంది? ఒక మాటలో జవాబివ్వచ్చు : నాయకత్వం.

మీ నెట్‌వర్క్ మార్కెటింగ్ బిజినెస్‌లో, మీరు అభివృద్ధి చేసుకునే నాయకత్వ లక్షణాలు, మీ జీవితంలోని ప్రతిరంగంలోనూ తొంగిచూస్తాయి.

నాయకత్వం యొక్క నాలుగు లక్షణాలు

సంప్రదాయ విద్యాలయాలు మిమ్మల్ని ఒక మంచి ఉద్యోగిగా చేసేందుకు శిక్షణనిస్తాయి. అవి కేవలం ఒక విషయం మీదే తమ దృష్టిని కేంద్రీకరిస్తాయి : మీ మానసిక శక్తి. మీరు లెక్కలు బాగా చేయగలిగితే, పరీక్షల్లో బాగా రాయగలిగితే, ఒక కంపెనీని నడపగల తెలివితేటలు మీకున్నాయని అందరూ అనుకుంటారు.

కాని అదొక తెలివిమాలిన ఆలోచన.

ఈరోజు ఒక వాణిజ్యవేత్తగా నేను విజయం సాధించానంటే, దానికి కారణం నౌకాసేనలో నేను పొందిన శిక్షణే. మిలిటరీ స్కూళ్లు మిమ్మల్ని ఒక గొప్ప నాయకుడిగా తయారుచేస్తాయి. అవి కేవలం మీ మానసికవిద్య పైనే దృష్టిని కేంద్రీకరించవు. మీ భావోద్రేక, భౌతిక, ఆధ్యాత్మిక సామర్థ్యాలని కూడా పెంచడానికి ప్రయత్నిస్తాయి. ఎక్కువ ఒత్తిడికి గురౌతున్నప్పుడు ఎలా పనిచేయాలో అవి బోధిస్తాయి.

వియత్నాంలో హెలికాప్టర్ నడిపే శిక్షణ పొందాను. కాని నేను ఆధ్యాత్మిక వికాసాన్ని పొందకుండా ఉంటే, క్షేమంగా వెనక్కి తిరిగి వచ్చేవాడిని కాదు. ఆ భావనే నాలో బలంగా లేక పోయుండుంటే, నాలో భయం (భావన) చోటుచేసుకుని ఉండేది. మందుగుళ్లని పేల్చలేక,

గడ్డకట్టుకుని (భౌతికంగా) ఉండిపోయేవాడిని. ఈ నాలుగు - మానసిక, భావోద్రేక, భౌతిక, ఆధ్యాత్మిక అంశాలు కలిసికట్టుగా పనిచెయ్యడంతో నేను నా కర్తవ్యాన్ని విజయవంతంగా నిర్వహించగలిగాను.

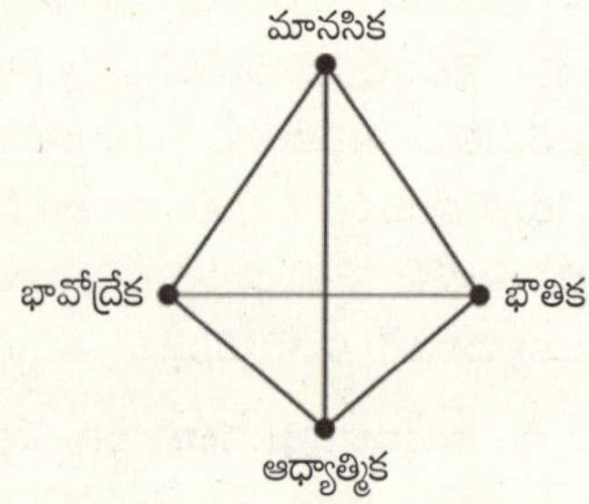

దీనివలన ఎంతో తెలుసుకోగలిగాను, ఈ అనుభవం మూలాన వ్యాపార రంగంలో నేను ఒక గొప్ప నాయకుడిని అవగలిగాను. ఎందుకంటే బిజినెస్‌లో విజయం సాధించాలంటే, అచ్చంగా నాయకత్వంలోని ఈ నాలుగు అంశాలే అవసరమౌతాయి.

మీలోని ఈ నాలుగు అంశాలను మీరు అదుపులో ఉంచుకోకపోతే, మీరు ఓడిపోతారు. మంచి నాయకులుగా రూపొందడం కోసం ఈ నాలుగు లక్షణాలని మీ ఉద్యోగులు అభివృద్ధి చేసుకోవాలి. అందుకు మీరు సాయపడకపోయినా మీరు ఓడిపోతారు. విషయం ఇంతలోనే వుంది!

మిలిటరీ స్కూళ్లు మీకు మరో విషయాన్ని బోధిస్తాయి : యుద్ధరంగంలో మీరు ముందు వరసలో ఉన్నప్పుడు మిమ్మల్ని యింకొకరు ఇష్టపడుతున్నారా లేదా అన్నదాన్ని మీరు పట్టించుకోరు. ఐతే, మనందరం ఇష్టపడాలనే కోరుకుంటాం. కాని ఒక గొప్పనాయకుడు అవడం కోసం, మీరు కొన్ని పరిమితులను ఏర్పరచాలి, మీ సిబ్బంది ప్రవర్తనను పర్యవేక్షిస్తూండాలి, అవసరమైన చోట్ల సరిదిద్దే చర్య తీసుకోవాలి. అప్పుడప్పుడు మీరు కొందరిని తొలగించాల్సి వస్తుంది కూడా. అవును, అలా జరిగే అవకాశం ఉంది. అది తప్పించుకునే మార్గం లేదు. కాని ఇలాగ కూడా జరిగే అవకాశం ఉంది : మీరు మీకు వీలైనంత అత్యుత్తమ బృందాన్ని తయారుచేసుకుంటారు, మీరేం ఆశిస్తున్నారో, దేన్ని మీరు సహిస్తారో... దేన్ని మీరు సహించరో అది సరిగ్గా అర్థం చేసుకుంటుంది.

అధ్యాయం 15

ఆస్తి #7 : నిజమైన సంపద సృష్టించడానికి ఒక యంత్రాంగం

అమెరికా స్వాతంత్ర్య ప్రకటనను తయారుచేసిన ముగ్గురిలో ఇద్దరు - థామస్ జెఫర్సన్, జాన్ ఏడమ్స్. ఇద్దరూ గొప్ప యావజ్జీవ స్నేహితులు. ఐనా తీవ్రమైన అభిప్రాయభేదాలు ఇద్దరిమధ్యా చోటుచేసుకున్నాయి. ఇద్దరివీ వ్యతిరేకమైన మనస్తత్వాలు. ఒకసారైతే ఇద్దరూ రాజకీయాల్లో బద్ధశత్రువులు. ప్రతీ అంశంలోనూ ఒకరినొకరు వ్యతిరేకించేవారు. ఎన్నో సంవత్సరాలు మన రెండవ మూడవ అమెరికా రాష్ట్రపతులు ఒకరితో ఒకరు మాట్లాడటానికి ఇష్టపడేవారు కాదు. కాని వారి చివరి సంవత్సరాలలో ఇద్దరూ రాజీపడ్డారు. వారి మధ్య జరిగిన విస్తృతమైన ఉత్తర ప్రత్యుత్తరాలు అమెరికన్ సాహిత్యంలో ఆణిముత్యాలయాయి.

వారిద్దరూ ఒకే రోజు - 4 జూలై, 1826న చనిపోయారు. ఇద్దరూ బెంజమిన్ ఫ్రాంక్లిన్‌తో కలిసి స్వాతంత్ర్య ప్రకటన సంతకం చేసి ఆరోజుకి సరిగ్గా 50 సంవత్సరాలు అయాయి.

వారిద్దరికి సంబంధించి మరో వింతైన విషయం ఒకటి ఉంది : సంపదకూ వారికి మధ్యనున్న సంబంధం.

జెఫర్సన్ వర్జీనియా రాష్ట్రంలో ఒక క్లాసిక్ సంపన్నుడైన భూస్వామి, కొన్ని వేల ఎకరాల భూములున్న ఎస్టేటు సొంతదారు. మరోవైపు ఏడమ్స్ మేసాచ్యూసెట్స్‌లో లాయరు. ఒక పేద రైతు కుటుంబం నుంచి వచ్చాడు. జీవితాంతం పెద్దగా సంపద లేకుండానే బతికాడు. ఐతే వారిద్దరూ చనిపోయిన రోజున ఆడమ్స్ సంపద విలువ లక్షడాలర్లు, జెఫర్సన్ ఎస్టేటు మీద లక్ష డాలర్ల అప్పుంది.

సంపద అంటే ధనం కాదు. ఆదాయపు పరిమాణంతో సంపదను కొలవలేం. సంపదను సమయంతో కొలవాలి.

జెఫర్‌సన్ దగ్గర డబ్బుండేది, ఆస్తి ఉండేది. కాని అవి అతని వేళ్లలోంచి జారిపోయాయి. ఆడమ్స్ దగ్గర ఎప్పుడూ ఎక్కువ డబ్బుండేది కాదు, కాని అతను మామూలుగా బతికాడు, సంపదను ఎలా నిర్మించుకోవాలో అన్న విషయం మీద గట్టిపట్టుండేది.

ఈ పుస్తకం రాయడంలో నాకున్న ముఖ్య కారణాలలో ఒకటి - డబ్బుకూ, సంపదకూ మధ్యనున్న అత్యంత ముఖ్యమైన తేడాను మీరు అర్థం చేసుకుంటూరనేది. లాటరీలో కొన్ని కోట్లు గెలుచుకున్న అనేకమంది, కోట్లు సంపాదించిన మూడేళ్లలోనే బికారులెందుకు అవుతుంటారు? ఎందుకంటే హఠాత్తుగా వారికి ధనం అనుకోని లాభంగా లభించినప్పటికీ సంపద అంటే వారికి ఎటువంటి అవగాహనా లేదు.

సంపద అంటే ధనం కాదు. ఆదాయంతో సంపదను కొలవలేం. సంపదను సమయంతో కొలవాలి. నా పేరుతో పొదుపుచేసిన డబ్బు 1,000 డాలర్లు ఉన్నాయనుకోండి. నా రోజువారీ ఖర్చులు 100 డాలర్లయితే, నా సంపద 10 రోజులన్నమాట. రానున్న కాలంలో ఎన్నాళ్లు దాని సాయంతో జీవితాన్ని నెట్టుకు రాగలరో ఆ సామర్థ్యమే సంపద. మిమ్మల్ని మీరో ప్రశ్న వేసుకోండి: "నేను కాని ఇవాళ పనిచేయడం మానేస్తే, ఆర్థికంగా నేను ఎన్నాళ్లు నిలదొక్కుకోగలను?" అని. మీరిచ్చే జవాబు ఈ క్షణంలో మీకున్న సంపదతో సమానం.

నిజానికి ఆ నిర్వచనాన్ని యింకొంచెం లోతుగా విశ్లేషిద్దాం. వర్తమానంలోని మీ జీవనస్థాయినీ, రానున్న కాలంలో ఎన్ని రోజులు అదే జీవనస్థాయిలో మీరు మీ జీవితాన్ని గడపగల సామర్థ్యం ఉంటుందో దానిని కలిపి సంపదను నిర్వచించవచ్చు.

ధనవంతులు మరింత ధనవంతులవుతుంటారు. దానికి కారణం ధనవంతులు మరొక రకమైన డబ్బు కోసం పనిచేస్తుంటారు. వారు ఆదాయాన్ని పుట్టించడం కోసం పనిచెయ్యరు, వారు సంపదని సృష్టించడం కోసం పనిచేస్తారు. రెండిటి మధ్య తేడా ఎంతో ఉంది.

నెట్‌వర్క్ మార్కెటింగ్ బిజినెస్‌కు ఒక బృహత్తరమైన విలువ ఉంది. ఈ బిజినెస్‌ను అధ్యయనం చేసే అనేకమందికి ఇది పూర్తిగా అర్థం కాదు. వ్యక్తిగత సంపదను సృష్టించే యంత్రాంగమే దానికున్న విలువ.

ఆర్థిక స్వేచ్ఛను సంపాదించుకునే దారిలోని నాలుగు మెట్లు

నేనూ, నా భార్య కిమ్ - ఉద్యోగాలు చేయకుండా, ప్రభుత్వ సహాయం తీసుకోకుండా, స్టాక్స్, మ్యూచువల్ ఫండ్స్‌లాంటివి అమ్మకుండా - జీవితంలో త్వరగానే రిటైరు అయాం. స్టాక్స్‌ను, మ్యూచువల్ ఫండ్స్‌తో లావాదేవీలు ఎందుకు జరపలేదు? ఎందుకంటే, ఆ రెండూ రిస్క్‌తో కూడుకున్న పెట్టుబడులని మేము నమ్మాం. నా అభిప్రాయంలో, మ్యూచువల్ ఫండ్స్ అన్ని పెట్టుబడులల్లోకి అత్యంత ప్రమాదకరమైనవి.

నేనూ, కిమ్ ఒక సరళమైన నాలుగు మెట్లున్న పథకాన్ని ఉపయోగించి యవ్వనంలోనే సంపన్నులుగా రిటైరు అయ్యాం. దానికి, 1985 నుంచి 1994 వరకు, తొమ్మిది ఏళ్లు పట్టింది. శూన్యం నుంచి ప్రారంభించి షేర్లలోనూ, మ్యూచువల్ ఫండ్లలోనూ ఎటువంటి పెట్టుబడీ పెట్టకుండా ఆర్థికంగా స్వేచ్ఛ పొందాక పదవీ విరమణ చేసాం. అది యిలా ఉంటుంది :

1. ఒక వ్యాపారాన్ని నిర్మించటం
2. మీ వ్యాపారంలో మళ్లీ పెట్టుబడి పెట్టడం

3. రియల్ ఎస్టేట్‌లో పెట్టుబడి పెట్టడం
4. మీకున్న సంపదతో విలాసవంతమైన వస్తువులని కొనటం.

ఈ వరుసక్రమం ఎలా పనిచేస్తుందో చూద్దాం రండి.

1) ఒక వ్యాపారాన్ని నిర్మించటం

ఒక కంపెనీ నెలకొల్పి , వ్యాపారం చెయ్యటం ద్వారా మీరు ఎంతో డబ్బు సంపాదించగలరు. అంతేకాదు, అమెరికాలోని పన్నులకు సంబంధించిన చట్టాలు బి క్వాడ్రెంట్‌లో ఆదాయం తెచ్చుకునే జనానికి అనుకూలంగా ఉంటాయి. కానీ ఇ క్వాడ్రెంట్‌లో ఆదాయం సంపాదించేవారిని శిక్షిస్తాయి.

వ్యాపారం అనేది ఓ బిడ్డలాంటిది. ఎదగడానికి అది కొంత సమయం తీసుకుంటుంది. ఏ వ్యాపారాన్నైనా నేలమీదనుంచి పైకి లేపడానికి మామూలుగా ఐదేళ్లు పడుతుంది. అయితే కొన్ని తక్కువ సమయం, మరికొన్ని ఎక్కువ సమయం తీసుకోవచ్చు.

2) మీ వ్యాపారంలో మళ్లీ పెట్టుబడి పెట్టడం

ఈ ప్రక్రియలోని ఒక ముఖ్యమైన అంశం ఏమిటంటే - మీరు మీ వ్యాపారంలో సంపాదించిన డబ్బును, మీ జీవితావసరాలపై ఖర్చు పెట్టకపోవడం. మీరు జీవితం వెళ్లబుచ్చటానికి దానిని ఆదాయంగా తీసుకుని దానిమీద ఆధారపడకూడదు. నెట్‌వర్క్ మార్కెటర్లుగా కొత్తగా చేరిన అనేకమంది ఇదే పొరపాటు చేస్తుంటారు. తమ కొత్త బిజినెస్ నుంచి ఆదాయం రావడం మొదలవుతునే, వారు కొత్తగా దొరికిన డబ్బుతో రోజువారీ ఖర్చును పెంచుకుని ఖర్చు పెట్టేస్తారు: ఒక సెకండ్‌హ్యాండ్ కారు కొనటమో లేదా ఒక పెద్ద ఇల్లు కొనుక్కోవటమో, విలాసవంతమైన విహారయాత్రలకు వెళ్లడమో లాంటివి చేస్తారు.

జనం ఎందుకిలా చేస్తుంటారు? దానికి కారణం వారు మూర్ఖులని కాదు. ఎంతో తెలివైన వాళ్లు, అన్నీ తెలిసిన జనం యిలా చెయ్యడాన్ని చూశాను. వారు అలా చెయ్యడానికి ఒకే ఒక కారణం ఉంది: వారు ఇంకా ఇ క్వాడ్రెంట్‌లోనే ఉన్నారు, ఊపిరి తీసుకుంటున్నారు, ఆలోచిస్తున్నారు. మీరు సంపదను నిర్మించుకోవాలంటే, రేఖాచిత్రంలో ఎడమచేతివేపున్న భాగంలోంచి మీ తలను బయటకు తీసుకొచ్చి, బి, ఐ క్వాడ్రెంట్లలో ఉన్నట్లు ఆలోచనలను మొదలెట్టాలి.

మొట్టమొదట, మీరు మామూలుగా చేసుకుంటున్న ఉద్యోగాన్ని వదిలిపెట్టకండి. మీ లక్ష్యం మీరు చేస్తున్న జాబ్‌కి బదులు బిజినెస్ చెయ్యడం కాదు. అలా చేస్తే, మీరు మీ వ్యాపారాన్ని మీ కొత్త ఉద్యోగంలా భావిస్తారు. మీరు మీ సంపదను అలా ఎన్నటికీ నిర్మించుకోలేరు. దానికి బదులు, మీ కొత్త వ్యాపారంలో కొంత డబ్బు రావడం మొదలయాక, రెండో మెట్టుకి తిన్నగా వెళ్లండి : ఆ వ్యాపారాన్ని మరింత పెంచేందుకు కొత్తగా వచ్చిన ఆదాయాన్ని ఆ బిజినెస్‌లో మళ్లీ పెట్టుబడి పెట్టండి.

ఎంతోమంది జనం ఏ వ్యాపారంలోనైనా భారీ సంపద సంపాదించకపోవటానికి కారణం - వారు ఆ ఆదాయాన్ని నిరంతరం వ్యాపారంలో మళ్లీ పెట్టుబడి పెట్టకపోవడమే!

“కాని నేను పగలు చేస్తున్న ఉద్యోగాన్ని ఉంచుకోవాలని లేదు. అక్కడ పనిచెయ్యడానికి అసహ్యం వేస్తోంది. అదే కదా అసలు విషయం! నేనొక ఉద్యోగిగా పనిచెయ్యదలచుకోలేదు!”

మీరన్నది న్యాయమైనదే : మీరు మీ ఉద్యోగాన్ని వదిలేసి, ఇ క్వాడ్రెంట్‌లోంచి బయటపడాలని అనుకుంటున్నారు. బహుశా మీరు మీ ఉద్యోగాన్ని అసహ్యించుకుంటున్నారు. నాకు తెలిసిన కొందరు వృత్తినిపుణులు ఉన్నారు, వారు తమ వృత్తిని ఎంతో ప్రేమిస్తారు, కాని వారానికి 40, 50 లేదా 60 గంటలు పనిచేయడానికి ఇష్టపడరు, బహుశా మీరు అలాంటివారు అయుండ వచ్చు. మీ కారణాలు ఏవైనప్పటికీ, ఇదిగో ఒక కఠోర వాస్తవం : మీ కొత్త వ్యాపారంలోని ఆదాయాన్నంతా మీ నెలవారీ ఖర్చులకోసం ఖర్చుపెట్టేస్తే, మీరు ఒక వ్యాపారాన్ని నిర్మించటం అవదు, మీరు మీకోసం మరొక ఉద్యోగాన్ని ఏర్పాటుచేసుకోవటం అవుతుంది.

ఒక వ్యాపారాన్ని నిర్మించుకోవాలని అనుకునే నిజమైన బిజినెస్ సొంతదారు ఎన్నడూ వ్యాపారంలో మదుపుపెట్టడం, మళ్లీ మదుపుపెట్టడం మానడు. ఎంతోమంది జనం ఏ వ్యాపారంలోనైనా భారీ సంపద సంపాదించకపోవటానికి కారణం - వారు ఆ ఆదాయాన్ని నిరంతరం వ్యాపారంలో మళ్లీ పెట్టుబడి పెట్టకపోవడమే!

ఐతే, నెట్‌వర్క్ మార్కెటింగ్‌లో అదెలా కనిపిస్తుంది?

జాన్ : ఒక సంప్రదాయ వ్యాపార సంస్థ అనేక రకాలుగా ఒక కొత్త గోడౌన్ కట్టడంలోనో, జాతీయస్థాయిలో వ్యాపార ప్రకటనలు ఇవ్వడంలోనో, కొత్త ఉత్పత్తులను అభివృద్ధి చెయ్యడంలోనో లేదా కొత్త సరఫరా మార్గాలు ఏర్పరచుకోవటంలోనో మళ్లీ పెట్టుబడులు పెట్టవచ్చు : కానీ ఒక నెట్‌వర్క్ మార్కెటర్‌గా, మీకీ ఖర్చులుండవు : మీకోసం ఈ రకమైన పెట్టుబడులను నెట్‌వర్క్ మార్కెటింగ్ కంపెనీయే చేసిపెడుతుంది.

ఐతే, మీరు మీ బిజినెస్‌లో మళ్లీ పెట్టుబడులని ఎలా పెట్టగలరు? కొంత డబ్బుని తెలివిగా మదుపుపెట్టేందుకు తప్పకుండా కొన్ని చోటులున్నాయి : మీకు మీరే పరిజ్ఞానం కలిగించుకుని, శిక్షణ పొందవచ్చు; ఇతర నగరాలకి మీ నెట్‌వర్క్‌ని వ్యాపింపజేయవచ్చు; మీ వ్యాపారాభివృద్ధికి అవసరమయ్యే ప్రసారసాధనాలు, శిక్షణ సామగ్రి మీద మదుపు పెట్టవచ్చు.

అనేక విషయాల్లో, నెట్‌వర్క్ మార్కెటింగ్‌లో పెట్టుబడి మీ డబ్బు అయుండదు, మీ సమయం, శ్రమ దానికి బదులుగా ఉంటాయి.

అంటే దాని అర్థం, మీ నెట్‌వర్క్ మార్కెటింగ్‌లో లభించే ఆదాయంలో అధికభాగం మీరు మీ సంపదని నిర్మించుకోవడానికి మీ దగ్గరే మిగిలుంటుంది. కాని, గుర్తుంచుకోండి, నేనన్నది, “సంపదని నిర్మించుకోడం” అంతేకాని “సంపదను వెదజల్లడం” కాదు!

జనం పొరపాటు చేస్తుంటారు. కమీషన్ చెక్కులు అందగానే, ఆ డబ్బుతో మరింత పెద్ద కారు, మరింత పెద్ద ఇల్లు కొంటారు, జీవనశైలిని మరింత మెరుగ్గా చేసుకోడం కోసం చివరి డాలరు వరకూ ఖర్చుచేస్తారు. మీరు అలాంటి పొరపాటు పనులు చేయకండి. మీ కొత్త వ్యాపారం ద్వారా మీకు దొరుకుతున్న ఆదాయాన్ని నేలలోని పెద్ద పెద్ద కన్నాలలో పారవేస్తూ దాన్ని అవమాన పరచకండి.

ఆ ఆదాయాన్ని గౌరవించండి. అది దాని హక్కు. దానిని పెట్టుబడిగా వాడండి.

3) రియల్ ఎస్టేట్‌లో పెట్టుబడి పెట్టండి

మీ వ్యాపారంలోని ఆదాయం పెరుగుతూ వస్తున్నప్పుడు, మీ దగ్గర అదనంగా చేరిన ఆ డబ్బుతో స్థిరాస్తులను కొనండి.

మ్యూచువల్ ఫండ్స్, స్టాక్ పోర్ట్‌ఫోలియోస్, లేక తదితర పేపర్ ఆస్తులు ఈ పథకంలో లేవన్న సంగతి మీరు గమనిస్తారు. ఎందుకంటే అవన్నీ సులభంగా ఏర్పరచుకునే ఆస్తులు (మీరు చెయ్యాల్సిందల్లా వాటిని కొనడమే), అయినప్పటికీ, షేర్లు మ్యూచువల్ ఫండ్స్ లావాదేవీలు రిస్క్‌తో కూడుకున్నవి, వాటిమీద వచ్చే లాభాల మీద కాపిటల్ గెయిన్స్ టాక్సు కట్టాలి. ఆ రకం పెట్టుబడులలోని ప్రమాదాలు తగ్గించటంకోసం ఆర్థిక సంబంధమైన విద్య ఎంతో అవసరం. ఇక్కడ ఉద్దేశం ఏమిటంటే, మీకు అదనంగా లభించిన ఆదాయంతో, ఆదాయాన్ని సృష్టించే ఆస్తిని నిర్మించటం. ఆదాయాన్ని పుట్టించే ఆస్తులు ఎన్నో రకాలున్నాయి. కాని తరచూ రియల్ ఎస్టేట్‌ను నేను సిఫారసు చెయ్యడానికి రెండు ముఖ్య కారణాలు ఉన్నాయి.

మొదటిది, రియల్ ఎస్టేట్‌లో పెట్టుబడులు పెట్టే వ్యాపారవేత్తలకు టాక్స్ చట్టాలు అనుకూలంగా ఉన్నాయి.

రెండోది, రియల్ ఎస్టేట్ అంటే మీ బ్యాంకువాళ్లు మీకు డబ్బు సమకూరుస్తారు. అదే మ్యూచువల్ ఫండ్స్ లేదా స్టాక్స్ కొనడానికి 6.5% శాతం వడ్డీకి 30 సంవత్సరాలకి అప్పును అడిగిచూడండి. వాళ్లు మిమ్మల్ని చూసి పకాలున నవ్వి, వెళ్లి రమ్మంటారు!

జనం తరచూ నన్ను అడుగుతుంటారు : "నా సంపాదన అద్దె చెల్లించడానికే సరిపోవటం లేదు, నేను స్థిరాస్తులను ఎలా కొనగలను?" మంచి ప్రశ్న, మీరు కొనలేరు. మీ దగ్గర అదనంగా నగదు ఉన్నప్పుడే అది వీలవుతుంది. అందుకే ఈ చర్య – మీరు బిజినెస్‌ని నిర్మించాక, అది నిరంతరం అభివృద్ధి చెందేందుకు మళ్లీమళ్లీ పెట్టుబడులు పెట్టిన తర్వాత – తీసుకోవాలి : అంటే, అప్పుడు మీ దగ్గర అదనంగా నగదు ఉంటుందన్నమాట.

కాని "రియల్ఎస్టేట్‌లో పెట్టుబడి పెట్టండి" అని అనడంలో నా ఉద్దేశం ఏమిటో వివరించ దలచుకున్నాను. ఎందుకంటే ఎంతోమందికి రియల్ ఎస్టేట్ ఒక సంపదగా ఎలా పనిచేస్తుందో అనేదానిపై సరైన అవగాహన లేదు. అత్యధికశాతం జనం రియల్ ఎస్టేట్‌లోని విశేషం – స్థిరాస్తిని ఒక ధరకు కొని తర్వాత దానిని (త్వరగానైనా, కొంత అభివృద్ధి చేసాకైనా లేక కొంతకాలం తర్వాత) అంతకన్నా ఎక్కువధరకు అమ్మటం అని అనుకుంటారు. అది సరి కాదు. ఒక ఆవుని కొని తర్వాత దానిని మాంసపుముక్కలు వండుకోడానికి అమ్ముకోడం లాంటిది అది. మీరు కోరుకునేది ఏమిటంటే – ఒక ఆవుని కొనుక్కుని దానిని మీదగ్గరే ఉంచుకోవాలి, దాని పాలను అమ్ముకుంటూ ఉండాలి.

రియల్ ఎస్టేట్ కొనడంలో ఉద్దేశం దానిని అమ్మటానికి కాదు. స్థిరాస్తులు కొనడంలోని లక్ష్యం – ఆదాయాన్ని పుట్టించే ఆస్తిని నిర్మించుకోవడం.

ఇది ఎలా చెయ్యాలో నేర్చుకోవడానికి సమయం, చదువు, అనుభవం, డబ్బు అవసర మౌతాయి. ఏదైనా కొత్త విషయం నేర్చుకునేటప్పుడు, కొన్ని తప్పులు చెయ్యకుండా ఉండటం కష్టం. స్థిరాస్తుల విషయంలో (ప్రత్యేకంగా ఆస్తుల నిర్వహణలో) పొరపాట్లు ఎంతో ఖరీదైనవి. భారీమూల్యం చెల్లించాల్సి వస్తుంది. బి క్వాడ్రెంట్ బిజినెస్‌లో దొరికే టాక్స్ లాభాలు, నికరమైన అదనపు ఆదాయం మీకుంటే తప్ప, లేకపోతే రియల్ఎస్టేట్ ప్రమాదకరంగానైనా మారవచ్చు, పైగా చాలాకాలం పట్టవచ్చు.

రియల్ ఎస్టేట్‌లో ఎంతోమంది ధనవంతులు కాకపోవడానికి కారణం, దానికి అవసరమైన నగదు వారి దగ్గర ఉండదు. నిజానికి, రియల్ ఎస్టేట్‌లో బెస్ట్ డీల్స్ అన్నీ మామూలుగా ఖరీదైనవిగా ఉంటాయి. మీదగ్గర ఎక్కువ డబ్బు లేనట్టయితే, ఎవరికీ అక్కర్లేని రియల్ ఎస్టేట్ బేరాలే తరచూ మీ దగ్గరకొస్తాయి. 'మొత్తం డబ్బు ఒక్కసారిగా చెల్లించకుండా' రియల్ ఎస్టేట్‌లో డబ్బు మదుపు పెట్టాలని అనుకునేవాళ్లు అనేకమంది ఉండటానికి కారణం, వాళ్ల దగ్గర అసలు ఏమీ ఉండకపోవడమే! మీకు రియల్ ఎస్టేట్‌లో నిజంగా అనుభవం లేకపోతే, మీకు అవసరమైనప్పుడు వాడుకోడానికి చేతిలో ఎంతో డబ్బు సిద్ధంగా లేకపోతే, డౌన్ పేమెంట్ లేకుండా వ్యాపారం చెయ్యడం, మీ జీవితంలో అత్యంత ఖరీదైన పెట్టుబడి అవుతుంది.

4) మీ సంపదతో విలాసవంతమైన వస్తువులని కొనండి

మేము మరిన్ని కొనగల స్థాయికి చేరుకున్న చాలాకాలం తర్వాత, కొన్ని సంవత్సరాలపాటు, కిమ్, నేను నెలకు 400 డాలర్లు తనఖా చెల్లిస్తూ ఒక చిన్న ఇంట్లోనే ఉన్నాం. మామూలు కార్లనే వాడాం. ఈ సమయంలో మాకు అదనంగా వచ్చిన నగదు ఆదాయాన్ని మా బిజినెస్ నిర్మించడానికి, రియల్ ఎస్టేట్‌లో పెట్టుబడి పెట్టడానికి వాడాం.

ఇవాళ మాకు ఒక పెద్ద ఇల్లు, ఆరు లగ్జరీ కార్లు ఉన్నాయి. కాని మేము ఆ ఇంటిని కాని, ఆ కార్లని కాని కొనలేదు. మా సంపదతో వాటిని కొన్నాం, వాటిని మేము అనుభవిస్తున్నాం.

'విలాసవంతమైన వస్తువులని కొనండి' అని నేనన్నప్పుడు, నా ఉద్దేశం దుబారా ఖర్చు చేయమని, ఆడంబరపూర్ణమైనవి కొనమని కాదు. అవి ఎలా ఉండాలంటే - అవి మీరు కోరుకునేవి అయుండాలి, ఆనందాన్ని కలిగించాలి, అవసరాలకు మించినవి అయుండాలి.

మీకు నేనో ఉదాహరణని యిస్తాను. జీవనోపాధికోసం ఉద్యోగం చేస్తూ, ఆ ఉద్యోగాన్ని ఇష్టపడని, మీకు తెలిసిన వారెవరినైనా గుర్తుకు తెచ్చుకోండి. వారితో, "మీకు మీ ఉద్యోగం అంటే ఇష్టంలేదు, మీరు దానిని వదిలేయండి!" అని మీరు అంటే వారు మీకు ఏం జవాబు ఇస్తారు?

ఎప్పట్నుంచో ఉద్యోగం వదిలేయాలనుకుంటున్నాను, కాని నాకా యోగం లేదు.

అవును, అది నిజం. చాలామందికి, అసలు వారికంటూ ఉద్యోగం లేకపోవడమనేది వారు కోరుకునే భోగాల్లో మొట్టమొదటిది. మీరా భోగాన్ని ఎలా పొందగలరు? మిగతా అన్నిటిలాగే: మీ బిజినెస్ లేదా మీ స్థిరాస్తులను వాటిని మీకోసం కొననీయండి. అలా జరగాలంటే, మీరు మీ సంపద, మీకోసం వాటిని కొనిచ్చే స్థాయికి చేరుకునేలా నిర్మించండి.

అదెలా పనిచేస్తుందో చూశారుగా?

మీకోసం విలాసవంతమైనవి కొనుక్కోడానికి, మీరు మీ ఆదాయాన్ని వాడరు. మీరు మీ సంపదని మీ వ్యాపారం, రియల్ ఎస్టేట్ పెట్టుబడులు నిర్మించుకోడానికి మీ ఆదాయాన్ని ఉపయోగిస్తారు. ఒకసారి వాటి నిర్మాణం జరిగాక, అవి చేయగల స్థాయికి చేరాక, మీరు మీకోసం విలాసవంతమైన వస్తువులని వాటిచేత కొనిపించండి.

ఇది మనల్ని కలలవేపు తీసుకెళ్తుంది.

అధ్యాయం 16

ఆస్తి #8 : పెద్ద కలలు, వాటిని నిజం చేసుకునే సామర్థ్యం

నెట్‌వర్క్ మార్కెటింగ్ కంపెనీలకు సంబంధించిన అత్యంత విలువైన విషయాల్లో ఒకటి - అవి మీ కలలను నిజం చేసుకోడానికి ప్రాముఖ్యతను ఇస్తాయి. గమనించండి, నేను 'కలలు కనడంలోని ప్రాముఖ్యత' అని అనలేదు. ఆ కంపెనీలు మిమ్మల్ని కేవలం కలలు కనమని మాత్రమే అనవు, ఆ కలలను మీరు సాకారం చేసుకోవాలని కూడా కోరుకుంటాయి.

అంతేకాదు, అవి గొప్పగొప్ప కలలు కనమని మిమ్మల్ని ప్రోత్సహిస్తాయి. నెట్‌వర్క్ మార్కెటింగ్ గురించి తెలుసుకోవడం ప్రారంభించినప్పుడు, నాకు నూతనోత్సాహం కలిగించే ఒక అనుభవం కలిగింది. నాలో అంతకుముందే ఉన్న కలలు కన్నా, పెద్ద కలలను నేను కనడం మొదలెట్టినట్టు గ్రహించాను.

సంప్రదాయ వ్యాపారాలు తరచూ మీరు పెద్ద కలలు కనటంలో ఆసక్తి కనబరచవు. మీ కలలు నిరాడంబరంగా ఉన్నప్పుడే ఆ వ్యాపారాలు మెరుగ్గా పనిచేయగలవు. వేసవి సెలవుల్లో కొంతకాలం బయటగడపడం, టైమ్ షేర్ కలిగి ఉండటం, మీకు ఆనందాన్నిచ్చే హాబీ కలిగి ఉండటం, ఒక ఆదివారం మధ్యాహ్నం ఒక మంచి గోల్ఫ్ ఆట ఆడటం - అటువంటివే నిరాడంబరమైన కలలు.

చిన్న చిన్న కలలు కనడం తప్పని నేనటం లేదు. నేను అనేదల్లా అది ఒక చిన్న జీవితం అని.

నా చిన్నతనంలో నా తల్లిదండ్రులు తరచూ, "అది మావల్ల కాదు," అంటుండేవారు. మా రిచ్ డాడ్ మాత్రం తన కొడుకునీ నన్నూ అలాంటి మాటలు మాట్లాడవద్దని ఆదేశించాడు. వాటికి బదులుగా, "అది ఎలా వీలవుతుంది?" అని అడగమనేవారు మమ్మల్ని.

ఆ రెండు వాక్యాల మధ్య తేడా చిన్నదిగా కనిపించినా, ఆ వ్యత్యాసానికి ఎంతో ప్రాముఖ్యత ఉంది. ఆలోచనారీతిలో తీసుకొచ్చిన చిన్న మార్పు - మీ జీవితకాలంలోని అనుభవాలు,

అవగాహనలు, నిర్ణయాలను ప్రభావితం చేసి ఎన్నో రెట్లు మెరుగుపరుస్తుంది, ఆ మార్పు చోటు చేసుకోకపోతే మీరు ఎక్కడైతే ఉండిపోయేవారో, అక్కడనుంచి కొన్ని కోట్ల మైలు దూరంలో ఉన్న మరో ప్రదేశానికి మిమ్మల్ని చేరుస్తుంది.

"అది నావలన ఎలా వీలవుతుంది?" అని మిమ్మల్ని మీరు అడగటాన్ని మీరొక అలవాటుగా చేసుకుంటే, పెద్దపెద్ద కలలు కనటంలో మీకు మీరు శిక్షణని ఇచ్చుకుంటారు. కేవలం కలలు కనటమే కాదు, ఆ కలలను నిజం చేసుకోగలరని కూడా మీరు నమ్ముతారు. కాగా, "అది నావల్ల కాదు" అనటం, తడి తుండుగుడ్డని కొవ్వొత్తి మంటపై వేసి ఆర్పేసినట్లు, మీ కలలని చంపేయడం లాంటిది. ఈ ప్రపంచంలో ఇప్పటికే ఇతరులు ఎందరో ఉన్నారు, మీ సహాయం ఏ మాత్రం లేకుండానే, మీ కలల్ని వారు ధ్వంసం చేయగలరు. ఓహ్, బహుశా వారి ఉద్దేశం అది కాకపోవచ్చు, ఐతే వారిది మంచి ఉద్దేశం అయినా కాకపోయినా, వారనే మాటలు భయంకరమైనవి;

"నువ్వాపని చేయలేవు."

"అబ్బో... అది చాలా రిస్క్‌తో కూడుకున్న పని. అందులో ఎంతమంది వైఫల్యం చెందారో తెలుసా?"

"మూర్ఖంగా మాట్లాడకు. ఇలాంటి ఆలోచనలు నీకు ఎలా వస్తాయి?"

"అది అంతమంచి ఆలోచన ఐతే, ఇంతకుముందే మరెవరైనా చేసి ఉండవచ్చే!"

"ఓహ్, కొన్నేళ్ల క్రితం నేనూ ప్రయత్నించాను. అది ఎందువల్ల వీలవదో చెబుతాను విను..."

ఇవన్నీ కలను చంపే మాటలు. ఇలా మాట్లాడేవారి గురించి, నేనొక ఆసక్తికరమైన విషయాన్ని గమనించాను : తమ సొంత కలలను నిజం చేసుకోలేనివారే, ఇతరుల కలల్ని ఇలా చంపుతుంటారు.

ఒక పెద్ద ఇల్లు కొనగల స్థాయికి చేరుకోవటంలో - మీరు కష్టపడటం, నేర్చుకోవటం, స్వశక్తిని అభివృద్ధి చేసుకోవడానికి శాయశక్తులా కృషిచేయడం - ముఖ్యమైన అంశాలు. ఇంటిని కొనుక్కోవడంలో మీరు ఎదిగిన ప్రక్రియ అనేది చాలా ప్రధానం.

కిమ్, నేను వ్యాపారంలో దెబ్బతిన్నప్పుడు, ఒక మిలియన్ డాలర్లు సంపాదించాలని, ఒక పెద్ద ఇల్లు కొనుక్కోవాలనీ అనుకున్నాం. మేము ఆ పని చేశాం. ఆ పెద్ద ఇంట్లో ఉన్నందుకు ఎంతో ఆనందించాం. కాని అచ్చంగా ఆ ఇల్లు అంత ముఖ్యం కాదు మాకు. ఆ ఇల్లు కొనగల స్థితికి చేరుకోవడమూ ముఖ్యం కాదు. ఆ ప్రక్రియలో మేం ఎలా రూపొందామన్నదే ముఖ్యమైనది.

నా రిచ్ డాడ్ నాతో అనేవారు : "చిన్న కలలు కనేవారు," చిన్నవాళ్లుగానే జీవితాంతం ఉండిపోతారు.

ప్రతిఒక్కడూ కలలు కంటాడు. కాని ప్రతి ఒక్కడూ ఒకే విధమైన కలను కనడు. మా రిచ్ డాడ్ ఐదురకాల స్వాప్నికులుంటారని, వాళ్ల గురించి నాకు వివరించాడు :

- గతం గురించి కలలు కనేవారు.
- చిన్న కలలు మాత్రమే కనేవారు.

- ఒక కలను నిజం చేసుకున్నాక, నిరాసక్తితో జీవితాన్ని గడిపేవారు.
- పెద్ద కలలను కంటూ, వాటిని ఎలా సాకారం చేసుకోవాలో తెలియక, ఏదీ సాధించకుండానే మిగిలిపోయినవారు.
- పెద్ద కలలను కని, వాటిని సాధించి, మరిన్ని పెద్ద కలలు కనేవారు.

గతం గురించి కలలు కనేవారు

వీరంతా తమ జీవితాల్లో అత్యంత ఘనవిజయాలు గతంలోనే సాధించినట్టు నమ్ముతారు. తమ కాలేజీ రోజులు, తాము సైన్యంలో పనిచేసిన రోజులు, స్కూల్లో ఫుట్‌బాల్ ఆడిన రోజులు, పొలాల్లో పెరిగినప్పటి జీవితం – గతం గురించి ఇలాంటి కథలు చెపుతుంటారు. కాని భవిష్యత్తు గురించి వారిని మాట్లాడమని కోరితే, బహుశా తలలు అడ్డంగా ఆడించి, "హుఁ ప్రపంచం నరకం దారి పట్టిందిగా!" అని అంటారు.

కేవలం చిన్న కలలను కనేవారు

కొంతమంది కేవలం చిన్న కలలనే కంటుంటారు. పరిమితులను తామే ఏర్పరచుకుంటారు. అందుకు కారణం – వారు వాటిని సాధించగలమన్న ఆత్మవిశ్వాసం పొందటానికి అదొక్కటే మార్గం. కాని వచ్చిన చిక్కేమిటంటే, తమ చిన్నకలలను సాధించగలమని అనుకుంటారే గాని, వాటిని సాధించటానికి వారు ఎప్పుడూ ప్రయత్నించరు. ఎందుకని? ఏమో ఎవరికి తెలుసు! బహుశా దానికి కారణం – తమ కలలను నిజం చేసుకున్నాక, మరిన్ని పెద్ద కలలు కని, వాటిని సాధించాలన్న నిర్ణయం వారు తీసుకుంటే తప్ప, లేకపోతే తమ దగ్గర జీవించడానికి ఇంకేం మిగిలి ఉండదని వారికి తెలుసు!

మరో మాటల్లో చెప్పాలంటే, సవాళ్లను ఎదుర్కుంటూ గొప్పగా జీవించడానికి బదులు, వారు చిన్న స్థాయిలోనే తమ జీవితాలను గడపాలని కోరుకుంటారు. ఆ తర్వాత వారి జీవితంలో వారు, "మీకో విషయం తెలుసా? ఈ పనిని ఎన్నో సంవత్సరాల క్రితమే నేను చేసి ఉండాల్సింది, కాని ఎందుకో చేయలేకపోయాను," అనడం మీరు వింటారు.

నేను కలుసుకున్న ఒక వ్యక్తిని ఒకసారి అడిగాను, "ప్రపంచంలో ఉన్న డబ్బంతా నీ దగ్గరుంటే, అప్పుడు నువ్వెక్కడకి ప్రయాణం చేయాలనుకుంటావ్?"

అతను జవాబిచ్చాడు : "మా అక్కను చూడడానికి కాలిఫోర్నియా వెళ్తాను. ఆమెను చూసి 14 సంవత్సరాలు అయింది. ఆమెను చూడాలని మనసు పీకుతోంది. ముఖ్యంగా ఆమె పిల్లలు పెద్దవాళ్లు కాకముందే చూడాలనుంది. అదే నేను కలలుకనే సెలవుల్లో ప్రయాణం."

అప్పట్లో అతని ప్రయాణానికి అయ్యే ఖర్చు 500 డాలర్లు. ఆ విషయం అతనికి గుర్తుచేశాను. ఆ ప్రయాణం ఇంతవరకు ఎందుకు చేయలేదని అడిగాను. "ఓహ్, వెళ్తాను. కాని ఇప్పుడు బిజీగా ఉన్నాను," అని అన్నాడు. మరో మాటల్లో, "అది కలలుకనే సెలవుల్లో ప్రయాణం", కలలోంచి లేచి, కలను నిజం చేసుకోవడం కోసం ఆచరణలో పెట్టే బదులు, అతడు కేవలం కలలు కంటూనే ఉంటాడు.

మా రిచ్ డాడ్ ఈ తరహా స్వాప్నికులు ఎంతో ప్రమాదకరమైనవారని నాకు చెప్పారు.

"వాళ్లు తాబేళ్లలా జీవిస్తుంటారు. ముసుగుల్లో తలదూర్చి తమ గదుల్లో పడుకుంటారు.

మీరు కాని పై డిప్పను తట్టినా, తెరచి చూసినా, మీ మీదకు దూకి మిమ్మల్ని కరిచే అవకాశం ఉంది," అని అన్నారు ఆయన.

ఇక్కడ నేర్చుకోదగిన పాఠం ఏమిటంటే, కలలు కనే తాబేళ్లను కలలు కననీయండి. వాటిలో చాలామట్టుకు ఎక్కడకీ పోవు. వాటికి కావలసింది కూడా అదే!

ఒక కలను నిజం చేసుకున్నాక, జీవితాన్ని నిరాసక్తకంగా గడిపేవారు

నా స్నేహితుడొకాయన ఒకసారి నాతో అన్నాడు : "ఇరవై ఏళ్ల క్రితం, డాక్టర్ అవాలని కల కన్నాను. డాక్టర్‌నయ్యాను. డాక్టర్‌గా ఉండడం బాగానే ఉంది, కాని జీవితమంటే ఇప్పుడు బోర్ కొడుతోంది. ఏదో కోల్పోయాను."

బోర్ కొట్టడం – జీవితం మీద విసుగువేయడం – అనేది ఓ సంకేతం. ఓ కొత్త కల కనడానికి అనువైన సమయం అన్నదే దాని అర్థం. మా రిచ్ డాడ్ నాతో, "వివిధ వృత్తులలో ఉన్న అనేకమంది వాటి గురించి హైస్కూల్ దశలోనే కలలు కనేవారు. సమస్య ఏమిటంటే, వాళ్లు హైస్కూలు విడిచిపెట్టి ఎన్నో ఏళ్లు అయింది. కొత్త సాహసానికి సమయం వచ్చిందని వారు తెలుసుకోవాలి," అని అన్నారు.

పెద్ద కలలను కంటూ, వాటిని ఎలా సాకారం చేసుకోవాలో తెలియక, ఏదీ సాధించకుండానే మిగిలిపోయినవారు

ఈ తరహా మనుషుల గురించి మనందరికీ తెలుసని అనుకుంటారు. వీళ్ల మాటలు ఇలా ఉంటాయి : "ఇప్పుడే నాకో గొప్ప అవకాశం వచ్చింది. నా కొత్త పథకం గురించి మీకు చెబుతాను" లేదా, "ఈసారి పరిస్థితులు మరోలా ఉంటాయి లెండి." లేదా "నా జీవితంలో ఓ కొత్త అధ్యాయాన్ని ప్రారంభించబోతున్నాను." లేదా "నేను మరింత కష్టపడి పనిచేస్తాను. బకాయిలన్నీ తీర్చేసి, డబ్బును పెట్టుబడి పెడతాను." లేదా "మన ఊళ్లోకి ఒక కొత్త కంపెనీ రాబోతుందని విన్నాను. నాకెలాంటి అర్హతలు ఉన్నాయో, అలాంటి అర్హతలున్న అభ్యర్థి కోసమే వాళ్లు చూస్తున్నారు. అది నాకో గొప్ప అవకాశం అవుతుంది."

మా రిచ్ డాడ్ అనేవారు : "ఈ తరహా మనుషులు చాలా సాధించాలని అనుకుంటూ ఉంటారు. అన్నీ తామే చేసుకోగలమని ప్రయత్నిస్తారు. కాని చాలాకొద్దిమందే తమ కలలను తామే నిజం చేసుకోగలుగుతారు. ఇలాంటివాళ్లు పెద్దపెద్ద కలలను కంటూ, వాటికోసం ఓ పథకం రూపొందించి, ఆ పథకాన్ని ఆచరణలో పెట్టడానికి ఒక బృందాన్ని ఏర్పరచుకొని, తద్వారా తమ కలలను నిజం చేసుకోవాలి."

పెద్ద కలలు కని, వాటిని సాధించి, మరిన్ని పెద్ద కలలు కనేవారు

ఈ తరహా వ్యక్తిగా అవాలని మనలో చాలామంది కోరుకుంటారని నేను అనుకుంటాను. నేను అలాగే కోరుకుంటాను. మీరు కోరుకోరా?

మా రిచ్ డాడ్ ఈ రకంగా అన్నారు : "గొప్పవారు గొప్పగొప్ప కలలు కంటుంటే, చిన్న వాళ్లు చిన్నచిన్న కలలనే కంటుంటారు. మిమ్మల్ని మీరు మార్చుకోవాలనుకుంటే, మీరు మీ కలల పరిమాణాన్ని మార్చటంతో ప్రారంభించండి."

మీకు తెలుసు. నేను వ్యాపారంలో ఒకసారి దెబ్బ తిన్నాను, పూర్తిగా నాశనమైపోయాను.

నేను నా వధువుతో నా కారులోనే నివసిస్తూ ఉండేవాడిని. అదెలా ఉంటుందో నాకు తెలుసు. కాని 'వ్యాపారంలో దెబ్బతినటం' అనేది ఒక తాత్కాలికమైన పరిస్థితి. పేదతనం అనేది వేరు. పేదతనం ఒక మానసిక స్థితి. మీరు నష్టపోయి ఉండవచ్చు, పేద అయుండవచ్చు... అయినా సంపన్నుడిలా స్ఫూర్తి కలిగి ఉండవచ్చు, ధనవంతుడినని ఆకాంక్ష కలిగి ఉండవచ్చు... సాహసంలో, సంకల్పంలో సంపన్నుడిలా ఉండవచ్చు. పెద్ద పెద్ద కలలు కనటానికి డబ్బేం ఖర్చుపెట్టనక్కరలేదు. బ్రహ్మాండమైన కలను కనడానికి దానికన్నా ఒక సెంటు ఎక్కువ ఖర్చు కాదు. మీరు బిజినెస్‌లో ఎంత దెబ్బతిన్నా, మీరు కలలు కనడం మానుకున్నప్పుడే పేదవాళ్లుగా మిగిలిపోతారు.

నెట్‌వర్క్ మార్కెటింగ్ జీవనశైలిలో ఉన్న ఒక విశిష్టత ఏమిటంటే, మీరు కలలని నలభై ఏళ్ల తర్వాత నిజం చేసుకుంటాను, లేదా కొన్ని వారాలు మాత్రమే కలలు కంటాను, లేదా కేవలం ఆదివారం మధ్యాహ్నాలే కలలు కంటాను లాంటి పరిమితులతో రూపొందించరు. మీరు నెట్‌వర్క్ మార్కెటింగ్ బిజినెస్ నిర్మాణాన్ని మొదలుపెట్టిన మొట్టమొదటి రోజునుంచే, మొదట్లో మెలమెల్లగా అడుగులు వేస్తూ, మీ కలల్లో జీవించటం ప్రారంభిస్తారు.

దానివలన మీ ఆలోచనా సరళిలో మార్పువస్తుంది. 'నావల్ల కాదు' నుంచి 'నావల్ల అవుతుంది' అనే స్థితికి చేరుకుంటారు. పరిస్థితుల దయాదాక్షిణ్యాల మీద ఆధారపడే బదులు, మీరు మీ జీవితానికి నాయకత్వం వహిస్తారు. బానిస బతుకునుంచి విముక్తి పొంది స్వేచ్ఛాజీవి అవుతారు.

వాల్డెన్ అనే తన గ్రంథంలో, జీవితాన్ని ఎలా గడపాలని తను స్వయంగా తీసుకున్న నిర్ణయం గురించి తన ఆలోచనలను థొరో ఇలా వివరించాడు :

> *నేను నా ప్రయోగం ద్వారా కనీసం ఒక విషయం నేర్చుకున్నాను : ఎవరైనా తన కలల దిశలో పూర్తి విశ్వాసంతో ముందుకుపోతే, తను ఊహించుకున్న జీవితాన్ని జీవించడానికి ప్రయత్నిస్తే, మామూలు సమయంలోనే అతన్ని అనూహ్యమైన విజయం వరిస్తుంది.*

నేను కూడా ఈ విషయాన్ని ఇంతకన్నా బాగా చెప్పలేను.

అధ్యాయం 17

మహిళలు విజయం సాధించే వ్యాపారం

కిమ్ కియోసాకీ

నేను నా భార్య కిమ్ గురించి అనేకసార్లు ప్రస్తావించడాన్ని ఈపాటికి మీరు వినే ఉంటారు. మేము ఎలా కలుసుకున్నామో, నేను ఆమె వెంట ఎలా పడ్డానో, మేం మొదట్లో ఏం కష్టాలు పడ్డామో, మా లక్ష్యాలు, మా వ్యూహాలు ఏమిటో, మా జీవితం చివరకి ఎలా రూపొందిందో మీరు చదివే ఉంటారు. పుస్తకంలోని ఈ భాగాన్ని ముగించే ముందు, కిమ్ చెప్పేది ప్రత్యక్షంగా వినే అవకాశం మీకిస్తే బాగుంటుందని అనుకుంటున్నాను. – రాబర్ట్ కియోసాకీ

నెట్‌వర్క్ మార్కెటింగ్ గురించి రాబర్ట్ మీకు చాలా విషయాలు చెప్పాడు. ఎన్ని విధాలుగా అది మీకోసం ఒక గొప్ప విలువను సృష్టించి ఇవ్వగలదో అతను చెప్పాడు. నేను మీకు మరో విషయం చెప్పదలచుకున్నాను : ఇది మహిళలకు ఒక శక్తివంతమైన వ్యాపారం.

నెట్‌వర్క్ మార్కెటింగ్ సముదాయం యొక్క ప్రాథమిక గణాంకాల వివరణను మీరొకసారి చూస్తే, మీరు మొట్టమొదట గమనించే అత్యంత ముఖ్యమైన అంశం ఏమిటంటే – పురుషులతో పోలిస్తే స్త్రీలు దీనిలో నాలుగు రెట్లు అధికంగా ఉంటారు – అన్నది.

మీరు సరిగ్గానే విన్నారు. డైరెక్ట్ సెల్లింగ్ అసోసియేషన్ వారు చెప్పినదాని ప్రకారం, అమెరికాలో నెట్‌వర్క్ మార్కెటింగ్‌లో ఉన్న 15 మిలియన్ల జనంలో, సుమారు 88 శాతం మంది మహిళలే. మొత్తం ప్రపంచంలో 62 మిలియన్ల జనం నెట్‌వర్క్ మార్కెటింగ్ బిజినెస్‌లో ఉన్నారు. కాని విశ్వవ్యాప్తంగా పరచుకున్న ఈ వ్యాపారంలో స్త్రీ పురుషుల నిష్పత్తి అంకెలు విడిగా దొరకవు. ఐతే ప్రపంచవ్యాప్త స్థాయిలో కూడా ఈ అంకెలు అమెరికాలో ఉన్నట్టే ఉంటాయని మనం భావించవచ్చు.

నెట్‌వర్క్ మార్కెటింగ్‌లో ఒక స్పాన్సర్, కొత్తగా పని నేర్చుకుంటున్నవారికి, తన మద్దతు తెలుపుతూ, శిక్షణనిస్తూ వారి అభివృద్ధికి తోడ్పడుతుంది. నెట్‌వర్కర్స్‌తో అనుబంధం, పరస్పర సంబంధాలను ఏర్పరచుకుంటుంది. ఈ తరహా పరస్పర సంబంధాల విషయంలో మహిళలు మగవారిని మించిపోతారు, విజయాన్ని సాధిస్తారు.

ఎందుకని? చారిత్రక దృష్టితో గమనిస్తే ఒక కారణం కనిపిస్తుంది : అనేక కుటుంబాలు తమ ఇళ్లనుంచే నెట్‌వర్క్ మార్కెటింగ్ బిజినెస్‌లో, రోజంతా కాకుండా కొంతసేపు పనిచేసే వ్యాపారాలను చేస్తున్నారు. వాటిలో కొన్ని కుటుంబాలలో ఈ వ్యాపారమే తమ జీవనోపాధికి ప్రధానంగా ఆధారం అయినప్పుడు, మహిళలే పార్ట్‌టైమ్ బిజినెస్‌ను తమ ఇళ్లల్లోంచే నిర్వహించాల్సి వస్తుంది.

ఒక సమాంతర అంశం ఏమిటంటే ఈ బిజినెస్ ఇంటినుంచే చేయచ్చు, అంటే దాని అర్థం, ఒక నెట్‌వర్క్ మార్కెటింగ్ వ్యాపార నిర్మాణం ఒక పెరుగుతూవస్తున్న కుటుంబ అవసరాలకు అత్యంత అనుకూలంగా ఉంటుంది.

ఐతే అది వ్యావహారిక, చారిత్రక పరిస్థితులని మించి ఉంటుందని నేను అనుకుంటున్నాను.

నెట్‌వర్క్ మార్కెటింగ్ బిజినెస్ ప్రాథమికంగా ఒక *సంబంధాల* (relationship) వ్యవస్థ. రాబర్ట్ చెప్పినట్టు, అమ్మకాలు చెయ్యడం చుట్టూ తిరిగే బిజినెస్ కాదిది. *సంపర్కాలు ఏర్పరచుకోవడం చుట్టూ తిరిగే బిజినెస్ ఇది.* దీనిలో నలుగురితో సంపర్కాలు పెంచుకోవాలి, సంబంధాలు ఏర్పరచుకోవాలి, కోచింగ్, శిక్షణ ఇవ్వాలి. బోధించటం, మార్గదర్శకత్వం చెయ్యాలి. నెట్‌వర్క్ నిర్మాణంలో రోజువారీ చేసే పనులు ఒక సముదాయాన్ని నిర్మించుకోవటంలా ఉంటాయి. అంతేకాని అమ్మకాలకోసం ఒక ప్రదేశాన్ని ఎంపిక చేసుకునేటట్టు కాదు.

ఇంకా నెట్‌వర్క్ మార్కెటింగ్‌లో ఒక స్పాన్సర్ కొత్తగా పని నేర్చుకుంటున్న వారికి తన మద్దతు తెలుపుతూ, శిక్షణనిస్తూ, వారి అభివృద్ధికి తోడ్పడుతుంది. నెట్‌వర్కర్స్‌తో అనుబంధం, పరస్పర సంబంధాలను ఏర్పరచుకుంటుంది. ఈ తరహా పరస్పర సంబంధాల విషయంలో మహిళలు మగవారిని మించిపోతారు, విజయాన్ని సాధిస్తారు.

ఐతే దీని అర్థం - నెట్‌వర్క్ మార్కెటింగ్‌లో మగవారు కూడా విజయం సాధించలేరని కాదు. కొన్ని కోట్లమంది పురుషులు తాము చేయగలమని ఈనాడు నిరూపిస్తున్నారు. కాని ఈ వ్యాపారం యొక్క సారాంశం ఏమిటంటే, ఈ బిజినెస్ మోడల్‌లో మహిళలు విజయం సాధిస్తారు అని.

మహిళలకు అవసరమైనది

అది ఒక మంచి విషయమే, ఎందుకంటే నేటి మహిళలు తమ సొంత సంపదను ఎలా ఏర్పరచుకోవాలో తెలుసుకోవలసిన అవసరం నిజంగా ఉంది.

ఒక యువ పాత్రికేయురాలు కొన్ని సంవత్సరాల క్రితం నా దగ్గరకొచ్చి ఎంతో ఉద్రేకంగా అంది : తమ డబ్బుని తమ అధీనంలోనే ఉంచుకోవాలన్న విషయాన్ని మహిళలకు మనం తెలియజేయాలి. తమకోసం ఆ పనిని మరొకరు చేయడం మీద వారు ఆధారపడకూడదు.

మేమిద్దరం మాట్లాడుకుంటున్నప్పుడు, ఆమెకు అంత ఉద్రేకం ఎక్కడనుంచి వచ్చిందో నాకు తెలిసింది. 54 సంవత్సరాల వయసున్న ఆమె తల్లి ఇటీవలే విడాకులు తీసుకుంది. దానితో ఆమె దగ్గర ఏమీ మిగల్లేదు. కూతురి దగ్గరికొచ్చి ఉంటోంది. ఈ పాత్రికేయురాలే తనతోపాటు ఆమె పోషణ బాధ్యత కూడా వహిస్తోంది.

అది నిజానికి ఒక మేలుకొలుపు పిలుపే. కాని, తన ఖర్చులతో పాటు తన తల్లి ఖర్చులు భరించటానికి ఎంత డబ్బు అవసరమౌతుందో అని తన ఆర్థిక పరిస్థితులని తరచి చూసినప్పుడు, ఆమె పూర్తిగా కదిలిపోయింది. ఏ కారణంవల్లనైనా తన నెలజీతం రావడం ఆగిపోతే, ఆమె ఖర్చుల కోసం పొదుపు ఖాతాలో మిగిని ఉన్నది సుమారు ఏడువేల డాలర్లే

ఇద్దరున్న ఒక కుటుంబానికి ఆ ఏడువేల డాలర్లు అట్టే కాలం రావు. ఆమె, ఆమె తల్లి పేదరికానికి, చివరికి ఇల్లు కోల్పోయే స్థితికి అతిదగ్గర్లో ఉన్నారు. అందుకే మహిళలు తమ ఆర్థిక వ్యవహారాలను తమ అధీనంలో ఉంచుకోవడం గురించి ఆమె అంత ఉద్వేగంగా మాట్లాడింది!

అదృష్టవశాత్తు నేను ఈ యువతి స్థానంలో లేను. ఆర్థిక వ్యవస్థ ఎటు పోయినప్పటికీ రాబర్ట్, నేనూ మా శేషజీవితాలు ఆర్థికంగా ఒడుదుడుకులు లేకుండా ఏర్పాటు చేసుకున్నాం.

కాని, నా తలపై అలాంటి కత్తి వేలాడకపోయినప్పటికీ, నేను ఈ యువతిలానే మహిళలకు ఆర్థిక స్వేచ్ఛ ఉండాలన్న విషయం పట్ల అంతే ఉద్రేకం చూపుతాను.

నెట్‌వర్క్ మార్కెటింగ్ మహిళలు పనులు చెయ్యవలసిన తీరు మగవారు చేయాల్సిన తీరుకు భిన్నంగా ఉండదు. ఐతే, మహిళలు నెట్‌వర్క్ మార్కెటింగ్, వ్యాపారాలు ఎందుకు చెయ్యాలని చెప్పే కారణాలు తరచూ పురుషుల విషయంలో చెప్పే కారణాలకు భిన్నంగా ఉంటాయి.

మనకి తెలుసు, మనం మన తల్లులు గడిపిన జీవితాలకు భిన్నంగా మన జీవితాలను గడుపుతున్నామని. కాని అవి ఎంత భిన్నంగా ఉంటాయో తెలిస్తే మీరు ఆశ్చర్యపోతారు. సంపద నిర్మించుకోవడం అనే ఆట మహిళలకు ఎందుకు అవసరమో చెప్పడానికి ఇవిగో ఆరు కారణాలు:

1. గణాంకాలు

మహిళల గురించి గణాంకాలు ఆశ్చర్యకరంగా ఉన్నాయి. దిగువనిచ్చినవి అమెరికాకు సంబంధించిన గణాంకాలు, అయితే ప్రపంచవ్యాప్తంగా ఉన్న అన్ని దేశాలలోనూ ఈ గణాంకాలు ఒకేలా ఉంటాయి, అదే దిశలో పెరుగుతున్నాయి

అమెరికాలో :

- 50 ఏళ్లు పైబడ్డ మహిళల్లో 47 శాతం ఒంటరిగా ఉంటున్నారు. మరోమాటల్లో, వారి ఆర్థిక వ్యవహారాలని వాళ్లే చూసుకోవాలి.
- మహిళల రిటైర్‌మెంట్ ఆదాయం పురుషులకన్నా తక్కువ ఇంటి బాధ్యత వహించేది ముఖ్యంగా మహిళే కనుక, ఆమె సగటున ఉద్యోగానికి దూరంగా 14.7 సంవత్సరాలు ఉంటుంది. మహిళలతో పోలిస్తే పురుషులు కేవలం 1.6 సంవత్సరాలు దూరంగా ఉంటారు. అంతేకాదు, స్త్రీల జీతాలు తక్కువ, వారి రిటైర్‌మెంట్ లాభాలు పురుషుల కొచ్చేదానిలో నాలుగోవంతు. *(నేషనల్ సెంటర్ ఫర్ విమెన్ అండ్ రిటైర్‌మెంట్ రీసెర్చ్ NCWRR)*

- మహిళలు పురుషులకన్నా సగటున 7 నుంచి 10 ఏళ్లు ఎక్కువకాలం జీవిస్తారు. (*ఎన్ లెటెరస్సీ, 12 జూన్ 2000*). అంటే దాని అర్థం ఆ అదనపు సంవత్సరాలకి మహిళలు వేరే ఏర్పాటు చేసుకోవాలి. కాగా 'బేబీ బూమర్స్'లయిన వివాహితులైన స్త్రీలు తమ భర్తలకన్నా సగటున 15 నుంచి 20 ఏళ్లు ఎక్కువకాలం జీవించే అవకాశం ఉంది.
- పేదతనంలో జీవిస్తున్న వయోవృద్ధులలో, నలుగురిలో ముగ్గురు మహిళలే. (మార్నింగ్ స్టార్ ఫండ్ ఇన్వెస్టర్)
- పదిమంది మహిళల్లో సుమారు ఏడుమంది ఏదో ఒక సమయంలో దారిద్ర్యంలో ఉంటారు.

ఈ గణాంకాలు మనకి ఏం చెబుతున్నాయి? అధికసంఖ్యలో స్త్రీలు ఆర్థికంగా విద్యావంతులు కారని, ముఖ్యంగా వయసుపైబడ్డవారు తమరిని తాము చూసుకోవడానికి తయారుగా లేరని చెపుతున్నాయి. మనం మన జీవితాంతం మన కుటుంబాలని చూసుకోడానికే శ్రమించాం, కాని ఈ ముఖ్య విషయంలో మనల్ని మనం చూసుకునే సామర్థ్యం లేదు మనలో.

2. ఇంకొకరిమీద ఆధారపడటం మానుకోవటం

విడాకులు దొరుకుతాయని మీరు వివాహబంధం ఏర్పరచుకోరు. కొత్త ఉద్యోగంలో చేరే సమయంలో, ఆ ఉద్యోగం ఊడిపోతుందని అనుకోరు మీరు. ఐతే అలా జరగవచ్చు. ఈనాడు అదే జరుగుతుంది తరచుగా.

ఒక భర్త మీద, బాస్ మీద లేక యింకెవరిమీదైనా తమ ఆర్థిక భవిష్యత్తుకోసం ఆధారపడే మహిళలు ఒకటికి రెండుసార్లు ఆలోచించండి. మీరు కావాలనుకున్నప్పుడు, వారు దొరకరు. మన వ్యక్తిగత మేలుకొలుపు పిలుపు వచ్చిందాకా, తరచూ మనం యింకొకరిమీద ఎంతగా ఆధారపడి ఉన్నదీ, తెలుసుకోలేం.

3. అద్దంలాంటి పైకప్పు (glass ceiling) లేదు

2009 తర్వాత ప్రపంచవ్యాప్తంగా స్త్రీలు, కార్పొరేట్ ఉద్యోగులకు ఎదురవుతున్న అన్ని సమస్యలతోపాటు, ఒక బ్రహ్మాండమైన అదనపు ఆటంకాన్ని అధిగమించాల్సి వస్తోంది : గర్హనీయమైన 'అద్దం కప్పు'. అవును, అది నిజం – ఈనాడు కూడా. ఎందుకంటే, లింగ వివక్ష మూలాన, మహిళలు కార్పొరేట్ నిచ్చెనను కొంతవరకే ఎక్కగలరు. ఇకపోతే, ఏభైఏళ్లు, అంతకు పైబడ్డ స్త్రీలలో కార్పొరేట్ ఉద్యోగ ప్రపంచంలో మళ్లీ అడుగుపెట్టడానికి ప్రయత్నించేవారి సంగతి ఏం చెప్పమంటారు? మీకు అది తెలుసుకోవాలనే ఉండదు.

నెట్‌వర్క్ మార్కెటింగ్ ప్రపంచంలో, స్త్రీల విషయంలో 'అద్దం కప్పు' ఉన్నదన్న ఆలోచన నవ్వు పుట్టిస్తుంది! మీ నెట్‌వర్క్ మార్కెటింగ్ కంపెనీ మీరు స్త్రీలా, పురుషులా, నలుపా లేక తెలుపా, కాలేజీ పట్టభద్రులా లేక హైస్కూల్ చదువుతో ఆపేసారా – అన్న విషయాలని పట్టించుకోదు. మీరు మీ నెట్‌వర్క్‌ను ఎంత బాగా, ఎంత శ్రద్ధగా నిర్మిస్తున్నారన్న సంగతే వారికి కావాలి. నేను చెప్పినట్లుగా, అచ్చంగా ఆ పనిని అలా చేసేవారిలో, మగవారితో పోలిస్తే, మహిళలు వారికన్నా నాలుగురెట్లు ఎక్కువ ఉన్నారు.

దానికి కీలకం మీ నైపుణ్యాలు, చదువు, అనుభవం. నెట్‌వర్క్ మార్కెటింగ్ ప్రపంచంలో స్త్రీలకు మరే పరిమితులు లేవు – అద్దం కప్పు, లేక ఇతర పరిమితులు ఎలాంటివి లేవు!

4. ఆదాయ పరిమితులు లేవు

అద్దంలాంటి పైకప్పు, ఉద్యోగాల బజారులో స్త్రీలకు పురుషులకు మధ్యనున్న వివక్ష మూలంగా ఇంకా ఉన్న వేతనాలలోని అసమానత కారణంగా ఒక మహిళకి తరచూ ఆమె సంపాదించుకునే ఆదాయం తక్కువగానే ఉంటుంది. అవే విద్యార్హతలు, అనుభవం కల స్త్రీలు, పురుషులతో పోల్చినప్పుడు, ప్రతీ డాలర్‌కు పురుషులకన్నా 74 సెంట్లు తక్కువ ఆదాయం తెచ్చుకుంటున్నట్టు అధ్యయనాలు చెపుతున్నాయి.

కాని ఒక నెట్‌వర్క్ మార్కెటింగ్ వ్యాపారం పూర్తిగా వ్యాపారం ఏ స్థాయిలో ఉన్నా అభివృద్ధిపరచే అవకాశం (scalable) కల్పిస్తుంది. స్త్రీలకైనా పురుషులకైనా, మీరు మీ నెట్‌వర్క్ మార్కెటింగ్ ద్వారా సంపాదించే ఆదాయానికి ఎలాటి పరిమితులూ ఉండవు.

5. ఆత్మగౌరవాన్ని పెంచుతుంది

వ్యక్తిగతంగా నా అభిప్రాయం - ఒక నెట్‌వర్క్ మార్కెటింగ్ బిజినెస్ అందించే అత్యుత్తమ లాభాలు, బహుమతులలో ఇదొకటి అని - దృఢమైన ఈ కారణం మూలానే ఎంతోమంది మహిళలు ఈ బిజినెస్‌ను నిర్వహిస్తున్నారు. ఒక స్త్రీ ఆత్మగౌరవాన్ని, ఆమె తనకోసం స్వయంగా సంపాదించుకునే ప్రావీణ్యంతో ముడిపెట్టడం అసాధారణమేం కాదు. మీ ఆర్థిక అవసరాలకోసం మరొకరి మీద మీరు ఆధారపడినప్పుడు, అది మీ ఆత్మగౌరవాన్ని తగ్గించేస్తుంది. ఆర్థికస్వేచ్ఛను అనుభవిస్తున్నప్పుడు, మీకిష్టంలేని పనులు మీరు చెయ్యరు, నిస్సహాయ స్థితిలోనే అలాంటి పనులు మీరు చేయాల్సి వస్తుంది.

ఆర్థికంగా తమ కాళ్ల మీద తాము నిలబడి ఉన్నామని మహిళలు గ్రహించినప్పుడు, వారి ఆత్మగౌరవం ఆకాశంలో ఎగరటాన్ని నేను చూశాను. ఒక స్త్రీ ఆత్మగౌరవం పెరిగినప్పుడు, ఆమె చుట్టూవున్న బాంధవ్యాలు మెరుగౌతాయి. పెరిగిన ఆత్మగౌరవం మరిన్ని గొప్ప విజయాలవేపు దారితీస్తుంది, చివరకి అది అత్యుత్తమ బహుమతివైపు దారితీస్తుంది - ఆ బహుమతే స్వేచ్ఛ!

6. మీ సమయాన్ని అదుపులో ఉంచుకోవడం

నిజమైన సంపదను సంపాదించటంకోసం మీ శక్తినంతా వినియోగించాల్సి వచ్చినప్పుడు, పురుషులతో పోలిస్తే స్త్రీలకు ఎదురయ్యే ఒక గొప్ప ఆటంకం - సమయం తక్కువ ఉండటం. ముఖ్యంగా తల్లులపట్ల ఇది నిజం. తమ పిల్లలని చూసుకోవడంతోనే వారి సమయమంతా గడిచి పోతుంది. ఎంతోమంది మహిళలు "పని పూరిచేసుకుని ఇంటికొచ్చాక, రాత్రి భోజనం వండాలి, పిల్లలకి హోంవర్క్‌లో సాయపడాలి, వంటగిన్నెలు కడగాలి. అందరూ పడుకునే వేళకి, నాకు కొంత ఖాళీ సమయం దొరుకుతుంది, అప్పటికి పూర్తిగా అలసిపోయి ఉంటాను" అని అనడం నేను విన్నాను.

ఒక నెట్‌వర్క్ మార్కెటర్‌గా, మీ సమయం మీ అధీనంలోనే ఉంటుంది. ఈ వ్యాపారాన్ని మీరు ఫుల్‌టైమ్ లేదా పార్ట్‌టైమ్ చెయ్యొచ్చు. దీనిని ఇంటినుంచి చేయవచ్చు, ఫోన్‌మీద లేదా కంప్యూటర్ మీద... సాయంత్రాలలోనో, సెలవుదినాల్లోనో, ఎప్పుడైనా, ఎక్కడైనా దీనిని నిర్వర్తించవచ్చు. ఇదెలాంటి బిజినెస్ అంటే అది మీతోపాటు ప్రయాణం చెయ్యగలదు, మీరు దానిని మీ జేబులో ఉంచుకోవచ్చు, ప్రతీ అరగంటకోసారి చేస్తూండవచ్చు, పరిస్థితులబట్టీ, మీరు ఏర్పరచుకున్న షెడ్యూల్ బట్టీ ఎలా కావాలంటే అలా మార్చుకోవచ్చు మీ పనిని!

సంపదను ఏర్పరచుకోవటం ఒక అవశ్యకత

మహిళలు తమ సంపదను తాము ఏర్పరచుకోవడం ఎలాగో నేర్చుకోవడం ఎంత ముఖ్యమో పైన చెప్పిన ఆరుకారణాలు వివరిస్తాయి. కాలం, పరిస్థితులు మహిళల విషయంలో ఎంతగా మారాయో గణాంకాలు నిరూపిస్తున్నాయి. వాస్తవ జీవితంలో ఆర్థికవిద్యను మనం నేర్చుకోవడం అనేది ఒక విలాసవంతమైన వస్తువు కాదని చెపుతున్నాయి. అదొక అవసరం. మీ ఆర్థిక భవిష్యత్తు కోసం మీరు ఇంకొకరి మీద ఆధారపడడం అనేది పాచికలు ఆడటం లాంటిది.

కొన్ని యుగాలుగా ఎంతోమంది మహిళలు 'అద్దం పైకప్పులు', ఆదాయ పరిమితులకు వ్యతిరేకంగా పోరాటం కొనసాగిస్తున్నారు. నెట్‌వర్క్ మార్కెటింగ్‌లో ఈ రెండూ కనిపించవు. ఆ తర్వాత అన్నిటికన్నా గొప్ప బహుమతులు రెండు – అధిక ఆత్మగౌరవం, మీ సమయాన్ని మీ ఇష్టం వచ్చినట్టు ఉపయోగించుకోవడం – మీవే అవుతాయి.

ఐతే, నేనిచ్చిన జాబితాలోని అన్ని కారణాలలో ఏది మీగురించి చెపుతుందో తెలిసే అవకాశం నాకు లేదు. మీరొక 'సగటు మహిళ' కారు, మీరు మీరే. మీరు మీ నెట్‌వర్క్ మార్కెటింగ్ వ్యాపారాన్ని నిర్మించుకోవటానికి అన్నిటికన్నా ప్రబల కారణం ఏదో, మీకు మీరే నిర్ణయించుకోవాలి.

మీ సంపదను సృష్టించుకోండి... అలా చేయడంలోని ఆనందాన్ని అనుభవించండి

మిమ్మల్ని ప్రోత్సహించే ప్రబల కారణం ఏదైనప్పటికీ, నెట్‌వర్క్ మార్కెటింగ్ బిజినెస్ ప్రారంభించే ముందు, మీరో విషయాన్ని గుర్తుంచుకోవాలి : పనిచేయడంలో ఆనందాన్ని అనుభవించడం!

ఔను, నెలకి అదనంగా మీరు 100, 1000, లేదా 10,000 డాలర్లు సంపాదించగలరనే ఆలోచన గొప్పగా ఉంటుంది, ఇంకొకరిమీద ఆధారపడటం మానవచ్చు, మీ సమయం మీ చేతిలోనే ఉంటుంది. కాని అందులో మీకు ఆనందం కలగకపోతే, కార్పొరేట్ ప్రపంచంలోని గానుగెద్దు జీవితానికి అది త్వరలోనే దారితీస్తుంది. సరళభాషలో చెప్పాలంటే, మీరు చేసే పని పట్ల మీరెంతో ఉత్సాహం కలిగి ఉండాలి. మీరు ఏ పనినైనా అలా చేయని పక్షంలో, మంచి ఫలితాలు రావు. వాటిని మీ బ్యాంకు అకౌంటు ప్రతిఫలింపజేస్తుంది.

అందుకే నేను పార్టీ ప్లాన్ బిజినెస్‌లు గురించి ఆలోచిస్తుంటాను. ఈ తరహా నెట్‌వర్క్ మార్కెటింగ్ బిజినెస్ ఇళ్లల్లో జరుపుకునే పార్టీల చుట్టూ తిరుగుతుంటుంది. తమ సొంత వ్యాపారాలు మొదలెట్టడానికి చూస్తున్న ఎంతోమంది మహిళలకు ఆదర్శవంతమైనది ఇది. పార్టీ ప్లాన్ బిజినెస్‌లు – మీకు మీ ఇంట్లోనే మీ కుటుంబసభ్యులు, స్నేహితులతో సమయం గడిపే పరిపూర్ణమైన అవకాశాన్ని యిస్తాయి, ఒకపక్క సంపదను నిర్మించుకునే అవకాశాన్ని కలగజేసే సోషల్ నెట్‌వర్క్‌ని తయారుచేసుకుంటారు, మరోపక్క వాటిలోని ఆనందాన్ని అనుభవిస్తుంటారు.

పార్టీ ప్లాన్ రంగంలో ఒక ఆసక్తికరమైన నిజం ఏమిటంటే – ఆర్థిక సంక్షోభం ఉన్న సమయాల్లో కూడా, దాని విజయానికి ఢోకాలేదు. నిజానికి, ఈ కారణం మూలానే నెట్‌వర్క్ మార్కెటింగ్ పరిశ్రమ మొత్తం శక్తివంతంగా తయారైంది. వార్‌వర్క్ (జాఫ్రా కాస్మటిక్స్), మేరీ కే, టప్పర్‌వేర్, సెంట్సీ, పార్టీలైట్, స్టాంపింగ్ అప్, జ్యూయల్స్ బైపార్క్ లేన్, ద లాంగ్ బర్గర్ కంపెనీ, సదర్న్ లివింగ్ ఎట్ హోమ్ లాంటి కంపెనీలు నూరు కోట్ల డాలర్లకు పైగా

ప్రపంచవ్యాప్తంగా వార్షిక టోకు అమ్మకాల ఆదాయం తెచ్చుకుంటున్న 64 డైరెక్ట్ సెల్లింగ్ కంపెనీలలో కొన్ని.

సెప్టెంబరు 2009 డైరెక్ట్ సెల్లింగ్ న్యూస్ నివేదిక ప్రకారం, టేస్ట్‌ఫుల్లీ సింపుల్ అనే పేరుగల ఒక పార్టీప్లాన్ కంపెనీ ప్రత్యేక ఆహారపదార్థాలను అందిస్తూ, ఆర్థికమాంద్యం ఉన్నప్పటికీ, 2008లో తన అమ్మకాలను 5 శాతం పెంచుకోగలిగింది. మరొక కంపెనీ, పాంపర్డ్ షెఫ్ (కోటీశ్వరుడు వారెన్ బఫెట్ 2002 దీన్ని కొన్నాడు) అదే సమయంలో ఉద్యోగులను చేర్చుకోవటంలో 5 శాతం అభివృద్ధిని నమోదు చేసింది.

ఇక్కడ సందేశం ఏమిటి? పార్టీ ప్లాన్ కంపెనీలలో రిస్క్ తక్కువ, తన ఆర్థిక భవిష్యత్తును అదుపులోకి తీసుకోవాలన్న ఏ మహిళకైనా అవి మంచి ఫలితాలనిచ్చే అవకాశాలు కల్పిస్తాయి. కొత్త వ్యాపారవేత్తలతో చేరాలనుకుంటున్న ఇళ్లల్లోని తల్లులకు, జీతంతోపాటు అదనంగా సంపాదించుకోవాలనుకునే పనిచేస్తున్న స్త్రీలకు, మరికొన్ని డాలర్లు సంపాదించుకోవాలనే కాలేజీ విద్యార్థినిలకు - సంపదను సృష్టించుకునే అవకాశం కోసం ఎదురుచూస్తున్న ఏ మహిళకైనా - నేను దీన్ని సిఫారసు చేస్తాను.

ఏది ముఖ్యమో తెలుసుకోండి

మేం కలవాలని నిర్ణయించుకున్న మొదటిరోజునే నేను నా జీవితంలో ఏం చేయదలుచుకుంటున్నాని రాబర్ట్ నన్నడిగాడు. ఏదో ఒకరోజున నేను నా సొంత బిజినెస్‌ను చేద్దామనుకుంటున్నానని అతనితో అన్నాను. “నేను నీకు అందులో సాయం చేయగలను,” అని అన్నాడతను. ఓ నెలలోపునే, మా వ్యాపారం మొదలైంది.

కాని అతను నాతో మరిన్ని పెద్ద విషయాలు - ఆధ్యాత్మికత గురించి కూడా మాట్లాడటం మొదలెట్టాడు. నా జీవితలక్ష్యం ఏమిటని అడిగాడు. ఇది జరిగింది 1980లలో, జనం నిరంతరం పనికి అలవాటుపడేవారు, అందుకు ఎంతో గర్వపడేవారు కూడా. 1990లలోకి వచ్చేసరికి, జనం తమ జీవితాలను మరింత దగ్గరగా చూడటం మొదలెట్టారు, కఠినమైన ప్రశ్నలు అడగసాగారు. కాని నిజానికి 9/11 తర్వాతే జనం, “వావ్, ఒక క్షణం ఆగండి, నేను గానుగెద్దులా అస్తమానం ఎందుకు శ్రమపడుతున్నాను? నా జీవితంలో నేనేం చేస్తున్నాను? ఇదంతా ఎక్కడకి పోతోంది?” అనడం ప్రారంభించారు.

తామంతా ఎంతో బిజీగా ఉన్నామని, ఇంట్లోంచే చేసే పార్ట్‌టైమ్ బిజినెస్‌కు కూడా టైము దొరకదని మహిళలు ఎప్పుడూ అంటూండడం విన్నాను. నేను వాళ్లకి, “మీ వ్యాపార విజయానికి ఇదిగో ఒక కీలకం : మీ జీవితంవేపు ఒకసారి చూడండి, నిజంగా దృష్టి సారించండి, మిమ్మల్ని మీరు ప్రశ్నించుకోండి, “నా జీవితంలో ఎలాగైనా దీన్ని పొందాలి అని అనిపించేటంత అర్థవంతమైనది ఏమిటది?”

మీ జీవితంలో ముఖ్యమైంది ఏమిటది - దానికోసం మీ సమయాన్ని వెచ్చించి, శ్రమనంతా ధారపోసి సొంత ఆదాయాన్ని సృష్టించే ఒక బిజినెస్‌ని నిర్మించడానికి పూనుకుంటారు? ఆ తర్వాత ఆ ఆదాయాన్ని మీ జీవితాంతం మిమ్మల్ని పట్టించుకునే సంపదని నిర్మించటం కోసం వాడుతారు? ఎందుకంటే అదేమిటో మీరు గుర్తించలేకపోతే, అది జరగనే జరగదు.

స్వాతంత్ర్యం - ఒక్కొక్కరి విషయంలో ఒక్కోలా ఉంటుంది. ప్రతీ వ్యక్తికీ విజయంలో తేడా ఉంటుంది. వ్యాపారం వ్యక్తిగతమైనది, అది అలాగే ఉండాలి కూడా. అంకెలకు రూపం ఉండదు.

అది ఐదువేల డాలర్లు అయినా లేక ఒక మిలియన్ డాలర్లు అయినా, మీరు మీ జీవితంలో దానికో అర్థం కల్పించినదాకా, ఆ అంకెకు నిజంగా ఏ విలువా లేదు.

మా పెళ్లయిన కొత్తలో, రాబర్ట్ నేనూ మా సొంత వ్యాపారం నిర్వహించుకోడానికే ఉత్సాహంగా, పూర్తిగా అంకితం అయిపోయాం. మేమేం చెయ్యాలో ఇతరులు చెప్పడం మాకిష్టం లేదు. మా ఆర్థిక భవిష్యత్తును మరొకరి చేతుల్లో పెట్టదలుచుకోలేదు. మాకు అదెంతో ముఖ్యం అని అనుకున్నాం. అందుకే వ్యాపార నిర్వహణలో ఏ కష్టం వచ్చినా సర్దుకుపోడానికి తయారయాం.

దానికి కొన్ని సంవత్సరాలకాలం పట్టింది - వాస్తవానికి, సుమారు పది సంవత్సరాలు!

అప్పుడప్పుడు మాకు ఎటువంటి ఆదాయం లేకపోవడం ఎంతో ఒత్తిడి కలిగించింది. మాకున్న అన్ని రకాల స్నేహితులు మేం పిచ్చివాళ్లమని అన్నారు. నెలనెలా జీతాలు అందుకోటానికి ఏవైనా ఉద్యోగాలు చెయ్యమన్నారు మమ్మల్ని. కాని ఎట్టి పరిస్థితుల్లోనూ మేం చేరకూడదనుకున్నది ఆ ఉద్యోగాలలోనే.

చివరకి మేం ఏదైనా చెయ్యాలని నిర్ణయించుకున్నాం. రాబర్ట్ కొన్ని కోర్సులు నేర్పడం మొదలుపెట్టాడు. బట్టలవ్యాపారం చేస్తున్న ఒక స్నేహితురాలి దగ్గరకి వెళ్లాను, బట్టలు అమ్మి పెడతానని అన్నాను. చిన్నచిన్న అందమైన దుకాణాలని నెలకొల్పాను. ఆ పనుల్లో జీతం చెక్కులు లేవు, గ్యారంటీ లేదు, అమ్మకాల మీద కమీషన్ మాత్రం దొరికేది - నిజానికి అవి కూడా నాకు అంతగా దొరకలేదు. ఐతే అది నన్నీ స్థితికి తీసుకొచ్చింది, ఏదో చేశాను, ఏదో సాధించాను.

ఒక వ్యాపారవేత్త అవడానికి కీలకం ఏదో నేను నేర్చుకున్నాను : మీరు బయటకు వెళ్తుండాలి, ఏదో చేస్తుండాలి. అలా చేయడానికి ఒకే ఒక మార్గం - నిజంగా మీకు ఏది అత్యంత ముఖ్యమో మీరు తెలుసుకోవాలి. అది తెలుసుకున్నాక, దానిని పొందటానికున్న ఒకే ఒక మార్గం, మీరే స్వయంగా దానిని సృష్టించుకోవాలన్న విషయాన్ని మీరు గ్రహిస్తారు.

మూడవ భాగం

మీ భవిష్యత్తు మొదలవుతుంది ఇప్పుడు

మీ విజయవంతమైన నెట్‌వర్క్ మార్కెటింగ్ వ్యాపారం ప్రారంభించడానికి మీకు అవసరమైనవి ఏవి

అధ్యాయం 18

తెలివిగా ఎంచుకోండి

ఐతే మీరు మీ సొంత నెట్‌వర్క్ మార్కెటింగ్ బిజినెస్‌ని మొదలుపెట్టాలన్న నిర్ణయం తీసుకున్నారన్నమాట. అభినందనలు! ఇప్పుడు మీరు ఎంపిక చేసుకోవాలి. ఎన్నోవేల నెట్‌వర్క్ మార్కెటింగ్ కంపెనీలు నడుస్తున్నాయి. మీరు దేనిలో చేరాలనుకుంటున్నారు? మరి దాన్ని ఎలా ఎంచుకుంటారు?

నెట్‌వర్క్ మార్కెటింగ్‌లోకి కొత్తగా ప్రవేశించేవారు తరచూ నిర్లక్ష్యంతో ఎంపిక చేస్తుంటారు. ఏది ముందర కనిపిస్తే దానికోసం వెంటనే సంతకం చేసేస్తుంటారు. మీరు మొట్టమొదటసారి విన్న కంపెనీ ఒక గొప్ప కంపెనీ అయియుండవచ్చు, మీది తెలివైన నిర్ణయం కావచ్చు. కాని మీరు ఎంతో జాగ్రత్తగా, దాని గురించి అన్నీ తెలుసుకున్నాకే, తెలివిగా ఎంపిక చెయ్యాలి. ఇది మీ భవిష్యత్తు గురించి అన్న విషయాన్ని మీరు మరిచిపోకూడదు.

ఐతే మీరు ఎలా ఎంచుకుంటారు? దేని ఆధారంగా మీ నిర్ణయాన్ని తీసుకుంటారు?

"మా కంపెనీ దగ్గర మీకు అత్యధిక లాభార్జన చెల్లించే ప్లాన్ ఉంది. ఇక్కడ మీరు ఎంతో డబ్బు సంపాదించుకోవచ్చు!"

రకరకాల నెట్‌వర్క్ మార్కెటింగ్ కంపెనీల గురించి పరిశోధిస్తున్నప్పుడు, తరచూ ఈ రకమైన వ్యాఖ్యలను వినేవాడిని. తమ సంస్థలలోని వ్యాపార అవకాశాల గురించే చెప్పే ఆతురతలో, తమ వ్యాపారంలో చేరిన జనం నెలనెలా కొన్ని లక్షల డాలర్లు సంపాదించారని వారి కథలు నాకు చెప్పేవారు. నెట్‌వర్క్ మార్కెటింగ్ బిజినెస్ ద్వారా నెలకి కొన్ని లక్షల డాలర్లు సంపాదించిన వారిని నిజంగా నేను కలుసుకున్నాను కనక, అవి భారీగా లాభార్జనలను సంపాదించి పెడుతున్న విషయంలో నాకెటువంటి అనుమానం లేదు.

అయినా, అది అందించే లాభార్జన పైనే కేవలం దృష్టి సారించి ఆ నెట్‌వర్క్ కంపెనీలో చేరమని నేను సిఫారసు చెయ్యను.

"మా దగ్గర అత్యుత్తమమైన, ప్రీమియం క్వాలిటీ ప్రాడక్ట్స్ – జనం జీవితాలన్ని మార్చివేసిన ఉత్పత్తులు ఉన్నాయి!"

దీని గురించి కూడా చాలా విన్నాను. ఉత్పత్తుల వలన కలిగే అద్భుత లాభాలను జనం బహుశా ఆ కంపెనీలలో చేరటానికి రెండో నంబరు కారణంగా నాకు చెప్పారు. వారి మొదటి కారణం ధనార్జన. గోరంతలను కొండంతలు చేసి, తమ ఉత్పత్తుల గొప్పతనం గురించి ఊదరగొట్టేవారు, దీనిని కూడా నేను శంకించటం లేదు. నేను నిజమైన గొప్ప ఉత్పత్తులను కూడా చూశాను, వాటిలో కొన్నిటిని ఈనాడు వాడుతున్నాను కూడా. నిజానికి, నెట్‌వర్క్ మార్కెటింగ్‌లో అత్యుత్తమ నాణ్యతగల సరుకులు ఒక ప్రమాణ చిహ్నం!

అయినా నెట్‌వర్క్ మార్కెటింగ్‌లో అన్నిటికన్నా ఎక్కువ లాభం కలిగించేవి ఉత్పత్తులు కావు.

మరోసారి చెప్పనీయండి నన్ను :

మీరు పనిచేయడానికి ఏ కంపెనీను ఎంచుకున్నప్పటికీ, దాని ఉత్పత్తులు మీ నిర్ణయానికి ఒక ముఖ్యమైన కారణం కాకూడదు.

ఎంతోమంది జనం ఉత్పత్తులను ముఖ్యమైన విషయంగా తీసుకుంటారు కనక, నేనీ విషయాన్ని నొక్కి చెపుతున్నాను. కాని ఉత్పత్తి ఒక ముఖ్య విషయం కాదు. గుర్తుంచుకోండి, మీరో సేల్స్‌పర్సన్ ఉద్యోగంలోకి చేరబోవటం లేదు, మీరే సొంతంగా వ్యాపారం చేసుకోవాలను కుంటున్నారు, ఇక మీరున్న బిజినెస్ *నెట్‌వర్క్ నిర్మాణం!* మీరు మీచుట్టూ వున్న రకరకాల కంపెనీల వేపు చూసినప్పుడు, మీ మెదడుకు తట్టాల్సిన అతిముఖ్యమైన ప్రశ్న, "నెట్‌వర్క్ బిల్డర్‌గా నేను నైపుణ్యం సాధించటంలో ఈ కంపెనీ నాకు సాయపడగలదా, లేదా?" అనేది.

ఒక నెట్‌వర్క్ మార్కెటింగ్ కంపెనీను సిఫారసు చెయ్యడానికి నా నంబరు 1 కారణం – వాస్తవిక ప్రపంచానికి పనికివచ్చే వాణిజ్యవిద్య, వ్యక్తిత్వవికాసం అందజేయడానికి ఆ కంపెనీకున్న వ్యవస్థ.

సంపదను అందరూ పంచుకునే అవకాశాన్ని కల్పించటం కోసమే ఒక నెట్‌వర్క్ మార్కెటింగ్ వ్యవస్థ నెలకొల్పబడింది. చొరవ, కృతనిశ్చయం, పట్టుదల కలిగున్న ప్రతీ వ్యక్తికీ దీని తలుపులు తెరిచేవుంటాయి. మీ ఇంటిపేరు ఏమిటో, మీరు ఏ కాలేజీలో చదువుకున్నారో (మీరు ఏ కాలేజీకి వెళ్లకపోయినా పరవాలేదు) ఈనాడు మీరు ఎంత సంపాదిస్తున్నారో, మీరు ఏ జాతికి చెందారో లేక మీ సెక్స్ ఏమిటో, మీరు ఎంత అందంగా ఉన్నారో మీకెంత పేరుందో లేక మీరెంత చురుకైనవారో – లాంటి విషయాలను నెట్‌వర్క్ మార్కెటింగ్ కంపెనీలు పట్టించుకోవు.

అత్యధిక నెట్‌వర్క్ మార్కెటింగ్ కంపెనీలు ప్రాథమికంగా – మీరు నేర్చుకోడానికి, మారటానికి, పెరగటానికి ఎంత ఇష్టపడతారన్న దాని గురించి పట్టించుకుంటాయి. బిజినెస్ సొంతదారు అయే ప్రక్రియలో ఒడిదుడుకులను తట్టుకుని స్థిరంగా నిలదిక్కుకునే సాహసం మీకు వుందా లేదా అన్న విషయం కూడా పట్టించుకుంటాయి.

నెట్‌వర్క్ మార్కెటింగ్ చేస్తున్న ప్రతీ కంపెనీ పట్ల ఇది నిజమేనా? కాదు. మిగిలిన అన్ని విషయాలు లానే, వీటిలో కూడా మంచివి, చెడ్డవి, నిరర్థకమైనవి ఉంటాయి – అలాగే నిజంగా గొప్ప కంపెనీలు కూడా ఉన్నాయి.

అన్ని నెట్‌వర్క్ మార్కెటింగ్ కంపెనీలు నిజానికి వ్యాపార రంగంలో శిక్షణను ఇవ్వడానికి మద్దతు తెలపవు. కొన్ని కంపెనీలు కేవలం హడావుడి చేస్తుంటాయి, వారికోసం మిమ్మల్ని అమ్మకాలు చెయ్యమంటాయి, మీకు ఏదైనా నేర్పటం విషయాన్ని అసలు పట్టించుకోవు, మీ కుటుంబ సభ్యుల్ని, స్నేహితులనీ తమ బృందంలోకి తీసుకురమ్మని మిమ్మల్ని అడుగుతాయి. ఇలాంటి కంపెనీలు మీకుగాని తటస్థపడితే, వాటికి దూరంగా ఉండమనే నేను సలహా ఇస్తాను. అవి మీ ఎదుగుదలకు ఏ విధంగానూ తోడ్పడవు, అంతే కాదు – అవి అట్టేకాలం మనలేక పోవచ్చుకూడా.

కాని మంచి కంపెనీలు కొన్ని ఉన్నాయి. ఇవి మీ వాణిజ్యవిద్యకు పూర్తిగా అంకితం అయి ఉంటాయి. మీరు మీ నైపుణ్యాలను అభివృద్ధి చేసుకోవడానికి, సామర్థ్యం పెంచుకోవడానికి అవి ప్రాధాన్యతను ఇస్తాయి. దీర్ఘకాలికంగా అవి నిబద్ధత కలిగి ఉంటాయి. అలాంటి కంపెనీ మీకు దొరికినప్పుడు, అందులోని నాయకులు మీకు శిక్షణనిచ్చి, మీరు అవాలనుకుంటున్న వ్యాపారవేత్తగా మీరు మారడానికి సాయపడదలచుకున్నప్పుడు – దానినే ఎంచుకోవాలి, మీరు దానిలోనే ఉండాలి.

లాభార్జన ప్రణాళిక ముఖ్యమేనా? తప్పకుండా. నాణ్యమైన ఉత్పత్తులు కీలకమేనా? అవును మరి. కాని ఈ విషయాలకన్నా, నేను నిజంగా చూసేది – మిమ్మల్ని ఒక దృఢమైన బి క్వాడ్రెంట్ వ్యక్తిగా – నిజమైన సంపదను నిర్మించే వ్యాపారవేత్తగా తీర్చిదిద్దటానికి కంకణం కట్టుకున్న ఒక కంపెనీ కోసం! మీరు ఒక నెట్‌వర్క్ మార్కెటింగ్ కంపెనీతో అనుబంధం ఏర్పరచుకోటానికి అదే అత్యంత ముఖ్యమైన కారణం : అదే నిజమైన మీ బిజినెస్ స్కూల్!

ఒక కంపెనీ గురించి ఇచ్చిన మొదటి వివరణ విన్నప్పుడు అది మీకు నచ్చితే మీరు కొంత సమయం తీసుకోండి, అందులో వ్యాపార విద్య నేర్పి, శిక్షణను ఇచ్చే పనులు నిర్వహించే అసలు వ్యక్తులను కలుసుకోండి.

కంపెనీకున్న లాభార్జన ప్లాన్, ఉత్పత్తులను దాటి, నిజంగా ఆ కంపెనీ హృదయంలోకి తొంగిచూడడానికి తగిన సమయం కేటాయించండి. ఆ కంపెనీ మీకు వ్యాపారవిద్య నేర్పి, శిక్షణను ఇవ్వడానికి నిజంగా ఇష్టపడుతోందా? ఒక అరగంట విక్రయ సామర్థ్యం గురించి వినడం, రంగురంగుల వెబ్‌సైట్‌ని క్లిక్ చేస్తూపోవడం, ఎంత డబ్బు జనం సంపాదిస్తున్నారో వినటం – ఇలాటివాటికన్నా ఇది ఎక్కువ సమయం తీసుకుంటుంది. ఒక కంపెనీ ఇచ్చే శిక్షణ నిజంగా ఎంత మంచిదో తెలుసుకోవాలంటే, మీరు మీ సోఫాలోంచి లేవాలి, కంపెనీకున్న శిక్షణ, విద్యాసంబంధిత సమావేశాలు, ఇతర కార్యక్రమాల వేపు దృష్టిసారించాలి.

ఒక కంపెనీ గురించి ఇచ్చిన మొదటి వివరణ విన్నప్పుడు, అది మీకు నచ్చితే, మీరు కొంత సమయం తీసుకోండి, అందులో వ్యాపారవిద్యను నేర్పి శిక్షణను ఇచ్చే పనులు నిర్వహించే అసలు వ్యక్తులను కలవండి.

జాగ్రత్తగా చూడండి. ఎందుకంటే ఎన్నో నెట్‌వర్క్ మార్కెటింగ్ కంపెనీలు తమ దగ్గర గొప్ప విద్యాప్రణాళికలు ఉన్నాయని అంటుంటాయి, కాని అది నిజం కాదు. నేను చూసిన కొన్ని కంపెనీలలో, వాళ్లు యిచ్చే శిక్షణ కేవలం – ఒక పుస్తకాల జాబితాను మీకు సిఫారసు చేయడమే, ఆ తర్వాత మీరు మీ స్నేహితులు, కుటుంబ సభ్యులను వాళ్ల బిజినెస్‌లో చేర్పించటానికి మీకు శిక్షణని యివ్వడం మీద కేంద్రీకరిస్తుంది.

అందుకే, మీరు సమయం తీసుకోండి, జాగ్రత్తగా పరిశీలించండి. ఎందుకంటే అద్భుతమైన శిక్షణా కార్యక్రమాలున్న నెట్‌వర్క్ మార్కెటింగ్ కంపెనీలు ఉన్నాయి. నిజానికి, కొందరి దగ్గర వాస్తవ జీవితానికి పనికివచ్చే అత్యుత్తమ శిక్షణ పథకాలున్నాయి, అలాంటి వాటిని నేను మరెక్కడా చూడలేదు.

ఒక నెట్‌వర్క్ మార్కెటింగ్ కంపెనీ గురించి మిమ్మల్ని మీరు ఇలా ప్రశ్నించుకోండి :

- నావని ఎవరు నడుపుతున్నారు?
- ఆ కంపెనీ ఒక విజయవంతమైన కార్యాచరణ పథకాన్ని అందిస్తోందా?
- వాణిజ్య నైపుణ్యాలు, వ్యక్తిగత వికాసాన్ని తన నియమిత బోధనా, శిక్షణ కార్యక్రమాల్లో ఒక భాగంగా ఆ కంపెనీ చేసుకుందా?
- ఆ కంపెనీ దగ్గర మీరు ఇష్టపడే బలమైన, ఉత్తమ నాణ్యత గల అధికంగా అమ్ముడయే ఉత్పత్తులు ఉన్నాయా?

నావని ఎవరు నడుపుతున్నారు?

అనుభవంలేని జనం ఒక కొత్త వ్యాపారాన్ని ఇ క్వాడ్రెంట్ లేదా ఎస్ క్వాడ్రెంట్ దృష్టికోణంతో చూస్తారు. తరచూ వారు ఒక కంపెనీ ఉత్పత్తులనీ, చెల్లింపుల పథకాన్ని లేదా ప్రచారాన్ని ఆ కంపెనీకున్న శక్తిని నిర్ణయించడానికి పరిగణలోకి తీసుకుంటారు. నేనైతే వాటిని పట్టించుకోను. ఆ కంపెనీకి నాయకత్వం వహిస్తున్న ముఖ్యుల వేపే దృష్టి సారిస్తాను.

ఉత్పత్తులు, ధనార్జన పథకాలు, ఇంకా మిగిలినవన్నీ ముఖ్యం కాదని అర్థం కాదు. కాని ఏ కంపెనీ పరిపూర్ణంగా ఉండదు. సమస్యలు ఎప్పుడూ వస్తుంటాయి. మీ ఓడను నడపడానికి సరైన వ్యక్తులుంటే, ఎటువంటి ప్రమాదం సంభవించినా, వారు దానిని సరిజేస్తారు. వాస్తవానికి, కంపెనీలో నడపడానికి గొప్ప వ్యక్తులుంటే, వారు సరిచేయలేని సమస్య అంటూ ఏదీ ఉండదు. ఐతే మీ కంపెనీ నడిపేవారు సరైనవారు కానప్పుడు, సమస్యలు వచ్చినప్పుడు, వాటి గురించి మీరు చెయ్యగలిగింది ఏమీ ఉండదు.

అట్టమీది బొమ్మ చూసి, పుస్తకం ఎలాటిదో తెలుసుకోలేరు. అందుకే ప్రచారసాధనాలు అయిన వీడియోలు, వెబ్‌సైట్లను దాటిపొండి. కంపెనీలోని ముఖ్యులెవరో చూడండి. వాళ్ల నేపథ్యం ఏమిటి, వాళ్లకున్న అనుభవం ఎలాంటిది, వాళ్ల ట్రాక్ రికార్డులు, వ్యక్తిత్వాల సంగతి ఏమిటి? వ్యక్తిగతంగా వారితో మీకు పరిచయం ఉన్నా లేకపోయినా, ప్రత్యక్షంగా వారితో కలిసి పనిచేసే అవకాశం రాకపోయినా – మీరు చేరాలనుకున్న వ్యాపారంలో వారు భాగస్వాములు.

జాన్ : ఇక్కడ మీకో భ్రమని దూరం చేద్దామనుకుంటున్నాను. కొంతమంది ప్రమోటర్లు ఉత్సాహంగా తమ కంపెనీల గురించి ఏవేవో చెబుతూ పోతుంటారు : 'ఎక్కువ డబ్బు' సంపాదించాలంటే, మీరు 'కింద అంతస్థునుంచి' పని మొదలుపెట్టాలని అంటారు అది నిజం కాదు.

రాబర్ట్ : అది కేవలం అబద్ధమే కాదు, ఒట్టి తెలివితక్కువ మాట! కొత్తగా వ్యాపారం ప్రారంభించిన వారిలో అత్యధిక కంపెనీలు ప్రారంభించిన ఒకటి రెండేళ్లలోనే మూతబడు తుంటాయి. అలాంటివాటిలో నెట్‌వర్క్ మార్కెటింగ్ కార్పొరేషన్లు కూడా ఉన్నాయి. మీ

శ్రమను, సమయాన్ని, శక్తిని, ఇంతవరకు ఒక ట్రాక్ రికార్డులేని కంపెనీలో పెట్టుబడి పెట్టి, ఎందుకు రిస్క్ తీసుకుంటారు?

జాన్ : నెట్‌వర్క్ మార్కెటింగ్ కంపెనీలలో శక్తివంతమైన, ఆచరణీయమైన, ప్రతిభావంతమైన కంపెనీలు ఉన్నాయి. కొన్ని ప్రారంభించి 3 ఏళ్లు అయింది. 30 ఏళ్ల వయసున్న కంపెనీలు కూడా ఉన్నాయి. ఇటీవలే ప్రారంభించిన కంపెనీలో చేరడానికి ఉత్సాహంగా, ఉత్తేజకరంగా ఉంటుంది. ఐతే కొన్ని దశాబ్దాలుగా బిజినెస్ చేస్తున్న ఒక కంపెనీతో అనుబంధం ఏర్పరచుకోడం కూడా మంచిదే, దానికున్న శక్తి, విశ్వసనీయత ఆహ్వానించదగ్గదే.

అప్పుడే తలుపులు తెరిచిన ఒక కొత్త కంపెనీలో చేరేముందు తగిన జాగ్రత్తలు తీసుకుంటాను. ఐతే, ఇక్కడ కూడా, కొన్ని మినహాయింపులు ఉన్నాయి. ఒక కొత్త కంపెనీ అప్పుడే ప్రారంభం అయియుండవచ్చు. కాని బలమైన కార్పొరేట్ ప్రమాణాలు ఉన్నాయి దానిలో. అలాంటి కంపెనీల గురించి మీరు సీరియస్‌గా ఆలోచించాలి.

ఇక్కడ చెప్పదలచుకున్న అంశం ఏమిటంటే – మిమ్మల్ని జాగరూకత వహించమని. మీరు ఏయే విషయాలను పరిగణలోకి తీసుకున్నారో, వాటి గురించి క్షుణ్ణంగా తెలుసుకోండి. ఎవరితో వ్యాపారం చేయదలచుకున్నారో, వారి గురించి వాకబు చెయ్యండి.

ధనవంతులవడంలో కిటుకు అంతా ఒక సరికొత్త కంపెనీలో లేదా ఐదేళ్లుగా ఉంటున్న కంపెనీ, లేదా 35 ఏళ్లుగా ఉంటున్న ఒక కంపెనీలో చేరడంలో ఉందని జనం చెప్పిన మాటలు విని మోసపోవద్దు. ఇందులో నిజానికి ఏ 'మాయా మర్మం' లేదు, ఇంద్రజాల రహస్యం లేదు. మీకు ఎలాంటి కంపెనీ కావాలంటే – ఆ కంపెనీకి తనేం చేస్తోందో తెలిసుండాలి, ఎంతోకాలం మనగలదని తాను స్పష్టమైన సంకేతాలను మీకు అందివ్వాలి.

ఆ కంపెనీ ఒక విజయవంతమైన కార్యాచరణ పథకాన్ని అందిస్తోందా?

జాన్ : నెట్‌వర్క్ మార్కెటింగ్ అవకాశాలు అత్యధికంగా లాభాలను చేకూరుస్తాయి. అవి ఎంతో ఆచరణీయమైనవి. అవి మిమ్మల్ని మళ్లీ మరోసారి చక్రాన్ని ఆవిష్కరించమని అడగవు. బదులుగా అవి మీకు కార్యాచరణ పథకాలను అందిస్తాయి. మీరు కోరుకుంటున్న విజయాన్ని సృష్టించడానికి అవి సాయపడతాయి. ఉదాహరణకి, వాళ్ల దగ్గర శిక్షణ కోసం ఒక మార్గదర్శని ఉంటుంది. ప్రతిరోజూ, వారంవారం చెయ్యాల్సిన కార్యకలాపాలను అది సూచిస్తుంది.

కొన్ని కంపెనీలు తమ బిజినెస్ సొంతదారులకు ఒక వ్యక్తిగత వెబ్‌సైట్‌ని తయారుచేసి ఇస్తారు. అది వినియోగదారులకు కంపెనీ ప్రాస్పెక్ట్స్, ప్రాడక్ట్స్, అవకాశాల గురించి వివరించటానికి ఉపయోగపడుతుంది. సీడీలు, డీవీడీలు, పాడ్‌కాస్ట్స్, ప్రింటింగ్ మెటీరియల్స్ లాంటివి నెట్‌వర్క్ మార్కెటర్ల ప్రసారసాధనాలలో భాగాలయాయి.

వాణిజ్య నైపుణ్యాలు, వ్యక్తిగత వికాసాన్ని తన నియమిత బోధన, శిక్షణ కార్యక్రమాల్లో ఒక భాగంగా ఆ కంపెనీ చేసుకుందా?

నెట్‌వర్క్ మార్కెటింగ్ అనుభవంలో మీకు లభించే విద్యాబోధన, శిక్షణలకు నంబరు 1 విలువ ఉందని నేను మీకు స్పష్టం చేశాను. మీరు మీకోసం ఏర్పరచుకునే ఆదాయ ప్రవాహానికన్నా మించినది ఇది. అందుకే ఆ రెండూ మీకు అందేలా చూసుకోండి.

మీ కంపెనీ మీకు క్రమం తప్పకుండా శిక్షణను అందించడానికి విలువని ఇస్తున్నదీ లేనిదీ చూసుకోండి. ఆ శిక్షణ మీ నైపుణ్యాలను, శీలాన్ని అభివృద్ధి పరచాలి, మీ వ్యక్తిత్వ వికాసానికి తోడ్పడాలి. కొన్ని దశాబ్దాలుగా ఈ పరిశ్రమలోని నాయకులు తమ జనానికి గొప్ప ఉత్తేజకరమైన, శిక్షణాసామగ్రిని క్రమయుక్తంగా అందించటంలోని ఆవశ్యకతను గుర్తించారు. పాతరోజుల్లో అవి పుస్తకాలు, ఆడియోటేప్సుకి పరిమితం అయుండేవి. ఈ 21వ శతాబ్దంలో సీడీలు, డీవీడీలు, పాడ్‌కాస్ట్స్, లైవ్ టెలికాన్ఫరెన్స్‌లు, వెబినార్స్.... ఇంకా పుస్తకాలు కూడా వాడుతున్నారు. పుస్తకాలు కనుమరుగవడమంటూ ఉండదు.

జాన్ : లైవ్ ప్రదర్శనలు, ఈ ఇంటర్నెట్ యుగంలో కూడా, ఒక లైవ్ కార్యక్రమం భౌతికంగా మన కళ్ల ముందున్నప్పుడు, అదెంతో శక్తివంతంగా కనిపిస్తుంది. దాని స్థానాన్ని మరో మీడియం ఏదీ భర్తీ చేయలేదు.

ఈ రోజుల్లో, నెట్‌వర్క్‌ని నిర్మించే రోజువారీ బిజినెస్ మామూలుగా ముఖాముఖీతో పాటు ఫోన్ల మీద, ఇంటర్నెట్ మీద కూడా జరపబడుతోంది. కొన్ని మంచి కంపెనీలు ఇంకా తమ వార్షిక, అర్థసంవత్సర, త్రైమాసిక లేదా నెలనెలా జరిపే కార్యకలాపాల మీద తమ దృష్టిని కేంద్రీకరిస్తుండడాన్ని మీరు గమనించే ఉంటారు. వారు ఎందుకలా చేస్తున్నారు? ఎందుకంటే - వాటికున్న విద్యాసంబంధిత శిక్షణకు వ్యక్తిగత అభివృద్ధికి వారెంతో విలువని ఇస్తుంటారు కనుక.

అన్నట్టు మీకు బోధించి, శిక్షణను ఇచ్చేది కేవలం నెట్‌వర్క్ మార్కెటింగ్ కార్పొరేషన్ మాత్రమే కాదు. మీకో పెద్ద అధికారక్రమం ఉంది - మిమ్మల్ని వ్యాపారంలోకి తీసుకోవటానికి మీ పేరు నమోదుచేసిన వ్యక్తి (తరచూ అతన్ని మీ 'స్పాన్సర్' అని వ్యవహరిస్తుంటారు) నుంచి అలా స్పాన్సర్ చేసిన వ్యక్తిని స్పాన్సర్ చేసిన స్పాన్సర్... ఈ పద్ధతిలో స్పాన్సర్‌షిప్ కున్న గొలుసుకట్టులో అందరికన్నా పైనున్న కార్పొరేట్ ఆఫీసర్ల వరకు - వీరందరికీ మీరు నేర్చుకుని, అభివృద్ధి చెందుతూ, విజయం సాధించే ప్రక్రియలో ప్రయోజనం ఉంది.

కార్పొరేట్ ప్రపంచంలో ఒకరి గొంతును మరొకరు కొయ్యడానికి ప్రయత్నిస్తుంటారు, మీ అత్యంత ఆప్తమిత్రుడు నిచ్చెనపైకి చేరుకోవడం కోసం, మీమీదనుంచి ఎక్కవచ్చు, ఐతే నెట్‌వర్క్ మార్కెటింగ్ వ్యవస్థ దీనికి వ్యతిరేకంగా రూపొందించబడింది. దానికున్న అందమైన అంశాలలో ఇదొకటి.

నెట్‌వర్క్ మార్కెటింగ్‌లో ఈ రకమైన తీవ్రమైన పోటీ ఉండదు. ఎందుకంటే మీ స్పాన్సర్, అతనిపైనున్న స్పాన్సర్స్ విజయం మీ విజయం మీద ఆధారపడి ఉంటుంది. కనుక, మీరు అభివృద్ధి చెందడం వలన లాభం పొందే జనం మీ అభివృద్ధినే కోరుకుంటారు.

ఆ కంపెనీ దగ్గర మీరు ఇష్టపడే బలమైన, ఉత్తమ నాణ్యతగల, అధికంగా అమ్ముడయే ఉత్పత్తులు ఉన్నాయా?

బాగా ఆలోచించాల్సిన అంశాల్లో ఇది నంబరు 1 కాకపోయినప్పటికీ, కంపెనీ యొక్క ఉత్పత్తులు ఎంతో ముఖ్యమైనవే! ఎందుకని? ఎందుకంటే - మౌఖిక ప్రచారం - ఆ నోటా ఈ నోటా వాటి గురించి జరిగే ప్రచారం మూలాన.

నెట్‌వర్క్ మార్కెటింగ్ కంపెనీలు సాధారణంగా వార్తాపత్రికలు, టీవీ చానళ్లలో ప్రకటనలు గుప్పించవు. వీటి ఉత్పత్తుల గురించి బిల్‌బోర్డులనుకాని టీవీ ఏడ్స్‌నుకాని మీరు చూసి వుండరు. ఎందుకని? ఎందుకంటే వారు పూర్తిగా భిన్నమైన ప్రచార మాధ్యమాన్ని ఎన్నుకున్నారు కనుక, మాస్ మీడియాలో ప్రకటనలకు ఖర్చుపెట్టే బదులు, వారు తమ ప్రకటనలను జనం చేతిలో ఉంచుతారు.

జాన్ : పెరుగుతూన్న ఒక నెట్‌వర్క్ యొక్క జీవనాధారం – నోటిమాటలో ఉంది – జనం తమ ఉత్పత్తులు లేదా సేవల గురించి, తమకు దొరికిన అవకాశాల గురించి ఇతరులకి చెబుతుంటారు.

దాని మూలంగా, నెట్‌వర్క్ మార్కెటింగ్ మోడల్‌లో ఆ ఉత్పత్తులు, సేవలు నిజంగా బాగా అమ్ముడవుతున్నాయి. ఎందుకంటే – జనం వాటి గురించి మాట్లాడుకుంటున్నారు, వాటిని ఎంతో ఇష్టపడుతున్నారు, వాటికో గొప్పకథ ఉంది, వాటిలో ఏదో మార్మికాంశం ఉంది, వాటికో గొప్ప చరిత్ర ఉంది, అవి వినియోగదారునికి ప్రత్యేకంగా శక్తివంతమైన ప్రయోజనాలను అందజేస్తున్నాయి లేదా ఆ తరహా వస్తువుల్లో అవే మొట్టమొదటివి – కనుక! ఆ ఉత్పత్తులు, సేవలు ఒక విశిష్టమైన కథను చెబుతాయి.

ఒక మాటలో చెప్పాలంటే – మౌఖిక ప్రచారం.

నన్ను తప్పుగా అర్థం చేసుకోకండి. నేను మీడియాలోని ప్రకటన గురించి మాట్లాడటం లేదు, గొప్పలు చెప్పబోవటం లేదు. నేను మాట్లాడుతున్నది – నిజంగా వాటికున్న గుణాలు, నాణ్యతల గురించి. మీరు ప్రమోట్ చేయదలచుకున్న ప్రాడక్ట్ అత్యుత్తమంగా ఉండాలి, నిజంగా కొనదగినదిగా ఉండాలి.

అది చెప్పాక, మీరో విషయాన్ని జ్ఞాపకం పెట్టుకోవడం ఎంతో ముఖ్యం. అత్యుత్తమ ఉత్పత్తి అంటూ ఏదో ఒకటి ఉండదు. కొన్ని వేల అత్యుత్తమ ఉత్పత్తులకు సేవలకు చోటుంది. కొంతవరకు, సరైన గొప్ప ఉత్పత్తిని ఎంచుకోవడం ఒక వ్యక్తిగతమైన విషయం. కొంతమంది చర్మరక్షణకు ఉపయోగపడే ఉత్పత్తులను ఎక్కువ ఇష్టపడవచ్చు, మరికొంతమంది పోషక పదార్థాలపైన లేక టెక్నాలజీ పైన దృష్టి సారించవచ్చు.

ఉత్పత్తులకు సుస్థిరమైన మార్కెట్ వుందా? అది ఎంతో మందిని ఆకర్షిస్తుందా? దాని పోటీ ధర సరిగ్గా నిర్ణయించబడిందా?

ఆ ప్రాడక్ట్ విలువలో మీకు నమ్మకం ఉందా? మీరు దానిని మీకోసం వాడతారా? చెప్పుకోడానికి దానికో గొప్పకథ ఉందా? మీరు ఒక ఉత్పత్తిని ఇతరులతో పంచుకోడానికి నిజంగా ఉత్సాహంగా ఉన్నప్పుడు, వారు కూడా ఆ ప్రాడక్ట్ గురించి అంతే ఉత్సాహం చూపించే అవకాశం ఉంది.

అధ్యాయం 19

వ్యాపారానికేం కావాలి

ఐతే మీరు మీ సొంత, విజయవంతమైన నెట్‌వర్క్ మార్కెటింగ్ బిజినెస్ నిర్మించుకోవడానికి మీకేం కావాలి? ముందుగా దానికి అవసరం లేని విషయాలేమిటో చూద్దాం.

మీకో ఎంబీఏ లేదా ఉన్నతాధికారంలో ఉన్న వ్యాపార నేపథ్యం అవసరంలేదు

'అనుకరణ' అన్న పదాన్ని గుర్తుంచుకోండి. ఏవైతే అత్యుత్తమంగా అనుకరించబడతాయో అవే నెట్‌వర్క్ మార్కెటింగ్‌లో అత్యుత్తమంగా పనిచేసే వ్యూహాలు. హెన్రీ ఫోర్డ్ మోటారు కార్ల పరిశ్రమ కోసం ఏం చేశాడో, అదే ఒక నెట్‌వర్క్ మార్కెటింగ్ బి క్వాడ్రెంట్ బిజినెస్ మోడల్ కోసం చేస్తుంది: భారీగా ఉత్పత్తి చేయగల ఒక వస్తువులోని వివిధ భాగాలను తయారుచేసే ప్రక్రియను తగ్గిస్తుంది.

జాన్ : ఒక విజయవంతమైన నెట్‌వర్క్ మార్కెటింగ్ బిజినెస్ ఒక వ్యక్తి తన హస్తకళా నైపుణ్యంతో మలిచిన ఉత్తమ కళాకృతి కాదు. కొన్ని లక్షల చేతులు మలిచిన నిరాడంబరత యొక్క స్వరసమ్మేళనం అది!

మీరు అమ్మకాలని ఘనంగా చేయనక్కరలేదు

మళ్లీ చెపుతున్నాను, అచ్చంగా నెట్‌వర్క్ మార్కెటింగ్‌లో లేని జనానికి ఈ బిజినెస్ గురించి ఉన్న దురభిప్రాయాల్లో ఒకటి – ఈ వ్యాపారంలో విజయం సాధించడానికి సహజంగా మీరొక విక్రేత అయుండాలి అనేది.

అది సత్యదూరం. నిజానికి ఆ ఆలోచన కలిగి ఉంటే, అది నెట్‌వర్క్ మార్కెటింగ్‌లో మీకు హాని కలగజేస్తుంది. ఎందుకని? ఎందుకంటే 'గొప్ప విక్రేతల' తరహా వ్యక్తులు ఇతరులను అనుకరించలేరు.

జాన్ : గుర్తుంచుకోండి, ఇది ప్రధానంగా అమ్మకాల వ్యాపారం కాదు. ఈ బిజినెస్ మీకు బోధిస్తుంది, మీ బృందాన్ని ఎలా ఏర్పాటు చేసుకోవాలో చెబుతుంది, నాయకత్వ లక్షణాలు

ఎలా అలవరచుకోవాలో నేర్పుతుంది. అనేక ఉత్పత్తులను అమ్మటం కాదు మీపని. అలా అమ్మమని యింకొకరికి బోధించటమూ కాదు. జనానికి శిక్షణని యిచ్చి, నెట్‌వర్క్‌ని నిర్మించి, మార్గదర్శకత్వం వహించడం దీని లక్ష్యం.

రాబర్ట్ : అమ్మకం చెయ్యడమనేది యిక్కడ అంశం కాదు, నెట్‌వర్క్ నిర్మించడమే అసలు విషయం.

జాన్ : సరిగ్గా అదే.

మీరు మీ ఉద్యోగాన్ని విడిచిపెట్టనక్కరలేదు!

నిజానికి, మీరు ఈ రంగంలో దిగే ముందు మొదట్లో మీ ఉద్యోగాన్ని విడిచిపెట్టకుండా ఉండటమే ఎన్నదగింది. అందుకు ఒక కారణం, మీ సొంత వ్యాపారాన్ని నిర్మించుకోవటం ఒక కొత్త ఉద్యోగం చేయటం లాంటిది కాదు, అక్కడ పని ప్రారంభించిన నెలాఖరుకే జీతం చెక్కు అందుకుంటారు. ఐతే నెట్‌వర్క్ నిర్మాణానికి సమయం పడుతుంది. దానికి తగిన సమయం ఇవ్వండి.

జాన్ : అది కేవలం ఆర్థిక కారణాల వలనే కాదు. మీరు మీ ఉద్యోగాన్ని విడిచిపెట్టడంలో ఆర్థిక ఇబ్బందులు లేకపోవచ్చు. అయినా మీరు మీ ఉద్యోగాన్ని కొనసాగిస్తూ నెట్‌వర్క్ మార్కెటింగ్ బిజినెస్ చేయడం శ్రేయస్కరం. ఎందుకంటే మీ కొత్త వ్యాపారం సజావుగా నడుస్తున్నప్పుడు అందులో మీ సహోద్యోగులు మీ వ్యాపారంలో భాగస్వాములుగా చేరే అవకాశం ఉంది, లేదా మీ గురించి మీకు కాబోయే భాగస్వాములకు గొప్పగా వారు చెప్పవచ్చు.

నెట్‌వర్క్ మార్కెటర్లలో అత్యధిక సంఖ్యాకులు తమ బిజినెస్‌ను పార్ట్‌టైమ్‌లోనే నిర్మిస్తుంటారు. 2008లో డైరక్ట్ సెల్లింగ్ అసోసియేషన్ జరిపిన నేషనల్ సేల్స్‌ఫోర్స్ సర్వే ప్రకారం – ప్రతీ ఎనిమిది మంది నెట్‌వర్క్ మార్కెటర్లలో కేవలం ఒకడు తన వ్యాపారంలో వారానికి ఇరవై గంటలు లేదా ఇంకా అధికంగా పనిచేస్తాడు.

మీరు ధనవంతులు కానక్కరలేదు, లేదా మీ ఇంటి మీద మళ్లీ అప్పు చేయనక్కరలేదు

అత్యధిక నెట్‌వర్క్ వ్యాపారాలు నెలకొల్పడానికి 500 డాలర్లకన్నా తక్కువ పెట్టుబడి మొదట్లో అవసరమౌతుంది. దీనిని అర్థం చేసుకోవటంలో పొరపాటు పడవద్దు. నగదు పెట్టుబడిలో మీరు చేసిన పొదుపు స్థానాన్ని మీ శ్రమతోనూ, మీ ఉత్సాహంతో నింపాలి. మీరు స్వయంగా నిర్వహించే వ్యాపారంలో ప్రధానంగా మిమ్మల్ని మీరే పెట్టుబడిగా – సమయం, ఏకాగ్రత, పట్టుదల రూపాల్లో కనబరుస్తూ – ఉంచుకోవాలి. అంతేకాని మీ వ్యాపారాన్ని ప్రారంభించటానికి డబ్బు మూటలు అవసరం లేదు.

జాన్ : అయినా, నగదు పెట్టుబడి తక్కువ అంటే అర్థం, పెట్టుబడి అసలు ఉండదు అని కాదు. ఇదొక వ్యాపారం. మీరు దీనిని ఒక వ్యాపారంలాగే నడపాలి. అంటే దాని అర్థం – మీకు కంపెనీ నిర్వహణ ఖర్చులు ప్రతీనెలా ఉంటాయి.

సాధారణంగా మీ నెలసరి బడ్జెట్ తక్కువే ఉంటుంది. నెలకి సరిపడే ప్రాడక్ట్ సాంప్లింగ్, జనాన్ని కలుసుకోవడం, ప్రచార సాధనాలకయే ఖర్చు (సీడీ, డీవీడీలు,

వెబ్‌సైట్స్ మొదలైనవి) బిజినెస్ అభివృద్ధి, వ్యక్తిగత వికాసానికి సంబంధించిన సామగ్రి ఖర్చులు.

అందుకే, ఈ బిజినెస్ మొదలుపెట్టడానికి మీకు ఎంతో నగదు అవసరం లేదని అంటాను. కాని సహేతుకమైన నెలవారీ ఖర్చుల కొరకు మీకొక చిన్న బడ్జెట్ కావాలి.

చర్చలు జరపడానికి మీరో జీనియస్ కానక్కరలేదు లేదా గణితంలో నిపుణుడు కానక్కరలేదు

మీలో దహించివేసే కోరిక, దృఢనిశ్చయం ఉండాలి. వాటిని ప్రేరేపించే గాఢమైన ఆవేశం ఉండాలి.

"మీరు చేసే పనిని ప్రేమించాలి," అంటాడు నా మిత్రుడు డోనాల్డ్ ట్రంప్. "ఎటువంటి ఆవేశం లేకుండా, గొప్ప విజయం సంభవించదు. ఒక వ్యాపారవేత్తగా, మీకు మీ పనిపట్ల ఆవేశం లేకపోయినట్టయితే, అనేక కష్టపరిస్థితులను ఎదుర్కోవలసి వస్తుంది."

ఒక విజయవంతమైన నెట్‌వర్క్ మార్కెటింగ్ బిజినెస్‌ని నిర్మించడానికి అవసరంలేని కొన్ని విషయాలు అవే. ఇప్పుడు దానికి అవసరమయే వాటివేపు దృష్టి సారిద్దాం.

మీరు మీపట్ల నిజాయితీగా ఉండే అవసరం ఉంది

బి క్వాడ్రెంట్ బిజినెస్‌ని నిర్మించడం అంత సులభమైన పనికాదు. మిమ్మల్ని మీరు ప్రశ్నించుకోవాలి, "నాకు కావల్సినవి నా దగ్గర వున్నాయా? నాకు సౌకర్యవంతంగా ఉన్న ప్రాంతాన్ని వదిలి బయటకు అడుగుపెట్టడానికి ఇష్టపడుతున్నానా? నాయకత్వం ఎలా వహించాలో నేర్చుకోవటంతో పాటు, మరొకరి నేతృత్వంలో నడవటానికి ఇష్టపడుతున్నానా? బయటపడటానికి సిద్ధంగా ఉన్న ఒక సంపన్నుడు నాలో దాగి ఉన్నాడా?" వీటికి జవాబు 'ఔను' అయితే, మంచి శిక్షణ కార్యక్రమం ఉన్న ఒక నెట్‌వర్క్ మార్కెటింగ్ కంపెనీ కోసం వెతకటం మొదలుపెట్టండి.

జాన్ : నేను మరో విషయం దీనికి జతపరుస్తాను; మీరు ఎక్కడ ఉన్నారు, మీరు మీ జీవితంలో ఏమిటి సాధించదలచుకున్నారు అన్న విషయాలలో స్పష్టతని ఏర్పరచుకోండి. మీరు ఏం సాధించదలచుకున్నారో, దాని గురించి మీకో కల ఉండాలి, దాని అవసరముంది.

తర్వాత, మీ ఆకాంక్షల విషయంలో స్పష్టత కలిగి ఉండండి. వాటి విషయంలో, మీకు ఏమేమిటి అవసరమౌతాయి, ప్రతీ వారం ఎంత సమయం, డబ్బు, నైపుణ్యాలు, వనరులు వెచ్చించాల్సి ఉంటుందన్నవి కూడా తెలుసుకోండి. మీ బిజినెస్‌ను జయప్రదంను చెయ్యడానికి మీరు తీసుకోవలసిన చర్యలు ఏమిటో స్పష్టం చేసుకోండి. పనులు పూర్తి చేయడానికి తగిన సమయాన్ని నిర్ణయించండి.

నేను డోనాల్డ్ ట్రంప్‌తో కలిసి రాసిన పుస్తకం *వై వియ్ వాంట్ యు టు బి రిచ్* (మీరు ధనవంతులు కావాలని మేం ఎందుకు కోరుకుంటున్నాం)లో ట్రంప్ ఇలా రాశాడు :

"నెట్‌వర్క్ మార్కెటింగ్‌కు ఒక వాణిజ్యవేత్తకున్న ధైర్యసాహసాలు కావాలి. ఏకాగ్రత, పట్టుదల అవసరమౌతాయి స్వయంప్రేరణ లేని జనానికి నేను నెట్‌వర్క్ మార్కెటింగ్‌ను సిఫారసు చేయను."

డోనాల్డ్ చెప్పింది అక్షరాలా నిజం.

సరైన దృక్పథం అవసరమౌతుంది

నా మట్టుకు నాకు, వ్యాపారవేత్త అవడమనేది నిరంతరం కొనసాగే ప్రక్రియ, నేనింకా దానితో ముడిపడే ఉన్నాను. చివరిదాకా నేను శిక్షణ పొందే వ్యాపారవేత్తగా ఉంటానని నా నమ్మకం. నేను వ్యాపారాన్ని ప్రేమిస్తాను, అందులోని సమస్యలను పరిష్కరించడాన్ని ప్రేమిస్తాను. నాకు కావలసిన జీవితాన్ని నాకు తెచ్చిపెట్టే ప్రక్రియ అది. అప్పుడప్పుడు ఆ ప్రక్రియ నా పట్ల కాఠిన్యం చూపించినప్పటికీ, అదెంతో లాభదాయకమైనది.

ఒక ఆలోచన నన్ను ముందుకు నడిపింది : చీకట్లో అది నా వెలుగు, అత్యంత అంధకారమైన సమయం కూడా నాకు దారిచూపింది. మా సర్ఫర్ వాలెట్ కంపెనీ ఆఫీసు ఫోన్‌కి ఒక చిన్న కాగితం అతికించి ఉంది. దానిపైన ఒక చైనా దేశపు సూక్తి ఉంది :

మీరెప్పుడైనా వదలిపెట్టవచ్చు. ఐతే ఇప్పుడే ఎందుకు?

నాకు ఎన్నో ఫోన్‌కాల్స్ వచ్చేవి, నేను ఎందుకు విడిచిపెట్టాలో కారణాలు చెప్పేవారు. అయినా ఫోన్ పెట్టేసాక, తెలివైన ఆ వాక్యాలకేసి చూస్తూ, "నాకు వదిలేద్దామని అనిపిస్తున్నా, నేనివాళ వదలను, రేపు వదిలేస్తాను," అని నాకు నేను చెప్పుకునేవాణ్ణి.

ఒక మంచి విషయం ఏమిటంటే, ఆ రేపు రానేలేదు.

మా రిచ్ డాడ్ అంటుండేవాడు – ధనవంతుడవడం అంత సులభం అయితే, ప్రతీవాడూ ధనవంతుడవుతాడు అని. అందుకే, నన్ను ధనవంతుడిని చేసిన నంబరు 1 విషయం ఏమిటని నన్ను జనం అడిగితే, నేను వారితో అంటాను – నేనేం చేయాలో ఇంకొకరు చెప్పడం నాకు ఇష్టం ఉండదని. నేను నా స్వాతంత్ర్యాన్ని తీవ్రంగా కోరుకున్నాను. నాకు ఉద్యోగ భద్రత అక్కరలేదు. నాకు కావలసింది ఆర్థిక స్వాతంత్ర్యం నెట్‌వర్క్ మార్కెటింగ్ అందించేది అదే!

మీరు ఎంత డబ్బు సంపాదించగలరు? మీరు ఎప్పుడు రావాలి, ఎప్పుడు పని విడిచిపెట్టి వెళ్లాలి? ఇలాంటివి ఇంకొకరు మీకు చెప్పడాన్ని మీరు ఇష్టపడే పక్షంలో, నెట్‌వర్క్ మార్కెటింగ్ బిజినెస్ మీకు పనికిరాదు.

నిజమైన అభివృద్ధి అవసరం దానికుంది

నెట్‌వర్క్ మార్కెటింగ్ బిజినెస్ ఒక బి క్వాడ్రెంట్ బిజినెస్ అవచ్చు. దాని అర్థం దానిని అలా తయారుచేయమని కాదు. అది మీ ఇష్టం.

బి క్వాడ్రెంట్ ప్రపంచంలోకి ప్రవేశించదలచుకునేవారికి నెట్‌వర్క్ మార్కెటింగ్ ఒక పరిపూర్ణమైన మాధ్యమం. ఇ, ఎస్ క్వాడ్రెంట్లలో మీ ధనార్జన అవకాశాలు, ఒక వ్యక్తిగా మీరెంత ఉత్పత్తి చేయగలరనే దానికి మామూలుగా పరిమితమై ఉంటుంది. ఐతే ఒక నెట్‌వర్క్ మార్కెటింగ్ బిజినెస్‌లో మాత్రం, మీ నెట్‌వర్క్ ఎంత ఉత్పత్తి చేయగలిగితే, మీరు అంత ఆదాయాన్ని సంపాదించగలరు. దాని అర్థం – మీరొకసారి ఒక పెద్ద నెట్‌వర్క్‌ని నిర్మించాక, మీరు భారీ ఆదాయాన్ని పొందగలరు.

అయినప్పటికీ, కేవలం ఒక నెట్‌వర్క్ మార్కెటింగ్ కంపెనీలో చేరినంత మాత్రాన అది మీ కొత్త వ్యాపారాన్ని ఒక బి క్వాడ్రెంట్ బిజినెస్‌గా చేయదు, అది నిజంగా ఎంతో పెద్ద వ్యాపారంగా పెరిగాకే అది వీలవుతుంది.

జాన్ : సాంకేతికంగా నిర్వచించాలంటే ఒక 'పెద్ద వ్యాపారం' అంటే దానిలో 500కి పైగా జనం ఉండాలి. ఇంకా, ఆ ఐదువందల మందిని మామూలుగా 'ఉద్యోగులు' అని వ్యవహరిస్తుంటారు, కాని ఇక్కడ అంశం సంఖ్యలకు సంబంధించినది. మీరు 500 మంది లేదా అంతకన్నా ఎక్కువ సంఖ్యలో స్వతంత్ర ప్రతినిధులతో ఒక నెట్‌వర్క్‌ని నిర్మించినప్పుడు, మీకున్న వ్యవస్థ తప్పకుండా 'పెద్ద బిజినెస్' లేదా బి క్వాడ్రెంట్ నిర్వచనానితో సరితూగుతుంది. కాగా, ఒక నెట్‌వర్క్ మార్కెటింగ్ వ్యాపార వ్యవస్థ 500 మందికి పైగా జనానికి అవకాశం కల్పిస్తూ విస్తరించేలా రూపొందించబడింది. ఒక వ్యక్తికి చెందిన నెట్‌వర్క్ సంస్థ కొన్ని వేలు లేదా లక్షల మందితో పెరిగే అవకాశం, సాధారణంగా ఉంది. లక్షల మందితో కూడుకున్న నెట్‌వర్క్ సంస్థలు మనకు కనిపిస్తూండడం అరుదైన విషయం కాదు.

నెట్‌వర్క్ మార్కెటింగ్ బిజినెస్‌లో కొత్తగా చేరినవారు తరచూ ఒక పొరపాటు చేస్తుంటారు. అప్పుడే వచ్చిన నెట్‌వర్క్ ఆదాయాన్ని "ఉచితంగా దొరికిన సొమ్ము"గా భావిస్తారు, మొట్టమొదటి రోజు నుంచే సులువుగా ఖర్చుపెట్టేయడానికి వీలున్నది అని అనుకుంటారు. కాని మీ నెట్‌వర్క్‌లో కేవలం 5, 10, 50 లేదా 100 లేదా 200 మంది జనం ఉంటే, మీ కొత్త వ్యాపారం ఇంకా ప్రారంభదశలోనే ఉన్నట్టు లెక్క. అది ఇంకా పెద్ద వ్యాపారాల కోవలోకి చేరలేదు.

ఒకసారి మీ నెట్‌వర్క్ పెరిగి ఐదువందల మంది జనాన్ని దాటిపోయి వేలసంఖ్యలోకి చేరినప్పుడు, అప్పుడు ఇదికూడా నిజమైన బి క్వాడ్రెంట్ బిజినెస్ అవుతుంది, అది నిష్క్రియమైన (passive) ఆదాయాన్ని సృష్టిస్తూంటుంది. అదొక ఆచరణీయమైన నెట్‌వర్క్ మాత్రమే కాదు, ఆదాయాన్ని సృష్టించే సంపద కూడా.

కాని మీరు మీ కంపెనీలో చేరినప్పటినుంచి మీ నెట్‌వర్క్ బిజినెస్ 500కి పైగా జనాన్ని చేర్పించుకునే స్థాయి చేరుకునేదానికి మధ్యనున్న కాలాన్ని ప్రారంభదశగానే పరిగణించాలి, మీరు పునాది వేసే దశ అది. దానిని మీ దృష్టికోణంలో ఉంచుకోండి, అసలు లక్ష్యం - సంపద నిర్మాణం - వేపు మీ దృష్టి సారించండి.

దానికి సమయం కావాలి

ఒక నెట్‌వర్క్ మార్కెటింగ్ వ్యాపారం మొదలుపెట్టిన వెంటనే మీరు డబ్బు సంపాదించగలమన్న ఆలోచనలో వుంటే - మీరు ఇంకా ఇ లేదా ఎస్ క్వాడ్రెంట్లలో ఉంటున్న వారిలా ఆలోచిస్తున్నట్టు లెక్క. నిజానికి ఇ లేదా ఎస్ క్వాడ్రెంట్లలో ఉండే జనమే తరచుగా త్వరగా డబ్బు తెచ్చిపెట్టే పథకాలు, స్కాం వలల్లో పడుతుంటారు.

జాన్ : నెట్‌వర్క్ మార్కెటింగ్‌లో సత్వరం ధనవంతుల్ని చేసే పద్ధతులు ఉండవు. ఈ వ్యాపారంలో కార్యకలాపాలు మామూలుగానే ఉంటాయి. నిష్క్రియమైన ఆదాయానికి పునాది అయిన సమయం, శ్రమని మాత్రమే మీనుంచి కోరుకుంటాయి.

డిఎస్ఏ సర్వే ప్రకారం సగటున మీరు సంపర్కం ఏర్పరుచుకున్న పదిమందిలో ఒకరే, మీ మాటలకి, మీరు చెప్పే అవకాశానికి 'ఔను' అని స్పందిస్తారు. ఐతే, ఒక బిజినెస్ సొంతదారు అనుభవం పెరుగుతున్నకొద్దీ, ఈ సంఖ్య పెరుగుతుంటుంది. గుర్తుంచుకోండి, పెద్ద పరిమాణంలో ఉన్న బిజినెస్‌లలో కూడా ఈ సగటు సంఖ్య మారదు. కేవలం పదిమందితో మీరు సంపర్కం ఏర్పరచుకున్నప్పుడు, ఈ సగటు మీకు కనిపించకపోవచ్చు,

కాని వందమంది 'కాంటాక్ట్స్'ల విషయంలో ఈ సగటు నిజమేనని తెలుసుకుంటారు.

నెట్‌వర్క్ మార్కెటింగ్ బిజినెస్‌ను సంపదను పొందటానికి ఒక రకమైన 'ఫాస్ట్ ట్రాక్' (త్వరితగతిన చేర్చే మార్గం)గా ప్రచారం చేసిన వారు కొందరు కొన్ని సంవత్సరాలనుంచి ఉంటున్నారు. ఐతే ఇది పూర్తిగా అబద్ధం. నెట్‌వర్క్ మార్కెటింగ్‌లో తమ నాయకత్వ నైపుణ్యాలు అభివృద్ధి చేసుకుని, సొంత వ్యాపారాలను నిర్మించుకుని, నిజమైన సంపదను వృద్ధిచేసుకున్నవారు అది సాధించటంలో ఎన్నో సంవత్సరాలు కష్టపడ్డారు.

అందుకే ఎవరైనా మిమ్మల్ని సత్వర ఫలితాల కోసం చూడమని అన్నప్పుడు వారి మాటలు విని మోసపోకండి. ఇందులో చేత్తో చేసి చూపించే గారడీ ట్రిక్కులు లేవు, గుర్రపు పందాలలో డబ్బొచ్చే లాంటి అదృష్టమూ లేదు. ఇదొక సీరియస్ బిజినెస్. ఇక్కడ మేం మాట్లాడుతున్నది మీ జీవితం గురించి.

నిజమైన వ్యాపార ప్రపంచంలో, మూడు నుంచి ఆరు నెలలలో మీరు మంచి ఫలితాలను బిజినెస్‌లో చూపించకపోతే, మిమ్మల్ని పనిలోంచి తీసేస్తారు. జెరాక్స్ కంపెనీ నా మీద మరికొంత దయ చూపించింది : నాకు ఒక సంవత్సరం ప్రొబేషన్‌తో పాటు, మరో సంవత్సరం పని నేర్చుకోడానికి యిచ్చింది. ఆ రెండు సంవత్సరాలు నాకు లేకపోతే, నా ఉద్యోగం పోయేదే.

మీ పరిస్థితి భిన్నంగా ఉంది. మీరు పనిచేస్తున్న నెట్‌వర్క్ మార్కెటింగ్ కంపెనీ మిమ్మల్ని ఉద్యోగంలోంచి తీసివేయదు - అందుకే మిమ్మల్ని మీరు తొలగించుకోవద్దు. ఏ కొన్ని నెలలో లేదా ఒక సంవత్సరమో కష్టపడి పనిచేసి ఆ తర్వాత, 'సరే ఏంచేస్తాం.... బిజినెస్ సరిగ్గా నడుస్తున్నట్టు లేదు,' అని అంటూ తొందరపడి చేతులెత్తేయకండి. దానికి మరికొంత సమయం ఇవ్వండి.

రాబర్ట్ : *జాన్, 'దానికి సమయం ఇవ్వండి' అని నేను జనానికి చెప్పినప్పుడు, వారు తప్పక నన్ను అడుగుతుంటారు. 'ఓకే... ఎంత సమయం?' అని. దానికి మీరేం జవాబు చెబుతారు?*

జాన్ : *మరో ఐదేళ్లు ఇవ్వమని అంటాను.*

రాబర్ట్ : *సరిగ్గా అదే జవాబు నేనూ ఇస్తుంటాను! నిజానికి, ఏ వ్యాపారం నిర్మించాలన్నా అంతే టైము పడుతుంది. నేను దానిని 'నా పంచవర్ష ప్రణాళిక' అని పిలుస్తుంటాను.*

పంచవర్ష ప్రణాళిక

మీరు మీ ప్రయాణం మొదలుపెట్టే విషయంలో సీరియస్‌గా ఉంటే, కనీసం ఐదేళ్లపాటు - నేర్చుకోవడానికి, ఎదగడానికి, మీ ప్రాథమిక విలువలను మార్చుకోడానికి, కొత్త స్నేహితులని కలుసుకోవటానికి - మీరు కట్టుబడి ఉండాలని నేను సిఫారసు చేస్తాను. ఎందుకంటారా? ఎందుకంటే వాస్తవంలో అది ఆ మాత్రం సమయం తీసుకుంటుంది కనక.

స్టార్‌బక్స్‌ని నిర్మించటానికి హోవర్డ్ షుల్జ్‌కి, మెక్‌డోనాల్డ్స్‌కి, రే క్రాక్‌కి, డెల్ కంప్యూటర్స్‌కి, మైకేల్ డెల్‌కు ఎన్నో సంవత్సరాలు పట్టాయి. గొప్ప కంపెనీలు నిర్మించటానికి, గొప్ప నాయకులు తయారవటానికి టైము పడుతుంది. నా సొంత బి క్వాడ్రెంట్ బిజినెస్ ఏర్పరచుకుని విజయం సాధించటానికి నాకు కూడా కొన్ని సంవత్సరాల కాలం పట్టింది. మీరు మీ నెట్‌వర్క్ మార్కెటింగ్

బిజినెస్ నిర్మించుకోడానికి కూడా మీకు కొన్ని సంవత్సరాలు పడుతుంది. అది మట్టుకు మీ విషయంలో భిన్నంగా ఎందుకుంటుంది?

అధిక సంఖ్యాకులు కొన్ని సంవత్సరాల సమయం తీసుకునే వాటి గురించి ఆలోచించరు. వెంటవెంటనే ఫలితాలు వచ్చేవి, తొందరగా శ్రీమంతులని చేసే పథకాల గురించి ఆలోచిస్తారు. వీరి ఆలోచనలకు మూలం ప్రకటనలు, ఇ క్వాడ్రెంట్‌లో నెలనెలా అందే జీతం చెక్కులు. బి క్వాడ్రెంట్ ప్రపంచంలోకి అడుగుపెట్టాలని ముందుగా ఆలోచించినప్పుడు 'వెంటనే ధనవంతుడిని' అయిపోవాలన్న ఆలోచనా వ్యామోహంలో ఎంతోమంది పడిపోవడంలో ఆశ్చర్యపోవాల్సింది ఏమన్నా ఉందా?

"నేను వారం క్రితమే సంతకం చేసి, అంగీకారాన్ని తెలిపాను. భారీగా డబ్బు సంపాదించటం నాకు ఎప్పుడు మొదలవుతుంది?"

చూడండి - 'వెంటనే ధనవంతుడవడం' అనేది విరోధాభాస అలంకారం. విలువైన ఏ అనుబంధమూ త్వరగా ఏర్పడదు. ఒక మహత్తరమైన నవల రాత్రికి రాత్రే రాయబడదు. సంపన్నమైన దానిని సృష్టించడానికి సమయం పడుతుంది. మిగిలిన విషయాలలోలాగే, ఆర్థిక సంపన్నత విషయంలో కూడా ఇది నిజం. అందువల్లే బి క్వాడ్రెంట్‌లో కొద్దిమంది మాత్రమే ఉంటారు. చాలామందికి డబ్బు కావాలని ఉంటుంది కాని అందుకు సమయాన్ని వెచ్చించడానికి ఇష్టపడరు.

పదివేల గంటలు. లెక్క కట్టండి. మీరు వారానికి ఐదు రోజులు, రోజుకి ఎనిమిది గంటల చొప్పున కష్టపడి పనిచేస్తూ ఐదు సంవత్సరాలు శ్రమ పడ్డాకే మీరు 10,000 గంటల సంఖ్యని చేరుకోగలరు.

తన పుస్తకం, అవుట్ లయర్స్ *: ద స్టోరీ ఆఫ్ సక్సెస్* లో మాల్కం గ్లాడ్‌వెల్, ఏ విషయంలో నైనా అద్భుతమైన ప్రావీణ్యం సంపాదించటానికి 10,000 గంటల కఠోరశ్రమ అవసరమౌతుందని అంటాడు. హైస్కూల్ విద్యార్థిగా, బిల్ గేట్స్ 10,000 గంటలు ప్రోగ్రామింగ్ చేశాడు. తమకి పేరు రాకముందు, అపరిచితులైన బ్రిటిష్ బ్యాండు వాద్యగాళ్లుగా, బీటల్స్ హేంబర్గ్‌లోని ఒక నైట్‌క్లబ్‌లో రోజుకి ఏడుగంటలు చొప్పున వారంలో ఏడురోజులూ కార్యక్రమాలు ఇచ్చేవారు - సుమారు 10,000 గంటలు వెచ్చించారు.

"ఈ 10,000 గంటల నియమంలో నిజంగా ఆసక్తికరమైన విషయం ఏమిటంటే అది ఇంచుమించు అన్ని రంగాలకూ వర్తిస్తుంది. మీరు 10,000 గంటలు అభ్యాసం చేయకపోతే, చదరంగంలో మీరు గ్రాండ్‌మాస్టర్ కాలేరు. తన ఆరో ఏట టెన్నిస్ ఆడటం ప్రారంభించిన వ్యక్తి పదహారు లేదా పదిహేడో ఏట ప్రతిభాశాలి అయిన బోరిస్ బెకర్‌లా వింబల్డన్‌లో ఆడగలడు. శాస్త్రీయ సంగీత కళాకారుడు కాదలచుకున్న ఒక వ్యక్తి తన నాలగవ ఏటనే వయొలిన్ వాయించడం మొదలుపెడితే, అతను తన పదిహేనో ఏట కార్నెగీ హాల్‌లో ప్రదర్శన యిచ్చే స్థాయికి చేరుకోగలడు

పదివేల గంటలు : లెక్క కట్టండి. మీరు వారానికి ఐదు రోజులు, రోజుకి ఎనిమిది గంటలు చొప్పున కష్టపడి పనిచేస్తూ, ఐదు సంవత్సరాలు శ్రమపడ్డాకే, మీరు 10,000 గంటల సంఖ్యని చేరుకోగలరు.

నెట్‌వర్క్ మార్కెటింగ్‌లో నిపుణుడు అవటం చదరంగంలో గ్రాండ్‌మాస్టర్ కావటం - రెండూ ఒకటి కావు. మీ విషయంలో ఇదో మంచి విషయం. మీరు బోరిస్ బెకర్, లేదా బిల్ గేట్స్ అవాల్సిన అవసరం లేదు. ఐతే మీరు వ్యాపారంలోని మెలకువలను తెలుసుకోవాలి, బిజినెస్‌లో ప్రావీణ్యం సంపాదించాలి. దానికి మీకు ఐదేళ్లు ఫుల్‌టైము పట్టదు. కాని నిష్క్రియమైన ఆదాయాన్ని ఇచ్చే ఒక భారీ నెట్‌వర్క్‌ని నిర్మించడం ఎలాగో నేర్చుకుని దానిలో నిష్ణాతుడు కావాలనుకుంటే, మీకు మీరు తగిన సమయాన్ని ఇచ్చుకోండి.

అన్నట్టు నేనింకా ఈ పంచవర్ష ప్రణాళికనే ఉపయోగిస్తున్నాను. ఏదైనా ఒక కొత్త విషయాన్ని నేర్చుకోవాలని నేను నిర్ణయించుకున్నప్పుడు, (ఉదాహరణకి - రియల్ ఎస్టేట్‌లో పెట్టుబడి పెట్టడం) ఆ ప్రక్రియను నేర్చుకోడానికి ఐదేళ్ల సమయాన్ని కేటాయించుకుంటాను. షేర్లు, స్టాక్స్‌లో పెట్టుబడులు పెట్టడం ఎలాగో నేర్చుకోవాలనుకున్నప్పుడు, మళ్లీ నాకు నేను ఐదేళ్లు గడువు తీసుకున్నాను. చాలామంది జనం ఒకసారి పెట్టుబడి పెడతారు, కొన్ని డాలర్లు పోగొట్టుకుంటారు, తర్వాత విడిచిపెట్టేస్తారు. మొట్టమొదటిసారి తప్పు జరిగిన వెంటనే, వాళ్లు విడిచిపెడతారు. అందువలనే వారు ఏమీ నేర్చుకోలేకపోతారు. కాని ఓటమి చెందటమనేది జయం పొందే ప్రక్రియలో భాగమే. పరాజితులే విజేతలు ఎన్నడూ ఓటమి చెందరని అనుకుంటారు. ఎట్టి పరిస్థితుల్లోనూ పొరపాట్లు జరగకూడదని అనుకుంటారు. కాని పొరపాట్లనేవి అత్యవసరమైన పాఠాలను నేర్చుకోవటానికి అమూల్యమైన అవకాశాలు!

ఈనాడు నేనింకా ఐదేళ్ల సమయం - ఎన్ని తప్పులు వీలైతే అన్ని తప్పులు చేయడానికి తీసుకుంటాను. నేనెందుకు అలా చేస్తానంటే - తప్పులు ఎక్కువ చేసినకొద్దీ మరింత నేర్చుకోగలనని మరింత చురుకైన వాడిని అవుతానని నాకు తెలుసు కనక. ఐదేళ్లలో నేను పొరపాట్లు చేయకపోతే, అప్పుడు నేను మరింత చురుకైనవాడిగా అవను. ఐదేళ్లక్రితం నేనెంత చురుగ్గా ఉన్నానో, ఇప్పుడూ అంతే - కేవలం నా వయస్సు ఐదేళ్లు పెరిగింది.

నేర్చుకున్నది మరిచిపోడానికి కూడా సమయం ఇవ్వండి

ఈ బిజినెస్‌లో మీరు ఎంత నేర్చుకున్నప్పటికీ, గతంలో మీరు నేర్చుకున్న దానిలో కొంత మీరు మరిచిపోవాల్సిన అవసరం ఏర్పడుతుంది.

చాలామంది జనం ఇ, ఎస్ క్వాడ్రెంట్లలోనే పాతుకుపోవడానికి కారణం, వారికి వాటిలో సౌకర్యవంతంగా ఉందని అనుకోవడమే. ఈ క్వాడ్రెంట్లు సహజంగానే మరింత సౌకర్యవంతంగా ఉంటాయని కాదు. తీరా చూస్తే, మీరు భారీగా టాక్సులు చెల్లించాలి, మీ సమయం మీది ఎప్పుడూ కాదు, మీరు భరించలేని వ్యక్తులతో కలిసి తరచూ పనిచెయ్యమని మిమ్మల్ని బలవంత పెడతారు... అనేక రకాలుగా ఈ క్వాడ్రెంట్లు నిజంగా సౌకర్యం లేనివి. కాని జనం అక్కడ సుఖప్రదంగా ఉన్నట్టు అనుభూతి పొందుతుంటారు, ఎందుకంటే అక్కడ ఎలా ఉండాలో కొన్ని సంవత్సరాల పాటు నేర్చుకున్నారు, వారికి తెలిసింది అదే.

మీరు నెట్‌వర్క్ మార్కెటింగ్‌లోకి ప్రవేశించినప్పుడు, అదంతా మారిపోతుంది. సాంప్రదాయక ఉద్యోగం లేదా స్వయంఉపాధిలాంటి వాటిలో లభించే ఉద్యోగానుభవం తరచూ నెట్‌వర్క్ మార్కెటింగ్‌లో ఉపయోగపడదు. నిర్ణీత పని సమయాలు, పనిగంటల మీద ఆధారపడ్డ వేతనం, జీతాలు, బాస్‌లూ, మేనేజ్‌మెంట్ అధికారక్రమం, పరిమితంగా నిర్వచించిన ఉద్యోగ వివరణ,

స్పష్టంగా వివరించబడ్డ క్లయింట్లు, పనిచేసే ప్రాంతం... ఆఫీసు... సాంప్రదాయక కార్యాలయాని కుండే ఇలాంటి హంగులన్నీ ఈ వ్యాపారంలో ఉండనే ఉండవు.

మేమింతకు ముందు చెప్పినట్టు సాంప్రదాయక అమ్మకాలలో మీరు పనిచేసినట్టయితే, మీరు అక్కడి పనితనాన్ని నిజంగా మరిచిపోవాలని కోరుకుంటారు. ఎందుకంటే, నెట్‌వర్క్ మార్కెటింగ్‌లో, మీరు ఏం చేయగలరనేది కేవలం ముఖ్యం కాదు. మీరు ఏం చేయగలరు, మీరు ఎంత బాగా అనుకరణ చేయగలరన్నది మరింత ముఖ్యం.

మీకింద ఉద్యోగులు ఉండి, వారి చేత పనిచేయించడంలో మీకు అనుభవం ఉంటే, అక్కడ కూడా మీరు నేర్చుకున్నది కొంత మరిచిపోవాల్సిన అవసరం ఉంటుంది. ఎందుకంటే, నెట్‌వర్క్ మార్కెటింగ్‌లో మీరు ఉద్యోగులను చేర్చుకోరు, వాళ్లని తొలగించరు లేదా వాళ్లేం చేయాలో చెప్పరు. ఇది సరికొత్త చలనశీలమైన రంగం. ఇది 21వ శతాబ్ద వాణిజ్యం... ఇందులో మీరు ప్రతిభావంతులు కావాలనుకుంటే, మీరు మీ పాత అలవాట్లను కొన్ని విడిచిపెట్టక తప్పదు.

మీరు నేర్చుకోడానికే కాక, గతంలో నేర్చుకున్నది మరచిపోవడానికి కూడా టైము తీసుకోండి. కొంతమందికి, క్వాడ్రెంట్ ఎడమవేపు నుంచి క్వాడ్రెంట్ కుడివేపుకి మారటంలో అత్యంత కష్టమైన భాగం - ఇ, ఎస్ క్వాడ్రెంట్ల దృష్టికోణాలని మరచిపోవటం. మీరొకసారి గతంలో నేర్చుకున్నది మరచిపోవడం మొదలెట్టాక, మార్పు మరింత త్వరగా, సులువుగా చోటు చేసుకుంటుంది.

దాని సారాంశం చర్య తీసుకోవడమే

మీరు కావాలని అనుకున్నవన్నీ ప్లాన్ చేసుకోండి, చదవాలనుకున్నదంతా చదవండి, నేర్చు కోవాలనుకున్నదంతా నేర్చుకోండి, కాని నెట్‌వర్క్ మార్కెటింగ్‌లో ఎవరైతే - నేడు, రేపు, ప్రతిరోజూ ప్రయత్నిస్తారో... శ్రమిస్తారో... చర్య తీసుకుంటారో కేవలం వారినే విజయం వరిస్తుంది.

అధ్యాయం 20

జీవితాన్ని జీవించడం

మిమ్మల్ని ధనికులు చేసేది ఏది? అనేకమంది, "డబ్బు... డబ్బే కదా!" అని టక్కున జవాబిస్తారు. కాని వారు చెప్పింది తప్పు. ధనం ఉన్నంత మాత్రాన మీరు సంపన్నులు అవరు, ఎందుకంటే డబ్బుని మీరు ఎప్పుడైనా పోగొట్టుకోవచ్చు, స్థిరాస్తులను కలిగి ఉండటం కూడా మిమ్మల్ని నిజంగా ధనికునిగా చేయదు, ఎందుకంటే (గత కొన్ని సంవత్సరాలుగా దీనిని స్వయంగా చూస్తునే ఉన్నాం) రియల్ ఎస్టేట్ ధరలు ఎప్పుడైనా పడిపోవచ్చు.

నా బంగారు పాఠం

నేను యువకుడిగా ఉన్నప్పుడు, రియల్ ఎస్టేట్‌లో పెట్టుబడులు పెట్టడం మొదలుపెట్టక ముందు, నేను పెట్టిన మొట్టమొదటి పెట్టుబడి బంగారంలో. "బంగారమే నిజమైన డబ్బు... నేను చేసింది తప్పు ఎలా అవుతుంది?" అని నాకు నేను నచ్చచెప్పుకున్నాను. బంగారు నాణాలు కొనడం 1972లో మొదలుపెట్టాను. అప్పట్లో ఒక ఔన్సు బంగారం ధర 85 డాలర్లు, నా వయస్సు 25 ఏళ్లు. నాకు 32 ఏళ్లు వచ్చేసరికి బంగారం ధర ఔన్సుకి 800 డాలర్ల వరకు వెళ్లింది. నా పెట్టుబడి యించుమించు పదింతలు పెరిగింది.

జనానికి పిచ్చి ఎక్కింది, అత్యాశకు పోయారు, ముందు జాగ్రత్తలను గాలికి వదిలేశారు. ఔన్సు బంగారం ధర 2,500 డాలర్లకు వెళ్తుందన్న పుకార్లు పుట్టాయి, దురాశాపరులైన పెట్టుబడిదార్లు బంగారాన్ని విచ్చలవిడిగా కొనసాగారు. ఇంతకుముందు బంగారాన్ని అసలు కొనని వారు కూడా కొనడం ప్రారంభించారు. నా దగ్గరున్న బంగారు నాణాన్ని మంచి లాభానికి అమ్మగలిగేవాణ్ణి. అయినా అమ్మలేదు. బంగారం ధర ఇంకా పైకి పోతుందని ఆశతో ఆగాను. ఒక సంవత్సరం తర్వాత, బంగారం ధరం ఔన్సు 500 డాలర్లకి దిగజారింది. చివరకి నా దగ్గరున్న ఆఖరి నాణాన్ని అమ్మేశాను. బంగారం ధర ఇంకా ఇంకా పడిపోవటం గమనించాను. అది చివరకు 1996 కల్లా 275 డాలర్లకి పడిపోయింది.

స్థిరాస్తులు, బంగారం, వ్యాపారాల్లో వాటాలు, కష్టపడి పనిచేయటం... లేదా డబ్బు, మిమ్మల్ని ధనికులుగా చేయదు. స్థిరాస్తులు, బంగారం, వ్యాపారాల్లో వాటాలు కష్టపడి పనిచేయటం, డబ్బులాంటి విషయాల్లో మీకున్న పరిజ్ఞానం మిమ్మల్ని ధనికులుగా చేస్తుంది. చివరిగా మిమ్మల్ని ధనికులుగా చేసేది మీ ఆర్థిక జ్ఞానమే!

నేను ఎంతో సంపాదించుకోకపోయినా, డబ్బు గురించి బంగారం నాకొక అమూల్యమైన పాఠం నేర్పింది. 'అసలైన డబ్బు'లో పెట్టుబడి పెట్టి నేను నిజంగా డబ్బు పోగొట్టుకోడాన్ని ఒకసారి చూసాక, కనిపిస్తున్న సంపద విలువైనది కాదని అర్థం చేసుకున్నాను. నిజానికి ఆ సంపదకు సంబంధించిన సమాచారం అంతిమంగా ఒక వ్యక్తిని లక్షాధికారునిగానో లేదా బిక్షాధికారునిగానో చేస్తుంది.

స్థిరాస్తులు, బంగారం, వ్యాపారంలో వాటాలు, కష్టించి పనిచేయడం, డబ్బు మిమ్మల్ని ధనికులుగా చేయవు. స్థిరాస్తులు, బంగారం, వ్యాపారాల్లో వాటాలు, కష్టపడి పనిచేయటం, డబ్బు లాంటి విషయాల్లో మీకున్న పరిజ్ఞానం మిమ్మల్ని ధనికులుగా చేస్తుంది. చివరిగా మిమ్మల్ని ధనికులుగా చేసేది మీ ఆర్థికజ్ఞానమే.

ఆర్థికపరమైన తెలివితేటలకు, విద్యావిషయమైన తెలివితేటలకు మధ్య ఎటువంటి సంబంధమూ లేదు. విద్యాసంబంధిత విషయాల్లో మీకు అద్భుతమైన తెలివితేటలు ఉండచ్చు, కాని ఆర్థికజ్ఞానంలో మీరొక మందబుద్ధి అయియుండవచ్చు.

1. మరింత డబ్బు ఎలా సంపాదించాలో తెలుసుకోవడం

మీరు ఎంత డబ్బు ఎక్కువగా సంపాదిస్తే, మీ ఆర్థికపరమైన తెలివితేటలు అంతగా పెరుగుతాయి. సంవత్సరానికి 30,000 డాలర్లు సంపాదించే వ్యక్తికన్నా, సంవత్సరానికి మిలియన్ డాలర్లు సంపాదించే వ్యక్తి యొక్క ఆర్థిక ఐక్యూ అధికంగా ఉంటుంది.

2. మీ డబ్బుని ఎలా కాపాడుకోవాలో తెలుసుకోవడం

మీడబ్బుని కాజేయడం కోసం ఈ ప్రపంచం కాచుకుని కూర్చుంది. బర్నీ, మాడాఫ్ లాంటి దగాకోరులు మాత్రమే కాదు. మీ డబ్బుమీద మొట్టమొదట కన్ను వేసేది మీ ప్రభుత్వమే. అది న్యాయసమ్మతంగా డబ్బుని మీ దగ్గర్నుంచి లాగేసుకుంటుంది.

సంవత్సరానికి మిలియన్ డాలర్లు తెచ్చుకుంటున్న ఓ ఇద్దరు వ్యక్తులని తీసుకోండి. టాక్స్‌ల రూపంలో ఒకతను 20 శాతం చెల్లిస్తుంటే, మరొకతను 35 శాతం చెల్లిస్తాడు. మొదటి వ్యక్తి ఆర్థిక ఐక్యూ రెండో వ్యక్తికన్నా ఎక్కువుంది.

3. మీ డబ్బుతో బడ్జెట్ తయారుచేయడం ఎలాగో తెలుసుకోవడం

చాలామంది తాము సంపాదించిన సొమ్ములో ఎక్కువ మొత్తం వెనకేసుకోరు. దానికి కారణం వారు ఒక పేదవాడిగా బడ్జెట్ వేసుకుంటారు తప్ప ఒక ధనికుడిలా కాదు. మీ డబ్బుకి బడ్జెట్ వేసుకోడానికి కూడా ఆర్థికపరమైన తెలివితేటలు అవసరమౌతాయి.

ఒక ఇద్దరిని తీసుకోండి : మొదటి వ్యక్తి సంవత్సరానికి 1,20,000 డాలర్లు సంపాదిస్తాడు. రెండోవ్యక్తి సంవత్సరానికి 60,000 డాలర్లు మాత్రమే సంపాదిస్తాడు. ఇద్దరిలో ఆర్థికజ్ఞానం ఎవరికి ఎక్కువ ఉంది? మొదటి వ్యక్తికి! తొందరపడకండి. మొదటివ్యక్తి సంవత్సరానికి 1,20,000 డాలర్లు ఖర్చు కూడా పెడతాడని అనుకుందాం, అంటే సంవత్సరం ఆఖరున అతని చేతిలో కానీ కూడా మిగలదు. కాని రెండో వ్యక్తి 60,000 డాలర్లు మాత్రమే సంపాదిస్తాడు, జాగ్రత్తగా బడ్జెట్ వేసుకుంటాడు, 50,000 డాలర్లలోనే బాగా బతుకుతాడు, మిగిలిన 10,000 డాలర్లని మదుపుపెడతాడు. చివరకి ఎవరి దగ్గర ఎక్కువ డబ్బు ఉంది?

డబ్బుకి సంబంధించిన విషయాల్లో మీ నిర్వహణా సామర్థ్యం తక్కువగా ఉన్నప్పుడు, ఈ ప్రపంచంలోని డబ్బంతా మీ చేతిలో ఉన్నా, అది మిమ్మల్ని రక్షించలేదు. మీరు తెలివిగా ఆదాయవ్యయాల అంచనా వేసుకుంటే, బి, ఐ క్వాడ్రెంట్ల గురించి నేర్చుకుంటే, అప్పుడు మీరొక గొప్ప వ్యక్తిగత అదృష్టం దారిలో - అంతకన్నా ముఖ్యమైన స్వేచ్ఛామార్గంలో ఉన్నారన్నమాట.

బాగా బతుకుతూ మీరు సంపాదించిన దానిలో... ఎక్కువో తక్కువో... కొంత సొమ్ము పెట్టుబడి పెట్టగలడానికి ఒక ఉన్నతస్థాయి ఆర్థిక చాతుర్యం అవసరమౌతుంది. కొంత మిగుల్చుకోవడం కోసం మీరు మీ ఆదాయవ్యయాలను జాగ్రత్తగా పట్టించుకోవాలి.

4. మీ డబ్బుని లీవరేజ్ చేయటం ఎలాగో తెలుసుకోవడం

మీరు బడ్జెట్ వేసుకుని, అదనంగా డబ్బుని ఆదాచేసాక, ఆ తర్వాత మీరు ఎదుర్కోవలసిన సవాలు - ఆ అదనపు సొమ్ముని (లాభదాయకంగా) లీవరేజి ఎలా చేయాలనేది. పెట్టుబడి మీద వచ్చే రాబడి మీ ఆర్థికపరమైన తెలివితేటలకు మరో ప్రమాణం. 5 శాతం ఆదాయం తెచ్చుకుంటున్న ఒక వ్యక్తికన్నా తన డబ్బు మీద 50 శాతం సంపాదించే వ్యక్తి దగ్గర మరింత ఎక్కువ ఆర్థిక ఐక్యూ ఉంది. కాగా కేవలం 5 శాతం సంపాదిస్తూ, 35 శాతం పన్నులు ఆ 5 శాతం ఆదాయంపై చెల్లిస్తున్న వారికన్నా తన డబ్బు మీద ఎటువంటి పన్నులు చెల్లించకుండా 50 శాతం రాబడిని సంపాదించే వ్యక్తి ఆర్థిక ఐక్యూ మరింత ఎక్కువ ఉంటుంది.

చాలామంది పొదుపు చేసుకోగలుగుతారు. వారు దానిని బ్యాంకుల్లోనో, మ్యూచువల్ ఫండ్లలోనో దాచుకుంటారు. అలా తమ దగ్గరున్న డబ్బుని లీవరేజ్ చేసుకోగలమని ఆశిస్తారు. కాని బ్యాంకు ఖాతాలు, మ్యూచువల్ ఫండ్లకన్నా మీరు మీ డబ్బును లీవరేజ్ చేసుకోడానికి మెరుగైన పద్ధతులు కొన్ని ఉన్నాయి. వాటికి పెద్ద ఆర్థిక చాతుర్యం అవసరంలేదు. మీరు ఒక కోతికి డబ్బు ఆదా చేయమని, మ్యూచువల్ ఫండ్లలో మదుపుపెట్టమని శిక్షణని ఇవ్వవచ్చు - దాని మూలంగానే అటువంటి మాధ్యమాల ద్వారా వచ్చే రాబడి చారిత్రాత్మకంగా దయనీయ స్థితిలో ఉంది.

చాలా గొప్ప జీవితం

మీ నెట్‌వర్క్ మార్కెటింగ్ బిజినెస్ యొక్క ఉద్దేశం కేవలం మీకు సొమ్ము చేసిపెట్టడం కాదు, మీకు అదనంగా దొరికిన డబ్బుని ఉపయోగించి అసలైన సంపదను నిర్మించుకోవటానికి అవసరమైన నైపుణ్యాలు, ఆర్థిక చాతుర్యాన్ని అందజేయటం కూడా.

అయితే అది కూడా దాని అంతిమ లక్ష్యం కాదు. సంపదను ఏర్పాటు చేసుకోవడంలోని అంతిమలక్ష్యం - మీరు చాలా గొప్ప జీవితం జీవించాలనేదే!

రకరకాల పరిస్థితుల్లో వున్న జనాన్ని పరిశీలించాను. దానినిబట్టి మూడురకాలుగా బతకవచ్చని గ్రహించాను. ఈ మూడురకాలను మూడు విభిన్న భావాలు నడిపిస్తున్నాయి. ఆ మూడు, ఆర్థిక, భావోద్రేక మనస్థితులకు అనుగుణంగా ఉంటాయి కూడా.

భయపడుతూ బతకటం

కష్టకాలంలో జీవితం గడపటం ఎలాగుంటుందో నాకు తెలుసు. అనేక విధాలుగా 1985వ సంవత్సరం మా జీవితాల్లో ఎంత దురదృష్టకరమైనదో నేను మీకు ముందే వివరించాను. నేనూ, నా భార్య కిమ్ ఆర్థికంగా బాగా చితికిపోయాం. ఉండటానికి ఇల్లంటూ లేదు. మాకున్న ఒక డొక్కు టయోటా కారులోనే ఉండేవాళ్లం. ఆ రోజుల్లో మేం పడ్డ భయం మమ్మల్ని పూర్తిగా అశక్తుల్ని చేసింది. ఆ భయం ఎంత తీవ్రమైనదంటే, దానితో మా శరీరాలే ఒక్కసారి మొద్దుబారిపోయాయి.

ఈ భయానుభూతి గురించి నాకు తెలుసు. నేను చిన్నపిల్లాడిగా అదే భయంతో పెరిగాను. ఇంచుమించు ఎప్పుడూ దారిద్ర్యావస్థలో వుండే కుటుంబంలో పెరిగాను. నా చిన్నతనంలో ఎప్పుడూ మా దగ్గర 'తగినంత డబ్బు' ఉండేది కాదు. జీవితం గడపటానికి, అవసరాలు గడుపుకోవటానికి తగినంత డబ్బులేకపోవడం ఒక భయంకరమైన అనుభవం, అది ఆర్థికపరంగా మిమ్మల్ని ఎన్నో రెట్లు ఎక్కువ బాధపెడుతుంది. మీ ఆత్మవిశ్వాసాన్ని, ఆత్మగౌరవాన్ని బలహీన పరుస్తుంది. మీ జీవితంలోని ప్రతీ అంశాన్ని నాశనం చేస్తుంది.

కోపంలోనూ, నిరాశలోనూ జీవించటం

జీవించటంలో రెండో రకం - కోపం, నిరాశా భావాలతో పొద్దున్నే లేచి పనిలోకి వెళ్లడం - ముఖ్యంగా మీరు వేరే పనిచెయ్యడం ఇష్టపడ్డప్పుడు. ఈ రకమైన మనోభావాలున్న వ్యక్తికి ఎవరికైనా ఒక మంచి ఉద్యోగం, ఎక్కువ జీతం ఉంటుంది, అయితే అతను తన ఉద్యోగం విడిచిపెట్టే స్థితిలో ఉండడు. అందుమూలానే అతనికంత నిరాశ. అలాంటివారుగాని పనిచేయడం మానేస్తే వారుంటున్న ప్రపంచం తలకిందలవుతుందని వారికి తెలుసు.

అలాంటి జనం, "ఉద్యోగాన్ని విడిచిపెట్టే స్థితిలో లేను. నేను ఉద్యోగం మానేస్తే, బ్యాంకులు నా వెనక పడతాయి, నాకున్నదంతా లాక్కుంటాయి," అని అంటుంటారు. తరచూ వీళ్లు, "మళ్లీ సెలవులు వచ్చేటంతవరకు ఆగలేను" లేదా "నా రిటైర్మెంట్‌కి ఇంకా పదేళ్లే మిగిలి ఉంది," అని అంటుంటారు.

ఆనందంగా, ప్రశాంతంగా, సంతృప్తితో జీవించటం

జీవించటంలో మూడోరకం ప్రశాంతంగా జీవించటం - మీరు పనిచేసినా చేయకపోయినా, సమృద్ధిగా డబ్బు దొరకుతూనే వుంటుంది అన్న ఆలోచనతో జీవించటం. నేనూ, కిమ్ ఇలాంటి భావనతోనే, 1994లో మా వ్యాపారాన్ని అమ్మేసి, రిటైరైన దగ్గర్నుంచీ, జీవిస్తున్నాం. కిమ్ వయసు అప్పుడు 37. నా వయసు 47. ఎన్నో సంవత్సరాల తర్వాత ఈనాడు కూడా మేమింకా పనిచేస్తూనే ఉన్నాం. వాస్తవానికి మరింత కష్టపడి పనిచేస్తున్నాం. ఎందుకని? ఎందుకంటే మేం చేసే పనిని మేం ప్రేమిస్తున్నాం కనుక.

పనిచేయవలసిన అవసరం లేదనే భావన, మేం ఏ పని చేసినప్పటికీ, మేము జీవించనంత కాలం మాకు అవసరమైనదానికన్నా ఎక్కువ డబ్బు దొరుకుతూండడం - ఇదంతా ఒక గొప్ప అనుభూతి. మేం నిజంగా ప్రేమిస్తున్న పనిని చేసే అవకాశం కలగజేస్తుంది అది.

మేమిద్దరం మా సమయాన్ని కలిసే వెళ్లబుస్తున్నాం. మేం గోల్ఫ్ ఆడినా, ప్రపంచం అంతా తిరిగివస్తున్నా, మా బోర్డ్ రూంలో గంటలు గంటలు గడిపినా, అదంతా మాకు ఒక ఆటే, కలల మూటే. అది మా జీవితం, అచ్చంగా మేము ఎప్పుడూ కోరుకునే లాంటిదే. అందులోని ప్రతీక్షణాన్ని మేం అమూల్యమైన ఖజానాగా భావిస్తున్నాం.

చీమలు, మిడతలు.... మనుషులు

ఇంతకుముందు చీమలు, మిడతల గురించి ఒక కథ మీకు చెప్పాను మనం అందరం రెండు రకాలుగా జీవించవచ్చున్న ఆలోచనతో పెరిగాం : ఒదిగి ఉంటూ, ఎప్పుడూ కష్టపడి పనిచేస్తూ, మితంగా ఖర్చుచేస్తూ, భవిష్యత్తుకోసం కొంత చేరవేస్తూండే ఒక మంచి చీమలా మీరు జీవించవచ్చు. లేదా ఎటువంటి బాధ్యతలు తీసుకోకుండా, అనవసరమైన ఖర్చులు పెడుతూ భవిష్యత్తు గురించి ఎటువంటి ఆలోచనా చేయకుండా ఒక మిడతలా జీవిస్తూ రోజులని ఆటపాటలతో గడిపేయవచ్చు.

కొన్ని విధాలుగా ఈ రకమైన ఆలోచన మనకి మంచికన్నా చెడే చేసింది. నిజమే, బాధ్యతతో ప్రవర్తించడం, జాగ్రత్తగా ఖర్చుపెట్టడం, భవిష్యత్తుకోసం ఏర్పాట్లు చేసుకోవటం లాంటివి మంచివే. కాని ఒకసారి చీమ జీవనశైలి వేపు చూడండి! మీరు నిజంగా బ్రహ్మాండమైన చీమల కాలనీలో, చిన్నచిన్న మట్టి ముద్దలను రోజంతా దొర్లించుకుంటూ తిరిగే చీమలా మీ శేషజీవితాన్ని గడపదలచుకున్నారా?

మీరు గాని సంపదకు సంబంధించిన ప్రాథమిక విషయాలను గ్రహించి ఉంటే, మీ ధనాన్ని, మీ సమయాన్ని, మీ ఏకాగ్రతను చాతుర్యంతో ఉపయోగించుకోగలిగితే పెద్ద పెద్ద కలలని సృష్టించగలిగి, వాటిని సాకారం చేసుకోగలిగే సాహసం చూపగలిగితే - మీరు మీ జీవితంలో అనూహ్యమైన విజయాన్ని అందుకోగలరు.

అధ్యాయం 21

21వ శతాబ్ది వ్యాపారం

నెట్‌వర్క్ మార్కెటింగ్‌ను నేను ఎంతో గౌరవిస్తాను. దానికొక కారణం - అది అసలైన సమానావకాశాలను కల్పిస్తుంది. నెట్‌వర్క్ మార్కెటింగ్ ఎంతో విస్తృతంగా పరుచుకుంది. ప్రపంచవ్యాప్తంగా ఈ వ్యాపారంలోని 60 మిలియన్లకన్నా ఎక్కువమంది ఉన్న జనాన్ని దగ్గర నుంచి చూస్తే, వారిలో అన్ని జాతులవారు, మతాలవారు, అన్ని వయసులవారు, అన్ని నేపథ్యాలనుంచి వచ్చినవారు, రకరకాల అనుభవం, నైపుణ్యం కలవారు మీకు కనిపిస్తారు.

ఈ కారణంవల్లనే ఇది 21వ శతాబ్దపు వ్యాపారం అవుతోంది. 21వ శతాబ్దంలో సంపదకు - నేనింతకుముందు అన్నట్లు - ఎలాంటి పరిమితులు లేవన్న అవగాహన గతంలోకన్నా ఇప్పుడు మనకు ఎక్కువైంది. మనలోని కొంతమంది ఇతరులను కిందకి అణచిపెట్టి తాము మాత్రం సంపన్నులు అవుతున్నారన్న విషయం కాదిది. నిజమైన సంపద యొక్క భవిష్యత్తు మొత్తం మానవజాతి ఆర్థికశ్రేయస్సును అభివృద్ధి చేయటానికి మనం చేసే ప్రయత్నాలలో ఉంది.

అవన్నీ నా వ్యక్తిగత వ్యాపార జీవితం విలువలు. నెట్‌వర్క్ మార్కెటింగ్‌లో ఆ విలువలనే మీరు చూస్తారు. ఈ విలువలను సమర్థించటంలో మనం మంచి అనుభూతిని పొందుతాం, అంతేకాదు అదొక మంచి వ్యాపారం కూడా.

డబ్బు సంపాదించటానికో ప్రజాస్వామిక మార్గం

నెట్‌వర్క్ మార్కెటింగ్ పరిశ్రమని సమర్థించటానికి, సిఫారసు చెయ్యటానికి ప్రధానమైన కారణం- సంపదని కూడబెట్టటానికి గతంలో ఉన్న వ్యవస్థలన్నిటికన్నా ఈ వ్యవస్థ మరింత న్యాయమైనది కావటమే.

నెట్‌వర్క్ మార్కెటింగ్ వ్యవస్థని ఎవరైనా ధనాన్ని పంచుకోవటానికి అనువుగా రూపొందించారు. ఇది సంపదని సృష్టించే ఒక మంచి ప్రజాస్వామిక మార్గం. ముందుకి పోవాలన్న

చొరవ, సంకల్పం, పట్టుదల ఉన్న ఎవరికైనా ఈ వ్యవస్థ తలుపులు తెరిచే ఉంటాయి. ఈ వ్యవస్థ– మీరు ఏ కాలేజీలో చదువుకున్నారు, అసలు మీరు కాలేజీకి వెళ్లారా లేదా అన్న విషయాలను పట్టించుకోదు. అలాగే ఈరోజు మీరు ఎంత సంపాదిస్తున్నారనేది, మీ జాతి ఏమిటి అనేది, మీరు మొగో లేక ఆడో అనే విషయాన్ని, మీరెంత అందంగా ఉంటారనేదాన్ని, మీ తల్లిదండ్రులు ఎవరో, మీకు ఎంత పలుకుబడి ఉందో లాంటి విషయాలను పట్టించుకోదు. చాలావరకు నెట్‌వర్క్ మార్కెటింగ్ కంపెనీలు ప్రధానంగా మీరు నేర్చుకోవటానికి ఎంత సుముఖంగా ఉన్నారో, మారటానికి, ఎదగటానికి ఎంత ఇష్టపడుతున్నారో, ఒక వ్యాపారాన్ని సొంతం చేసుకోవటం నేర్చుకునేటప్పుడు ఎటువంటి ఒడిదుడుకులు ఎదురైనా ధైర్యంతో పనిచెయ్యగలరో లేదో అనే అంశాల మీదే దృష్టి ఉంచుతుంది.

నెట్‌వర్క్ మార్కెటింగ్ కేవలం ఒక మంచి ఆలోచనే కాదు, దానికన్నా అతీతమైంది. అనేక విధాలుగా ఇది భవిష్యత్తు యొక్క వ్యాపార నమూనా. ఎందువలన? ఎందువలనంటే – పారిశ్రామిక యుగానికి ఒక కాలం చెల్లిందన్న నిజాన్ని ప్రపంచం గుర్తించి మేలుకోవడం వల్లే!

ప్రపంచంలో ఒకప్పుడున్న భద్రత రోజురోజుకీ తగ్గిపోతోంది : ఈ పరిస్థితుల్లో ఆర్థికరంగంలో వ్యక్తిగత విజయం, భద్రతకోసం నెట్‌వర్క్ మార్కెటింగ్ రూపంలో ఒక కొత్త యంత్రాంగం ఆవిర్భవించింది. నెట్‌వర్క్ మార్కెటింగ్ ప్రపంచవ్యాప్తంగా కొన్ని కోట్లమంది జనానికి తమ జీవితాలనీ, తమ ఆర్థిక భవిష్యత్తులనీ తమ అధీనంలో ఉంచుకునే అవకాశాన్ని కల్పిస్తుంది. కొంతమంది ఛాందసులు, పాతకాలపు ఆలోచనలను పట్టుకు వేలాడే ప్రబుద్ధులు దీనిని ఇంకా గ్రహించకపోయినా – నెట్‌వర్క్ మార్కెటింగ్ పరిశ్రమ అందువల్లే రోజురోజుకూ విస్తృతంగా పెరుగుతూ వస్తోంది.

రాబోయే సంవత్సరాలలో, అగ్రగామి నెట్‌వర్క్ మార్కెటింగ్ కంపెనీలు తమ స్థానాన్ని సుస్థిరం చేసుకోటం, ముందుకు అల్లుకుపోవటం, పరిపక్వతని పొందటం భారీగా సంభవిస్తుందని నేననుకుంటున్నాను.

థామస్ ఎడిసన్ ఎలా ధనవంతుడయాడో ఇంతకుముందు రాశాను. మెరుగైన విద్యుద్దీపాలు తయారుచేసి అతను సంపన్నుడు కాలేదు. లైట్‌బల్బుకి శక్తిని అందజేసే ఎలక్ట్రికల్ లైన్లు, రిలే స్టేషన్లూ ఉన్న నెట్‌వర్క్‌ని సృష్టించడంలో అతను డబ్బును గడించాడు. ఎడిసన్ దగ్గర హెన్రీ అనే యువకుడు ఉద్యోగిగా పనిచేశాడు. ఇంచుమించు అలాంటిదాన్నే హెన్రీ అదే సమయంలో కనుక్కున్నాడు. కాని అప్పట్లో అతను ఆవిష్కరించినదానికి ఆచరణీయమైన ఉపయోగం ఉన్నట్టు అనిపించలేదు.

తన నిజ స్వభావం, తను రూపొందించబడిన విధానం మూలాన నెట్‌వర్క్ మార్కెటింగ్ – సంపదను సృష్టించే న్యాయపరమైన, ప్రజాస్వామికమైన, సామాజిక బాధ్యత గల వ్యవస్థ అయింది.

లైట్‌బల్బు కనుక్కొన్న ఎడిసన్ లాగే, యువకుడైన హెన్రీఫోర్డ్ ఆటోమొబైల్‌ని ఆవిష్కరించలేదు. అయితే అతను విప్లవాత్మకమైన మరోదాన్ని కనుగొన్నాడు. ఆ ఆవిష్కారం కొన్ని కోట్లమంది అదృష్టంతోపాటు ఆ ఆవిష్కరణ అదృష్టాన్ని కూడా మార్చేసింది. 19వ శతాబ్దం ఆఖరులో కారుని ఆశ్చర్యకరమైన వస్తువుగాను, ఒక ధనవంతుడు ఆడుకునే వస్తువుగానో చూసేవారు. వాస్తవానికి

కార్లు అప్పట్లో ఎంతో ఖరీదు చేసేవి, కేవలం డబ్బున్న వారు మాత్రం ఒక కారుని కొనగలిగేవారు. విప్లవాత్మకమైన ఫోర్డ్ ఆలోచన కార్లని అందరికీ అందుబాటులో ఉండేటట్టు చేయడమే.

కార్ల ఉత్పత్తికయ్యే ఖర్చుల్లో కోతకోసి, తక్కువ ధరకి అమ్మగలిగే కార్లని తయారుచేయటానికి మనుషులనీ, యంత్రపరికరాలనీ సమకూర్చుకుని, ఈ ప్రపంచంలోకెల్లా అత్యధిక కార్లని ఉత్పత్తి చేసే ఫోర్డ్ పారిశ్రామికవేత్తగా ఎదిగాడు. అతను తన కార్లని అందరికీ అందుబాటులో ఉండేటట్టు చేయడమేకాక, కార్ల పరిశ్రమలో అందరికన్నా ఎక్కువ వేతనాలు చెల్లించేవాడు. తనకింద పనిచేసే వాళ్లకి లాభాలలో వాటా కూడా ఇచ్చేవాడు. ఏడాదికి 30 మిలియన్ల డాలర్లని వాళ్లకి అలా పంచిపెట్టేవాడు. 1900 సంవత్సరం ఆరంభంలో 30 మిలియన్ల డాలర్లని ఈనాటితో పోలిస్తే చాలా పెద్ద మొత్తమే అనాలి.

ఫోర్డ్ లక్ష్య ప్రతిపాదన ఏమిటంటే – 'మోటరు కారుని ప్రజాస్వామికం చెయ్యండి' అనేది. తన లక్ష్యాన్ని అమలుచేసి అతను గొప్ప ధనవంతుడయాడు.

నెట్‌వర్క్ మార్కెటింగ్ వ్యాపారం చెయ్యడంలో ఒక విప్లవాత్మకమైన పద్ధతి. చరిత్రలో మొట్టమొదటిసారిగా ఇప్పుడు సంపదను ఎవరైనా పంచుకునే వీలు కలిగింది. మొన్న మొన్నటిదాకా అది కేవలం అవి కొద్దిమందికి లేదా అదృష్టవంతులకి మాత్రమే దక్కేది.

ఈ బిజినెస్‌ని పక్కదారి పట్టించేవాళ్లు లేకపోలేదు. ఇతర వ్యాపారాల్లోలాగే, ఇక్కడ కూడా నాలుగు డబ్బులు వెంటనే సంపాదించుకోవాలన్న దురాశలో ఉన్న చిల్లర వర్తకులు, మోసగాళ్లు, అవినీతిపరులు కొందరున్నారు. అయితే తన నిజస్వభావం, తను రూపొందించబడిన విధానం మూలాన, నెట్‌వర్క్ మార్కెటింగ్ – సంపదను సృష్టించే న్యాయపరమైన, ప్రజాస్వామికమైన, సామాజిక బాధ్యతగల వ్యవస్థ అయింది.

నెట్‌వర్క్ మార్కెటింగ్‌ని వ్యతిరేకించేవారు మీకు ఏం చెప్పినప్పటికీ, అది దురాశాపరులు చేయవలసిన వ్యాపారం కాదు. వాస్తవానికి, నెట్‌వర్క్ మార్కెటింగ్‌లో ఇంకొకరిని కూడా ధనవంతులు చెయ్యటానికి తోడ్పడే ప్రక్రియలో మీరు ధనవంతులు అవగలరు. నామట్టుకునాకు, థామస్ ఎడిసన్, హెన్రీ ఫోర్డ్ వారి కాలంలో ఎంత విప్లవాత్మకంగా ఉన్నారో, ఈ వ్యాపారం కూడా అంతే విప్లవాత్మకమైనది. దీన్ని రూపొందించిన విధానం – ఇతరులకి సాయం చెయ్యాలనుకునే వారికి చక్కగా పనికివచ్చే వ్యాపారంలా ఉంది.

నేను అత్యాశని నిందించటం లేదు. బొత్తిగా పనికిమాలినదని దాన్ని తోసిపుచ్చటం లేదు. కొద్దిగా అత్యాశా, స్వార్థం ఉండటం ఎప్పుడూ ఆరోగ్యకరమే. కాని స్వార్థమనే లక్ష్యం మితిమీరి జనం దానికోసం పెడదారులు తొక్కినప్పుడు, దానిని అసహ్యించుకుంటాం. మనలో చాలామంది సహజంగా ఉదారులని నేను నమ్ముతాను. మనం చేసే పనులు, సాధించే విజయాలలో మనకి ఎంతో సంతృప్తి, ఆనందం కలుగుతాయి – ముఖ్యంగా అలా చేయటంలో తోటివారికి సాయ పడుతూ, వారిని కిందకి అణిచివేయకుండా పైకి లేవనెత్తుతున్నప్పుడు అది ద్విగుణీకృతమౌతుంది.

మనలో ఉన్న ఈ ఉదార స్వభావాన్ని నెట్‌వర్క్ మార్కెటింగ్ సంతృప్తిపరుస్తుంది. వ్యక్తిగత విజయానికి దారి చూపిస్తుంది, గొప్ప సంపదని నిర్మించుకోవటానికి, ఆర్థిక స్వేచ్ఛను అందించటానికి సాయపడుతుంది; తోటివారికి సాయం అందిచ్చినప్పుడే ఈ ప్రక్రియ విజయవంతంగా పనిచేస్తుంది.

మీరు దురాశపరులైయుండి, పిసినారిగా బతుకుతూ కూడా ధనవంతులు కావచ్చు.

అలాగే మీరు ఉదారస్వభావంతో, నలుగురికీ సాయపడుతూ కూడా ధనవంతులు కావచ్చు. మీరు ఏ పద్ధతిని ఎంచుకుంటారనేది, మీలో అంతర్గతంగా ఉన్న ముఖ్యమైన జీవితపు విలువలపై ఆధారపడి ఉంటుంది.

శాంతికోసం ఒక ఆర్థిక పునాది

నేను వియత్నాం అడవులపైన యుద్ధసమయంలో హెలికాప్టర్లను నడిపాను. యుద్ధమనేది ఎంత భయానకమైందో నాకు ప్రత్యక్ష అనుభవం ఉంది. యుద్ధానికి ముఖ్యమైన కారణాల్లో అసమానత అనేది ఒకటి అని కూడా నాకు తెలుసు. ధనికులకి పేదవారికి మధ్యనున్న అంతరం పెరుగుతున్న కొద్దీ, శాంతికోసం పరిస్థితులని సృష్టించడం ఎంతో కష్టమవుతుంది. మనం శాంతికోసం పాదయాత్రలు చేయవచ్చు. శాంతిని సమర్థిస్తూ ఉపన్యాసాలు ఇయ్యవచ్చు. శాంతిని అధ్యయనం చెయ్యటంకోసం, ప్రచారంకోసం కమిటీలని ఏర్పరచవచ్చు. అయితే మనం ఏ శాంతికోసం మాట్లాడుకుంటున్నామో, ఆ శాంతిని తేవడం కొన్ని కోట్లమంది జనానికి ఆర్థిక అవకాశాలు అందుబాటులోకి తీసుకొని రానంతకాలం అసంభవమౌతుంది. ఉన్నవాడికీ లేనివాడికీ మధ్యనున్న దూరం ఎక్కువవుతుంటే, శాంతిని సాధించలేం.

ఆ లక్ష్యం ఎంత బ్రహ్మాండంగా కనిపించినప్పటికీ, నెట్‌వర్క్ మార్కెటింగ్ అచ్చంగా అదే లక్ష్య సాధనలో ఉంది.

ఈనాడు ఎన్నో నెట్‌వర్క్ మార్కెటింగ్ కంపెనీలు ప్రపంచవ్యాప్తంగా ఆర్థిక అవకాశాలను అందించడం ద్వారా శాంతిని విస్తరింపజేస్తున్నాయి. నెట్‌వర్క్ మార్కెటింగ్ కంపెనీలు ప్రపంచంలోని అన్ని ప్రధాన రాజధాని నగరాలలో వర్ధిల్లటమేకాదు, వాటిలో ఎన్నో కంపెనీలు అభివృద్ధి చెందుతున్న దేశాల్లో పనిచేస్తున్నాయి. దారిద్ర్యంలో మగ్గుతున్న దేశాల్లోని కొన్ని కోట్లమంది జనానికి ఆర్థిక ఆశాకిరణాలను అందజేస్తున్నాయి. సంపన్నులైన జనం, ఎక్కువగా ఖర్చుపెట్టడానికి డబ్బున్నవారు ఉన్నప్పుడే సంప్రదాయ కార్పోరేషన్లు చాలావరకు నిలదొక్కుకోగలవు.

ధనికులను మరింత ధనికులుగా చేయడం కోసం జనం జీవితాంతం కష్టపడటం మాని వేయాలి, ప్రపంచంలోని ప్రజలందరూ సంపూర్ణమైన, సంపన్నవంతమైన జీవితం అనుభవిస్తూ, సమానావకాశాలు పొందే సమయం ఇప్పుడొచ్చింది.

ఆ అవకాశం మీకు కూడా లభించే సమయం వచ్చింది.

21వ శతాబ్దానికి స్వాగతం!

రాబర్ట్ టి. కియోసాకీ

పెట్టుబడిదారు, పారిశ్రామికవేత్త, ఆర్థికవిద్య అడ్వకేట్, బెస్ట్ సెల్లింగ్ రచయిత

రాబర్ట్ కియోసాకీ రిచ్‌డాడ్ పూర్‌డాడ్ రచయిత. ఇది నంబరు 1 వ్యక్తిగత ఆర్థిక పుస్తకంగా గుర్తింపు పొందింది. దీనికి కారణం ఈ పుస్తకం కొన్ని కోట్లమంది డబ్బు గురించి ఆలోచించే విధానాన్ని సవాలు చేసింది. దానిని మార్చివేసింది. పబ్లిషర్స్ వీక్లీ ప్రచురించే నాలుగు పత్రికలు – ద న్యూయార్క్‌టైమ్స్, బిజినెస్ వీక్, ద వాల్ స్ట్రీట్ జర్నల్, యూఎస్‌ఏ టుడే – జాబితాల్లోనూ బెస్ట్‌సెల్లర్‌గా చాలాకాలం ఉంది. దీనిని రెండు సంవత్సరాలు వరుసగా యూఎస్‌ఏ *టుడే నంబరు 1* మనీబుక్‌గా పేర్కొంది. 'ఎలా చెయ్యాలి' బెస్ట్‌సెల్లర్స్ జాబితాలో అన్నిటికన్నా ఎక్కువకాలం ఉన్న మూడోపుస్తకంగా ప్రసిద్ధి చెందింది.

డబ్బు గురించి పెట్టుబడుల గురించి రాబర్ట్‌కున్న దృష్టికోణం తరచూ సంప్రదాయ జ్ఞానానికి వ్యతిరేకంగా వెళ్తుంటుంది. నిజాయితీతో, ధైర్యంగా, సూటిగా మాట్లాడే వ్యక్తిగా ఆయన ప్రసిద్ధి చెందాడు. ఆయన ఉద్దేశంలో 'పాత' సలహా – మంచి ఉద్యోగం తెచ్చుకో, డబ్బు దాచుకో, అప్పుల్లోంచి బయటపడు, బహుముఖంగా ఉన్న రకరకాల వ్యాపార సముచ్చయంలో – కంపెనీ వాటాలు, బాండ్లు, మ్యూచువల్ ఫండ్లు పెట్టుబడులు పెట్టు – అనేది ఒక 'చెడు' (పాతబడడమే కాకుండా, లోపం కూడా ఉన్న) సలహా అది యథాపూర్వస్థితిని సవాలు చేస్తోంది. 'మీ ఇల్లు ఒక సొత్తు కాదు' అన్న ఆయన మాటలు వివాదానికి తెరదీసాయి, కాని ఎంతోమంది ఇళ్లు కలవారి విషయంలో అవి యథార్థం అని నిరూపించబడ్డాయి.

నీల్‌సన్ బుక్‌స్కాన్ జాబితాలో 2001 నుంచి 2008 వరకు అధికంగా అమ్ముడైన పుస్తకాలలో రిచ్‌డాడ్ ఇతర సీరీస్ పది అగ్రస్థానాల్లో మొదటి నాలుగు స్థానాలు సంపాదించుకున్నాయి. 51 భాషల్లో అనువదింపబడి, 109 దేశాల్లో లభ్యమవుతున్న రిచ్‌డాడ్ పుస్తకమాల ప్రపంచవ్యాప్తంగా 2.8 కోట్ల కాపీలు అమ్ముడయి, ఆసియా, ఆస్ట్రేలియా, దక్షిణ అమెరికా, మెక్సికో, యూరప్ బెస్ట్‌సెల్లర్ జాబితాలో ఆధిపత్యం వహించింది. 2005లో రాబర్ట్ అమెజాన్‌డాట్‌కామ్ వారి హాల్ ఆఫ్‌ఫేమ్‌లో అగ్రస్థానంలో వున్న పాతికమంది రచయితలలో ఒకరిగా నియోగించబడ్డారు.

రిచ్‌డాడ్ మాలలో ప్రస్తుతం 27 పుస్తకాలున్నాయి. అందులో పేరొందినది *వై వియ్ వాంట్ యు టు బి రిచ్ : టూ మెన్ – వన్ మెసేజ్*. దీనిని రాబర్ట్ తన మంచి మిత్రుడు డోనాల్డ్ ట్రంప్‌తో కలిసి 2006లో రాశారు. న్యూయార్క్ టైమ్స్ బెస్ట్ సెల్లర్ జాబితాలో అది నంబరు 1 స్థానాన్ని అందుకుంది. ఈ ఇద్దరు మిత్రులు, వాణిజ్య దిగ్గజాలు ఇప్పటికే మరో పుస్తకం రాసే పనిలో ఉన్నారు.

ఇటీవల రాబర్ట్ రాసిన పుస్తకాల్లో *ద రియల్ బుక్ ఆఫ్ రియల్ ఎస్టేట్, కాన్స్పిరసీ ఆఫ్ ద రిచ్ ; ద 8 న్యూ రూల్స్ ఆఫ్ మనీ* ఉన్నాయి. మొదటి పుస్తకం వాస్తవజీవిత పాఠాలు, అనుభవజ్ఞులైన స్థిరాస్తుల పెట్టుబడుదారులు, రాబర్ట్ సలహాదారుల సలహాల సంకలనం. రెండోది - ఉచితంగా కొత్త విషయాలు ఆవిష్కరించే ఇంటరేక్టివ్ ఆన్‌లైన్ పుస్తకం, ఎంతో ప్రాచుర్యం పొంది న్యూయార్క్ టైమ్స్ బెస్ట్ సెల్లర్ జాబితాలో ఐదోస్థానంలో ఉంది.

ల్యారీ కింగ్ లైవ్, ఓప్రా టీ.వీ.షోలలో రాబర్ట్‌కు ప్రత్యేకస్థానం కల్పించారు. ఇటీవల టైమ్ మాగజైన్ తాలూకు "10 క్వశ్చన్స్" కాలమ్‌లోకి కూడా వీరిని తీసుకున్నారు. ఈ ప్రశ్నలు - సమాధానాలు కాలమ్‌లో దర్శకుడు స్పైక్ లీ, నటులు మైకేల్ జె. ఫాక్స్ తదితరులు పాల్గొనటంతో అది ఎంతో ప్రసిద్ధిగాంచింది.

తన పుస్తకాలతోపాటు రాబర్ట్ "వై ద రిచ్ ఆర్ గెటింగ్ రిచర్" అనే కాలమ్ యాహూ ఫైనాన్స్ కోసం, "రిచ్ రిటర్న్స్" అనే కాలమ్ ఎంట్రప్రెన్యూర్ మాగజైన్‌కోసం రాస్తున్నారు.

జాన్ ఫ్లెమింగ్

జాన్ ఫ్లెమింగ్ వర్జీనియా రాష్ట్రంలోని రిక్‌మండ్‌లో జన్మించాడు. అక్కడే పెరిగి పెద్దయ్యారు. తాత ముత్తాతల కాలంనుంచి వారసత్వంగా వస్తూన్న ఆర్కిటెక్చర్‌లో ఆయనకు అభిరుచి ఉంది. ఆర్కిటెక్చర్ డిజైన్‌లో సహజంగా ఉన్న ఆయన ప్రతిభ ఇల్లినాయ్ ఇన్‌స్టిట్యూట్ ఆఫ్ టెక్నాలజీలో విద్యార్థిగా చేరాక ఇనుమడించింది. ఈ విద్యాసంస్థ ఆధునిక కాలంలో సుప్రసిద్ధమైన ఆర్కిటెక్ట్ మాయెస్ వాన్ దర్ రోహే సిద్ధాంతాలను పాటిస్తుంది. పట్టభద్రుడయ్యాక జాన్ ఆ గొప్ప ఆర్కిటెక్ట్ కోసం పనిచేశారు. ఆయన మీద ప్రచురింపబడ్డ ఆఖరి పుస్తకం మాయెస్ వాన్‌డర్ రోహే : ద ఆర్ట్ ఆఫ్ ఆర్కిటెక్చర్‌లోని బొమ్మలు వేయడానికి ఎన్నుకోబడ్డారు.

ఆర్కిటెక్చర్‌లో జాన్‌కున్న పరిజ్ఞానం, అభిరుచి చివరకు ఆయనకి – శిల్పం, రూపనిర్మాణంలోని అవే సిద్ధాంతాలు జీవితానికికూడా అన్వయించవచ్చన్న అవగాహనను కలిగించాయి. ఈ ఆలోచనలు, అలాటి నిర్మాణ సిద్ధాంతాలనే అనుసరిస్తే, సామాన్యజనం అసమాన్యమైన పనులని సాధించగలరన్న ఆయన ప్రగాఢ విశ్వాసానికి, పునాదిగా ఏర్పడ్డాయి. ఈ నమ్మకమే ఆయనను ఆర్కిటెక్చర్ అధ్యయనం నుంచి డైరక్ట్ సెల్లింగ్ కెరీర్‌వైపుకి మళ్లించింది.

జాన్ డైరక్ట్ సెల్లింగ్ పరిశ్రమలోకి చేరడానికి కారణం, ఆ రంగం గత వందేళ్లకి పైగా జీవితంలోని అన్ని రంగాలలోని జనానికి - వారికి అనుభవం ఉన్నా, లేకపోయినా - స్వాగతం పలుకటమే. అమ్మకాలకోసం ఇతరులకు సేవలు అందించటానికోసం కొన్ని ప్రాథమిక నైపుణ్యాలను నేర్చుకోడానికి ఇష్టపడే జనానికి అమెరికాలోని స్వేచ్ఛా వాణిజ్య వ్యవస్థలో భాగం అయ్యే అవకాశాలని డిఎస్ఐ కల్పిస్తుందని ఆయన నమ్మారు. తర్వాతి 40 సంవత్సరాలు ఆయన తన సిద్ధాంతాలను కేవలం తనపైన ప్రయోగించుకుని పరీక్షించుకోడమే కాకుండా, తమ అదృష్టాలని తామే నిర్మించుకోగలరని ఆయన విశ్వసించిన కొన్నివేలమంది జనంపైన కూడా ప్రయోగించారు.

జాన్ పారిశ్రామికవేత్తగా, సలహాదారుగా, రచయితగా, వక్తగా విజయవంతమైన కెరీర్‌ని నిర్మించుకున్నారు. ఆయన తన సొంత డైరక్ట్ సెల్లింగ్ కంపెనీనొకదాన్ని నెలకొల్పి నిర్వహిస్తున్నారు. దానిలో ఒక స్వతంత్ర కంట్రాక్టర్‌గా సేవలనందించారు. అగ్రగామి సంస్థల్లో ఎన్నో ఎగ్జిక్యూటివ్ పదవులలో ఉన్నారు. వాటిలో ఒకటైన ఏ వన్ ప్రాడక్ట్స్ ఇంక్.లో 15 సంవత్సరాలు పనిచేశారు. అక్కడ కంపెనీ యొక్క పశ్చిమ వాణిజ్య విభాగానికి వరుసగా 6 సంవత్సరాలు నాయకత్వం వహిస్తూ, దాని అభివృద్ధికి తోడ్పడ్డారు. ఏ వన్ నుంచి 2005లో జాన్ పదవీ విరమణ చేశారు.

జాన్‌కు డైరెక్ట్ సెల్లింగ్ అసోసియేషన్, డైరెక్ట్ సెల్లింగ్ ఎడ్యుకేషన్ ఫౌండేషన్‌లతో చాలాకాలంగా అనుబంధం ఉంది, ప్రస్తుతం ఆ రెండు సంస్థలలోనూ బోర్డ్ మెంబర్‌గా ఉంటూ తన సేవలను అందిస్తున్నారు. 1997లో డైరెక్ట్ సెల్లింగ్ ఎడ్యుకేషన్ ఫౌండేషన్ ఆయన సేవలకు గుర్తింపుగా అత్యుత్తమ అవార్డు, సర్కిల్ ఆఫ్ ఆనర్ అవార్డునిచ్చి గౌరవించింది.

గత కొన్ని సంవత్సరాలుగా జాన్ ఎన్నో సంస్థల నిర్మాణక్రమాన్ని నిర్వహిస్తూ వస్తున్నారు. వాటిలో ఆయన సమాలోచన, న్యాయకత్వం- వ్యాపారం, శిక్షణ జీవితానికి సంబంధించిన పరిష్కారాలమీద కేంద్రీకరించబడి ఉంటుంది. 2006లో ఆయన డైరెక్ట్ సెల్లింగ్ న్యూస్ (www.directsellingnews.com) అనే పత్రిక ప్రచురణకర్త, సంపాదకుడిగా బాధ్యతలను చేపట్టారు. ఈ ట్రేడ్ పబ్లికేషన్ డైరెక్ట్ సెల్లింగ్ పరిశ్రమకి సేవలనందిస్తుంది. ఆయన వన పరిజ్ఞానంతో పారిశ్రామిక రంగంలోని నాయకులకు ప్రయోజనం చేకూరుస్తున్నారు. 2008 నుంచి ఆయన సక్సెస్ ఫౌండేషన్ (www.successfoundation.org) లో ఎగ్జిక్యూటివ్ డైరక్టర్‌గా పనిచేస్తున్నారు. ఇదొక లాభాపేక్ష లేని సంస్థ. 13-19 సంవత్సరాల మధ్యనున్న పిల్లలకు కీలకమైన వ్యక్తిగత వికాస నైపుణ్యాలను నేర్పుతూ, వారి అంతర్గత శక్తులను వెలిదీయడానికి తోడ్పడుతుంది. జాన్ ద వన్ కోర్స్ (www.theonecourse.com) అనే పుస్తకాన్ని కూడా రాశారు. ఆర్కిటెక్చర్ సిద్ధాంతాలని ఉపయోగిస్తూ విజయవంతమైన జీవితాన్ని ఎలా నిర్మించుకోవాలో ఇది వివరిస్తుంది.

కిమ్ కియోసాకీ

డబ్బు, పెట్టుబడులగురించి మహిళలకు నేర్పాలనేది కిమ్ ప్రగాఢవాంఛ. ఆమె వ్యాపారం, స్థిరాస్తులు, పెట్టుబడుల విషయాల్లో తనకున్న జీవితానుభవాన్ని - ఆర్థిక విద్యను సమర్థించాలన్న తన లక్ష్యం చేరుకోవటం కోసం - అందజేస్తున్నారు ద ల్యారీ కింగ్ షో, ఫాక్స్ న్యూస్, ఎ బ్రేవ్ హార్ట్ వ్యూ ఇంటర్నెట్ టీ.వి. షోలు కిమ్‌కు ప్రత్యేక స్థానాన్ని కల్పించాయి. ఆమె పీబిఎస్ రిచ్ వుమన్ షోని హోస్ట్ చేశారు. ఇటీవల ఎస్సెన్స్ పత్రిక ఆమెకు ఆర్థిక విద్యా సలహాదారు స్థానాన్ని కల్పించింది. విమన్ ఎంట్రప్రెన్యూర్.కామ్‌కు ఆమె ఒక కాలమిస్ట్ కూడా.

కిమ్ స్వయంకృషితో మిలియనేర్ అయ్యారు. దాంపత్య జీవనాన్ని హాయిగా గడుపుతున్నారు. (కాని స్వతంత్ర మహిళ). ఆమె మొదటి పుస్తకం *రిచ్ వుమన్ : ఎ బుక్ ఆన్ ఇన్వెస్టింగ్ ఫర్ విమెన్* ఆవిష్కరింపబడిన మొదటినెలలోనే *బిజినెస్‌వీక్* బెస్ట్‌సెల్లర్ జాబితాలోకి చేరింది. *రిచ్ వుమన్* ప్రపంచవ్యాప్తంగా మెక్సికో, దక్షిణ అమెరికా, ఇండియా, ఆస్ట్రేలియా, న్యూజిలాండ్, యూరప్ లాంటి అనేక దేశాల్లో అత్యధికంగా అమ్ముడయింది. *రిచ్ వుమన్* గురించి డోనాల్డ్ ట్రంప్, "మహిళలు అందరూ తప్పక చదవాల్సిన పుస్తకం ఇది. గతంలోకన్న నేడు స్త్రీలు ఆర్థికంగా ఎంతో తెలుసుకోవాల్సిన ఆవశ్యకత ఉంది," అని అంటారు. *రిచ్ వుమన్* 2009లో డోనాల్డ్ ట్రంప్ యొక్క సమ్మర్ రీడింగ్ లిస్ట్‌లో కూడా చోటుచేసుకుంది.

కిమ్ మహిళలు- ధనానికి సంబంధించిన ఉలికిపాటు కలిగించే గణాంకాలను మన దృష్టిలోకి తీసుకురాడానికి రిచ్ వుమన్ యొక్క అంతర్జాతీయ వేదికని వాడుకున్నారు. రిచ్‌వుమన్ డాట్‌కామ్ ద్వారా ఆమె ఒక ఇంటరేక్టివ్ ఆన్‌లైన్ సముదాయాన్ని తయారుచేశారు. ఇక్కడ మహిళలు నేర్చుకుంటూ, అభివృద్ధి సాధించవచ్చు.

కిమ్ కియోసాకీ, ఆమె భర్త రాబర్ట్ కియోసాకీ ఇద్దరికీ ఎంతోమంది అమెరికన్లు ఈనాడు ఎదుర్కొంటున్న ఆర్థిక సంక్షోభంలో జీవించటం అంటే ఎలా ఉంటుందో తెలుసు. 1980లలో కియాసాకీ దంపతులకు ఓ ఇల్లు లేదు, ఉద్యోగం లేదు. నాలుగు లక్షల డాలర్లకి పైగా అప్పు మాత్రం ఉంది. అటువంటి కష్ట సమంలో అప్పుల్లోంచి బయటపడడానికి 10- మెట్లున్న ఒక ఖచ్చితమైన ఫార్ములా సృష్టించి దాన్ని అనుసరించారు. ప్రజాదరణ పొందిన ఆడియో సీడీ *హౌ వియ్ గాట్ ఔట్ ఆఫ్ బాడ్ డెట్* లో ఆ ఫార్ములాను వారు మనతో పంచుకుంటారు. ఈనాడు వారిద్దరు విజయం సాధించిన వాణిజ్యవేత్తలు, బెస్ట్ సెల్లింగ్ రచయితలుగా గుర్తింపు పొందారు.

వాటితోపాటు రాబర్ట్, కిమ్ కియోసాకీ 1996లో క్యాష్‌ఫ్లో బోర్డ్‌గేమ్‌ని తయారుచేశారు. తన రిచ్‌డాడ్ ఎన్నో సంవత్సరాలు తనకు నేర్పించిన ఆర్థిక, పెట్టుబడుల వ్యూహాలని అది బోధిస్తుంది. ఆ ఆర్థిక వ్యూహాల మూలానే వారు ముందుగా పదవీ విరమణ చేయగలిగారు. ఈనాడు ప్రపంచవ్యాప్తంగా కొన్నివేల క్యాష్ ఫ్లో క్లబ్బులున్నాయి.

1997లో కిమ్, రాబర్ట్ దంపతులు ద రిచ్ డాడ్ కంపెనీని స్థాపించారు. పుస్తకాలు, ఆటలు, ఇంకా ఇతర విద్యాసంబంధిత సాధనాల ద్వారా రిచ్‌డాడ్ సందేశానికి, ఆర్థిక అక్షరాస్యత లక్ష్యానికి అంతర్జాతీయ ఖ్యాతిని, గుర్తింపును ఈ కంపెనీ కలగజేస్తోంది.

"చాలా మంది మహిళలకు - ముఖ్యంగా వయసు పైబడ్డాక విడాకులు, భర్త పోవటం, సరైన ప్లాన్ లేకపోవటం మూలాన ఆర్థిక ఇబ్బందులు ఎదురవుతుంటాయి. సమస్య ఏమిటంటే, మనలో చాలామంది స్త్రీలు డబ్బు, పెట్టుబడుల గురించి ఏమీ చదువుకోలేదు. ఆర్థిక విద్య అనేది కారు బీమా ఎలా కొనుక్కోవాలి, లేదా కిరాణా దుకాణంలో నాలుగు డబ్బులు ఎలా మిగుల్చుకోవాలి అనే విషయాల గురించి కాదు. మన మహిళలకు చాతుర్యం ఇంతకన్నా ఎక్కువే ఉందని నేననుకుంటున్నాను. మరెవరో తమ ఆర్థిక భవిష్యత్తుల గురించి పట్టించుకుంటారని చేతులు ముడుచుకుని కూర్చునే బదులు, మహిళలు ఆర్థిక భవిష్యత్తును వారి ఆధీనంలో ఉంచుకునే ఆవశ్యకత ఉంది."